"श्वानप्रेमी वाचकांना ही कादंबरी मोहवून टाकेलच पण एक अप्रतिम वाङ्मयीन कलाकृती म्हणून दीर्घकाळ ही कादंबरी वाचकांच्या स्मरणात राहील."

– द ग्लोब अँड मेल

"सुरुवात मनाला विदीर्ण करते. एक आधुनिक 'जंगल बुक'."

– द टाइम्स (लंडन)

माणसाच्या चष्म्यातून कुत्र्याच्या आयुष्याचा शोध घेताना 'डॉग बॉय' माणसाच्या आंतरिक विश्वावरही अचूक भाष्य करते. खिळवून ठेवणारे वास्तववादी चित्रण!

– यान मार्टेल

ही फार काळजीपूर्वक लिहिलेली हृदयाचा ठाव घेणारी कादंबरी आहे. प्राणिजगताबद्दल क्वचितच आढळून येणारी आस्था यात प्रतिबिंबित होते. शेवट दोन्ही टोकांना झुकणारा आणि मनाला विलक्षण हुरहूर लावणारा आहे.

– द डेली टेलीग्राफ

'डॉग बॉय' कादंबरी कणखर आणि तेवढीच मृदू आहे. लेखिका इव्हा हॉर्नंग यांच्या प्रभावी शैलीमुळे वाचक शेवटपर्यंत खिळून राहातो.

– विनिपेग फ्री प्रेस

गोर्बाचेव्हच्या नंतरच्या कालखंडाचे अतिशय वेधक चित्रण... या कादंबरीच्या पानापानांतून सौंदर्य प्रकट होते.

— कॅनबेरा टाईम्स

'डॉग बॉय' ही कादंबरी काल्पनिक सहसंवेदनतून प्रसवलेली निबिड अरण्यातील खडतर वाटचाल आहे. दैवी देणगी लाभलेल्या लेखिकेची एक अद्‌भुत आणि हृदयाचा ठाव घेणारी कादंबरी!

— जिराल्डीन ब्रुक्स

फार सुंदर आणि वेधक चित्रण! 'डॉग बॉय'च्या आयुष्याचे ठळक पण अतिशय मृदू आणि अंतर्मनावर कोरले जाणारे वर्णन... 'डॉग बॉय' ही एक अतिशय महत्त्वाकांक्षी संकल्पना अतिशय सहजतेने जणू प्रत्यक्षात उतरली. पुस्तक वाचल्यानंतर कधीच पूर्वीच्याच नजरेने वाचक कुत्र्याकडे पाहू शकणार नाही.

— द संडे टेलीग्राफ (सिडनी)

विस्मयजनक आणि मनाचा तळ हलवून सोडणारी! हॉर्नंग यांनी कादंबरीक्षेत्रात वेगळे काहीतरी करून दाखवलेय.

...डॉगबॉयच्या गोष्टीवर आपण कधीच अविश्वास दाखवू शकत नाही.

— हिराल्ड सन

काळीज भेदणारी... विचारप्रवृत्त करायला लावणारी आणि आत्मविश्वासाने लिहिलेली कादंबरी.

– द इंडिपेंडंट वीकली (ऑस्ट्रेलिया)

अंतर्मन गदागदा हलवणारी, भीतिदायक आणि हृदयद्रावक कादंबरी! ऑस्ट्रेलियाच्या वाङ्मयीन जगतात हॉर्नंग अतिशय महत्त्वाच्या स्थानावर पोहोचलेल्या आहेत.

– ऑस्ट्रेलियन पुस्तक विक्रेता आणि प्रकाशक

वाचण्यापूर्वीच डॉग बॉयने मला मोह घातला. जास्तीत जास्त वाचकांपर्यंत हे पुस्तक पोहचले पाहिजे.

– डोना लेऑन

मॉस्कोत टाकून दिलेल्या बालकाची ही काल्पनिक शौर्यकथा. जंगली कुत्र्यांच्या सहवासात हा बालक वाढतो. मानवतेच्या आवरणाखालचे सूक्ष्म अवलोकन ही कादंबरी करते. रशियात करोडो हरविलेल्या बालकांची ही करुण कहाणी आहे.

– पब्लिशर्स वीकली

माणूस आणि त्याच्या पूर्वजांमधील अदृश्य दुवा हॉर्नंगने यशस्वीरीत्या दाखविला आहे. हा अदृश्य दुवा पाहून माणसामाणसांतील नाती तुटत चालली आहेत याचा निश्चितच विषाद वाटतो.

– द प्लेन डिलर

हॉर्नंग यांची कादंबरी म्हणजे अद्‌भुत आविष्करण आहे. जंगली, रानटी टोळींचे वर्णन खरेखुरे वाटते. माणूसपणाच्या सर्व व्याख्यांना हॉर्नंग आव्हान देतात. ठळक पण अतिशय मृदू, तरल कादंबरी!

– सायकॉलॉजीज् (युके)

केवळ अविस्मरणीय... मनावर खोलवर परिणाम करणारी कादंबरी. मुलाचे हिंस्त्र, रानटी कुत्र्यामध्ये रूपांतर ...हृदयद्रावक, मन ढवळून निघणारी गोष्ट... डॉग बॉय एक काव्यात्मक, मनाला तळापासून हलविणारा, अविस्मरणीय अनुभव!

– ॲटिट्युड मॅगझिन

वाचकांना ही कादंबरी वाचताना स्वत:चे धैर्य पणाला लावावे लागेल आणि कादंबरीच्या शेवटापूर्वीच त्यांचे अंतर्मन बदलेल.

– ॲडीलेड रिव्ह्यु

आपल्या स्नेहीजनांना पुस्तके भेट द्या

२०१० सालातील 'प्राइम मिनिस्टर लिटररी ॲवॉर्ड' विजेती कादंबरी

डॉगबॉय

चार वर्षांच्या बेघर रोमोचकाला रानटी कुत्र्यांनी पाळले आणि तो त्यांच्यातील एक झाला. कुत्र्यांनी सांभाळ केलेल्या रोमोचकाची चित्तथरारक कथा.

लेखक
इव्हा हॉर्नंग

अनुवाद
स्वाती काळे

मेहता पब्लिशिंग हाऊस

Please contact us at **Mehta Publishing House Pvt. Ltd.,** Pune 411030.
✆ +91 020-24476924 / 24460313 / Mob. No. 9545000513
Email : production@mehtapublishinghouse.com
Website : www.mehtapublishinghouse.com

DOG BOY by EVA HORNUNG

Translated into Marathi Language by Swati Kale

डॉग बॉय / अनुवादित कादंबरी

अनुवाद : स्वाती काळे

Email : author@mehtapublishinghouse.com

मराठी अनुवादाचे व प्रकाशनाचे हक्क : मेहता पब्लिशिंग हाऊस प्रा. लि., पुणे.

संस्थापक : सुनील अनिल मेहता

प्रकाशक : मेहता पब्लिशिंग हाऊस प्रा. लि.,
१९४१, सदाशिव पेठ, माडीवाले कॉलनी, पुणे - ४११०३०.

मुद्रक : पार्कसन्स ग्राफिक्स

मुखपृष्ठ : चंद्रमोहन कुलकर्णी

प्रकाशनकाल : नोव्हेंबर, २०१२ / पुनर्मुद्रण : जुलै, २०२३

किंमत : ₹ ३५०

P Book ISBN 9788184984323

फिलीप वॉल्ड्रॉन,
तुझ्यासाठी!

१

ती पहिली रात्र खूपच वाईट होती.

घरात गारठा शिरला, तसा रोमोचका पलंगावरच थिजल्यासारखा बसला. त्याचे सारे लक्ष दरवाजाकडे लागले होते.

त्या इमारतीतून भेसूर आवाज येत होते. शिव्याशाप, किंचाळ्या यांनी जणू त्या इमारतीला व्यापले होते. तिथले सर्व जण दारू पिऊन झिंगून एकमेकांना शिव्यांची लाखोली वहात होते, असे वाटत होते. हळूहळू आवाज विरत गेले आणि करकरणारी चाकेही दूरवर गेली. त्याला कळत होते की लोक चालले होते; पण त्यातले कोणीही त्याच्या काकासारखे नव्हते. शिव्या देणे, अडखळणे आणि अडखळून ठेचकाळणे... पण त्या शिव्यांना प्रतिसाद नव्हता. दारावर रेघोट्या मारणे नाही, किल्लीचा आवाज नाही, ओळखीचा उसासा नाही आणि अडखळत येणेही नाही. त्या जड श्वासाचा गंधही त्या खोल अंधाराला नव्हता. होता तो फक्त त्याचा थिजलेला श्वास — खिन्नतेला आत घेणारा आणि खिन्नतेलाच बाहेर सोडणारा!

काही आठवडे झाले असतील, त्याच्या काकांवर तो रुसला होता. पण संध्याकाळ पुढे सरकू लागली, तसा त्याचा राग हळूहळू कमी होऊ लागला. त्याचे डोळे दरवाजाकडे लागले. त्याच्या आईला बऱ्याच दिवसांपासून त्याने पाहिले नव्हते आणि आई गेल्यापासून काकांनी एकेक गोष्ट तेथून न्यायला सुरुवात केली होती. पहिल्यांदा घड्याळ, नंतर त्याच्या आजीने त्याच्या आईला दिलेले लाकडी कपाट. काही महत्त्वाच्या गोष्टीही काकांनी लंपास केल्या. नाश्त्याचे चौकोनी टेबल, दोन खुर्च्या, खराब झालेला टी.व्ही. वगैरे वगैरे.

त्यांनी वस्तू नेल्या असल्या, तरी त्याला त्याची हरकत नव्हती, पण काका कधी उशिरा यायचे नाहीत. हं! पेन्शन मिळणार असेल, तेव्हा त्यांना हमखास उशीर व्हायचा.

अंधार आता सांदीकोपऱ्यात पसरला होता. रोमोचका नाईलाजाने अंथरुणातून

उठला आणि इलेक्ट्रिक वायरला त्याने जोरदार हिसका दिला. पण काहीच झाले नाही. तो धावत जाऊन शेल्फवरच्या हॉटप्लेटजवळ चढला. त्याची आई असती, तर तिने डोळे वटारले असते, पण काय करणार? बराच वेळ बटनांशी झटापट करूनही हॉटप्लेटचे सवयीचे लाल-पिवळे दिवे लागेनात. त्याच्या बालहृदयाची धडधड वाढू लागली.

अंधारातच तो न्हाणीघराकडे सरकत गेला. तेथेही गरम पाणी नव्हते. "गोष्टीतली चेटकीण घरी आलेली दिसतेय." स्वत:शीच पुटपुटत "गोष्टीतली चेटकीण..." आता जोरात बोलूनसुद्धा त्या आवाजाची त्याला सोबत होईना! त्याचे चिमुकले हृदय थडथडा उडू लागले. आई असताना अंगठा चोखला, की बरे वाटायचे. पण हल्ली त्याने तेही सोडून दिले होते.

रजईत आता थोडी ऊब येऊ लागली होती. पण त्याचे टोकदार नाक आणि बिचारे चिमुकले कपाळ रजईच्या बाहेरच होते. बोचऱ्या थंडीमुळे नाकाचा शेंडा लालभडक झाला होता आणि कपाळावरची शीर थडाथड उडत होती. शून्यात नजर लावून तो खिडकीतून बाहेर पाहू लागला. पाऊस गुपचूप पडत होता. पडद्याबाहेरच्या पुसटशा रेषा एवढेच काय ते त्याचे अस्तित्व!

पण पावसाच्या सोबतीने त्याला झोप मात्र लागली. बाहेरचे जग अंगावर कोसळतेय आणि त्याच्या रजईतली ऊब हिसकावून घेतेय, असे काहीसे वाटत असतानाच तो थकून झोपला. मध्यरात्री अंधारात डोळे उघडल्यावर थंडगार, झोंबरे वारे, बुब्बुळांवर येऊन थडकले आणि तो भलताच धास्तावला. खिडकी पहिल्यापेक्षा जास्त उजळली होती. बाहेर बर्फ पडत होता. शिशिर ऋतूचा तो पहिलाच बर्फ असावा. गरागरा फिरत खाली कोसळणाऱ्या बर्फाच्या तुकड्यांमुळे खोलीतली शांतता जास्त भेसूर वाटत होती.

ती भेसूर शांतता त्याच्या शरीराला छेद देऊन अंगभर सुस्तावून पडली होती. त्याचे शरीर, तो पलंग, ती खोली, ती इमारत... सर्वदूर तीच भगभगीत शांतता! त्या शांततेने सर्वच जग बदलले होते... कपाट केवढे मोठे दिसत होते. दरवाजावरचे कव्हर खिडकीतून आलेल्या एकसुरी प्रकाशाने वेगळेच चकाकत होते! कान जेवढे लांब करता येईल, तेवढे लांब करण्याचा प्रयत्न करून तो शिणला. पण काय करणार? आतून बाहेरून ती इमारत मृतप्राय झाली होती. त्या चिमुकल्या शरीराच्या थंड उच्छ्वासांची फक्त त्याला साथ होती.

सकाळ झाली, तरी त्याचे काका परतले नव्हते. तो उठला, त्या चिमुकल्या डोक्याचा पार भुगा झाला होता. हताश रागाने नजर सगळीकडे भिरभिरत होती आणि परत शून्यात बुडत रुतत होती. नेहमीपेक्षा जास्त कपडे घालून त्याला थोडा धीर

आला आणि तो घराच्या बाहेर पडला. त्याला माहीत होते, जर तो पकडला गेला असता, तर नशिबात बेदम मार आणि कपाटात कोंडले जाणेच होते.

वारा थंड पण शांत भिरभिरत होता. त्याने सार्वजनिक स्वयंपाकघर बघितले तर काय! स्टोव्ह, सिंक आणि सगळी शीतकपाटे गायब झाली होती. स्वयंपाकघर म्हणजे एक घाणेरडी रिकामी खोली झाली होती. एवढेच काय, भिंतीलगत असलेली सर्व कपाटे, पाइप ओरबाडून काढलेले होते. सर्वदूर धुळीचे राज्य होते.

शौचालय मात्र तसेच होते. तेथे तो जाऊन आला, पण पाणी नव्हते, टॉयलेट पेपर नव्हता आणि कपाटात साबणही नव्हता. तो एकटाच बराच वेळ तिथे घुटमळला आणि परत घरी आला. तेथील ओंगळवाणे मोकळेपण त्याला खायला उठले. त्याचा धिटुकला आविर्भाव क्षणात गळून पडला आणि भीतीने त्याच्या जिवाचा ताबा घेतला. तो कपाटाकडे धावत गेला, त्याने बाहेरची दारे लावून घेतली आणि कोणीतरी थोबाडीत मारल्याप्रमाणे अंगाचे मुटकुळे करून तो दीनवाणा बसला. कानशिले तापली आणि पहिल्यांदाच अस्फुटपणे आणि नंतर हुंदके देऊन तो रडू लागला. कोण जाणे कधी, पण रडून रडून डोळे सुजवून तो झोपी गेला.

पुढचे दोन दिवस रोमोचकाने घरात जे होते, ते सर्व काही संपविले. अर्धवट उरलेल्या बिस्किटांच्या पाकिटाचा त्याने पहिल्यांदा फडशा पडला. नंतर कोबी, कच्चे बटाटे, कडधान्ये, तांदूळ आणि मॅकरोनी खाल्ले. कच्चे खाल्ल्याने पोट प्रचंड दुखू लागले आणि तो आडवा पडला. दोन डब्यांतले मासे त्याने गट्टम केले. आख्खा डबा भरून साखर आणि कच्चे कांदेही! दोन डबे मात्र त्याला उघडता आले नाहीत. एकात प्ल्युम्स् होते तर दुसऱ्या डब्यात काकड्या साठवल्या होत्या. त्याला एकदा वाटले की डबा हाताने तोडून टाकावा. पण त्याची आई म्हणायची, ''तुटक्या काचेचे तुकडे पोटात गेल्यावर माणूस मरतो बरं!''

जिथे जायला त्याला मनाई होती, तिथेही तो गेला. पण कुठेच काही खाण्यायोग्य नव्हते. पेट्यांमधून सगळे कपडे त्याने बाहेर काढले आणि पलंगाच्या कपाटामधूनही सगळे काही काढले. त्याच्या आईचे पोशाख सुंदर पण झिरझिरीत होते. एक तर हँगरवरून काढतानाच फाटला. तिचा मोरपंखी ड्रेस त्याने तोंडावर घेत अलगद श्वास घेतला. सगळे पोशाख हळुवारपणे बाजूला ठेवत परत त्याने उसकाउसकी सुरू केली. त्याच्या आईचा एक कथ्या रंगाचा, फरची बटने असलेला कोट त्याला फार आवडायचा. अचानक तो मिळाला. ''हा कोट एवढा उबदार आहे की, पायांवर काही घ्यायलाच नको,'' आई नेहमी म्हणायची. त्याने एवढे कपडे घातले की, जेव्हा शू करायची वेळ आली, तेव्हा घाईघाईने त्याला ते फेकून द्यावे लागले. त्याने पलंगावरून सतरंजी ओढून घेतली आणि सर्व उबदार कपडे विखरून ठेवले.

बराचसा वेळ त्या कपड्यांच्या ढिगाऱ्यावर लोळण्यातच गेला. जर काका येतील, तर काय म्हणतील? पण त्याला वाटले, काका आलेच पाहिजेत! म्हणजे त्यांना कळेल की, जर ते उशिरा आले, तर काय गोंधळ होतो ते!

तीन बर्फाळ, अंधाऱ्या रात्री उलटून गेल्या आणि त्याने ठरविले की, आता येथून गेलेच पाहिजे. त्याचे काका, फोन आणि वीज यांनी अचानक गायब होऊन त्याला एकटे पाडण्याजोगे कोणतेही कारण त्याला आठवत नव्हते. त्याची आई मात्र अचानक नाहीशी झाली होती... तिच्यासारखे घरचे सामानही! आजवरच्या त्याच्या पिटुकल्या आयुष्यात आई आणि घरच्या सामानापेक्षा त्याचे काका आणि फोन जास्त धोकेबाज होते.

घरात उगीचच फिरत असताना त्याचे पोट काळजीने ढवळून निघाले. बाहेर रस्त्यावर एकटे फिरायला त्याला मनाई होती. ''जर घराच्या बाहेर पाऊल ठेवलंस, तर मी आणि काका मारून टाकू तुला! पहिल्यांदा मी... नंतर काका!''

पण घरात खायला नको का?

बाहेर पडायला त्याने थोडी चालढकल केली. दुसऱ्या मजल्यांवर तो गेला. त्या काळोख्या इमारतीकडे पाहून त्याला आश्चर्य मात्र वाटले नाही. चौथ्या मजल्यावर मिसेस शिलर्स राहतात, हे त्याला माहीत होते. त्या नाहीत, हे माहीत असूनसुद्धा त्याने दरवाजावर टकटक केली. दाराला कुलूप नव्हते. दार उघडून तो आत शिरला. आतमध्ये काय असणार, हे माहीत असूनदेखील त्याला धक्काच बसला. संपूर्ण घर रिकामे होते. कचरा इतस्तत: विखुरला होता. खिडक्यांना पडदेही नव्हते. त्यामुळे विखुरलेल्या कचऱ्यावर प्रखर प्रकाश पडला होता. खिडकीबाहेर सोनेरी पाने ल्यायलेले झाडांचे शेंडे गुपचूप आतला विध्वंस बघत उभे होते. स्वत:च्या घराकडे त्याने धूम ठोकली.

दरवाजासमोर तो आला, तेव्हा क्षणभर त्याला त्याच्या अगोदरच्या घराचा भास झाला. असे वाटले की, त्याच्या नेहमीच्याच घरात तो परत होता. विस्कटलेल्या सोफ्यावर बसल्यावर त्याच्या नजरेने सवयीने आईला शोधले. टी.व्ही, टेबल, पुस्तकांचे कपाट यांपैकी काहीच नव्हते. पण त्याची नजर आईला शोधत होती. तो बाहेर पडला आणि परत आत आला... आता मात्र त्याच्या नजरेतून आई दूर गेली होती.

पोटात भुकेने कलकल होत होती. त्याच्या खेळण्यातली बादली त्याने घेतली, तिच्यात त्याच्या आईचा काळा मखमली झगा टाकला आणि घरातून तो पळत बाहेर आला. ती जळलेली इमारत पार करून तो मुख्य रस्त्याकडे आला. भूक आणि थंडी या दोन गोष्टींमुळे तो बाहेर आला होता खरा; पण एकदा बाहेर आल्यावर तो या

दोन्ही गोष्टी विसरून गेला. शरद ऋतूची ती एक सुरेख माध्यान्ह होती, पांढरे शुभ्र आकाश आणि कोरडे आणि थंड हवामान. दोन रात्रींपूर्वी पडलेला बर्फ वितळला होता, पण थंड वातावरणामुळे पुन्हा बर्फ पडण्याची चिन्हे दिसत होती. लहानगा मुलगाच तो! या बदललेल्या वातावरणाने अन्न मिळण्याची आशा त्याला वाटू लागली. पैसे असोत वा नसो, मोठ्या माणसांना तर अन्न मिळते, मग मला ते मिळणे का कठीण आहे?

बाहेरून इमारत नको तेवढी शांत भासत होती. कोणत्याच खिडक्यांना पडदे नव्हते. आतल्या अंधाऱ्या खोल्यांमध्ये चिटपाखरूही दिसत नव्हते. कचऱ्याचे ढीग मात्र दारोदारी पडलेले होते.

रोमोचका किलकिल्या नजरेने समोरचे मोठे जग पाहत होता. सगळे ओळखीचेच वाटत होते. पण नावाने तो कोणाला हाक मारू शकत नव्हता. ते सर्व त्याच्या शेजारच्या इमारतीतील लोक होते. पण त्याच्या इमारतीतील एकही जण त्याला दिसत नव्हता. सांगायचे का कोणाला, की मी एकटाच आहे म्हणून? माझे बोलणे ते गांभीर्याने घेतील का?

कोणी ओळखीचे दिसते का याचा शोध तो घेऊ लागला. आपल्याला घाबरवणार नाही...असा माणूस त्याला शोधायचा होता. निळ्या इमारतीतील तो गोटा केलेला गिटार वाजवणारा माणूस... नाहीतर ती कोपऱ्यावरची लठ्ठ बाई! तिला तीन बिलंदर मोठी मुले होती. पण त्या दिवशी ती मुले तिच्यासोबत नव्हती. नाहीतर ती सुंदर क्रीम रंगाचा रुमाल बांधलेली म्हातारी बाई... ती मदत करेल?

शेवटी तो कोणाशीच बोलला नाही. त्याला बोलावेसेच वाटले नाही; कारण त्याची आई त्याला नेहमीच बजावत असे की, अनोळखी माणसांशी बोलू नये.

बुटांमध्ये पावले आतबाहेर करत तो कितीतरी वेळ तिथे उभा होता. कितीदा तरी पुढे मागे होत, लोकांची नजर चुकवत, त्याची आवडती बादली मांडीवर घासत तो उभा होता. क्षणभर ती बादली त्याने खाली ठेवली आणि हातमोज्यांसकट आपल्या इवल्याशा हातांनी टाळ्या वाजवायला सुरुवात केली,... पण क्षरणभरच! परत तळहातावर तळहात ठेवून तो कसल्याशा विचारात गढला... जर कोणी प्रौढ व्यक्ती असती, तर वाटले असते की, प्रार्थना सुरू आहे. पण या चार वर्षांच्या गोंडस मुलाबाबत म्हणाल, तर एका गोंधळलेल्या मुलाची ती मानसिक अवस्था होती. विचार करण्याची ताकद त्या छोट्या मेंदूत आता उरलेली नव्हती.

रस्ता निर्मनुष्य होता. बर्फाने आक्रसलेली डबकी त्या निर्मनुष्य रस्त्यावर जास्तच उदास वाटत होती... मेलेल्या माशाचा सुरकुतलेला डोळा दिसावा तशी! एक गाडी जोरात धावत गेली. रस्ते निर्मनुष्य असल्याचा फायदा! गाडी आली आणि नाहीशी झाली. त्यानंतर परत नीरव शांतता. कडाक्याची थंडी होती आणि त्या

लहानग्याला कळत होते की, आता निघालेच पाहिजे. पण तरीही तो तिथेच थांबला. रस्ता गाड्यांसाठी असतो, फूटपाथ मोठ्या माणसांसाठी आणि मोठ्या मुलांसाठी असतो हे कळण्याइतपत तो मोठा होता. छोट्या मुलांना मात्र बाहेरच्या जगात जागा नसते, हेही त्याला माहिती होते.

गाड्यांचा ताफा पुढे सरकला आणि एक मोठी पिवळसर कुत्री रस्त्याच्या दिशेने येऊ निघाली. "कुत्रे खरोखरीच उबदार असतात," तो स्वत:शीच बोलला. मिसेस शीलरचा केसाळ कुत्रा हनीला त्याने एकदा जवळ घेतले होते. त्याच्या पोटाची उबदार त्वचा आणि त्याचा उग्र वास त्याला खूपच आवडला होता. त्याने त्याची आवडती बादली परत उचलली आणि तो फूटपाथच्या दिशेने तो चालू लागला. त्या कुत्र्याच्या दिशेने तो धावू लागला. खरे तर त्याच्या आईने त्याला एकदा बजावले होते, "दाराबाहेर कधी जाऊ नकोस, बाहेर कुठे भटकू नकोस, अगदी काकांनी पाठवलं तरीही!" तिने आणखी एकदा बजावले होते, "बाळा, भटक्या कुत्र्यांजवळ कधीच जाऊ नकोस. त्यांना भयंकर रोग असतात. आपल्यालाही बाऊ होऊ शकतो बरं!"

आता त्याला असे सांगणारे कोणीच नव्हते! आता खट्याळपणा केला, तरी अडवणारे कोणीच नाही! त्याला प्रचंड भूक लागली होती. अंगाला गारढोण हवा झोंबत होती. त्या वेळी काका दिसले असते आणि त्याचे बखोटे धरून त्यांनी त्याला दुसऱ्या जागेवर जरी नेले असते तरी त्याला खूप बरे वाटले असते.

गाड्यांचा ताफा निघून गेल्यावर तो रस्ता ओलांडून त्या कुत्रीच्या मागे जात राहिला. कोणत्याच लहान मुलाने जगात असे धाडस केले नसेल. रोमोचका उत्साहाने थरथर कापू लागला. ती कुत्री इमारतीच्या एका कोपऱ्यात थांबून सावधपणे हुंगू लागली. त्याने तिच्या पोटाकडे वाकून निरखून पाहिले. तिच्या चालीबरोबर तिचे स्तन डौलदार झोके घेत होते. तिने क्षणभर मागे वळून त्याच्याकडे पाहिले आणि पुन्हा तेवढ्याच आत्मविश्वासाने झोकात चालू लागली. तिच्या मानेभोवतीचे फिकट पिवळसर केस थोडे दाट होते. त्याचे आजूबाजूचे जग तपकिरी, कथ्था रंगाचे आणि बेचव होते. त्याच्या आईलापण घराबद्दल, फडफडणाऱ्या टी.व्ही.बद्दल, काकांबद्दल आणि कधी कधी त्याच्याबद्दलही असेच बेचव वाटायचे. त्या निर्मनुष्य रस्त्यावर चालणाऱ्या पिवळसर ऐटबाज कुत्रीने रोमोचकाच्या मनाची घट्ट पकड घेतली.

पण तिच्या ऐटबाज चालीपुढे रोमोचकाची दुडकी चाल फिकी ठरली. जून झाल्यामुळे बर्फ काळा पडला होता आणि रस्ता खूपच निसरडाही झाला होता. अंगात भरपूर कपडे घातल्याने तो धड चालूही शकत नव्हता. रस्त्याच्या शेवटी डाव्या हाताला एक बोळ होता. जेव्हा तो कोपऱ्यापर्यंत आला, तेव्हा ती बोळात दिसेनाशी झाली होती. निराश होऊन फूटपाथच्या थंडगार फरशीवर कितीतरी वेळ

तो बसून होता. त्याने हातमोजे घातले होते पण आतून बोटे बधिर झाली होती. समोरच्या गटाराच्या पाईपला विळखा घातल्यावर त्याच्या अंगात थोडी ऊब आली. दुरून कुठून तरी लोकांच्या बोलण्याचा आवाज कानांवर पडत होता. दुरून कुठून तरी त्याच्या आईचाही आवाज कानी पडत होता, ''बाळा, अनोळखी लोकांशी जास्त बोलू नये बरं!'' आता ज्या गोष्टी त्याच्या आईला अजिबात आवडल्या नसत्या, अशा बऱ्याच गोष्टी त्याने तोपर्यंत केल्या होत्या. तो उठलाच नाही. जमिनीखालच्या पाईपमुळे जेवढी ऊब मिळत होती, तेवढीच! पण आता त्याला उदासीनतेने घेरले होते. घरापासून तसा तो जवळच होता, पण त्याचे पायच तेथून निघत नव्हते. डोके जडशीळ झाले होते. त्या लहानशा मनात विचित्र रिकामपण साठले होते.

बर्फ पडायला परत सुरुवात झाली. जून, काळसर बर्फावर पुन्हा पांढरेशुभ्र चैतन्य पसरू लागले. काळसर बर्फाने भरलेले गटार पुन्हा चमचम करू लागले. त्याच्या निळ्याशार हातमोज्यांवर पांढरेशुभ्र मोती पडू लागले. त्याने डोळे मिटून घेतले.

कसलासा आवाज झाला, म्हणून त्याने डोळे उघडले. समोर बघतो तर काय! दोन कुत्रे त्याच्याकडे रोखून पाहत होते. एक फिकट पिवळ्या रंगाचा होता, तर दुसरा काळाकभिन्न आणि मोठ्ठा होता. त्याचे पंजे आणि चेहरा मात्र फिकट पांढरा होता. दोन्ही कुत्रे मोठे आणि त्या अगोदरच्या गोंडस कुत्रीपेक्षा फारच बदमाश दिसत होते.

ते इकडेतिकडे पळत होते. का कोणास ठाऊक, पण चिमुकल्याकडे आपले पिवळे डोळे वटारून पाहत होते. पावसामुळे त्यांची केसाळ त्वचा खाली दबली होती. त्याला हे कुत्रे आवडले, पण त्याला हेही कळले की, या दोन्ही कुत्र्यांना त्याला बाऊ करायचा होता. एकमेकांकडे बघून ते असे गुरकावत होते की, जणू त्या लोभस मुलाची 'डिश' कोणा एकालाही पुरणार नाही असे त्यांना वाटत होते. त्याला वाटले, 'एका मुलाला खाणे शक्य आहे का या कुत्र्यांना?' त्याला त्या कुत्र्यांचा अचानकच खूप राग आला.

रोमोचकाने कपडेपण एवढे घातले होते, की त्याला धड उठताही येत नव्हते! जवळच्या पाईपचा आधार घेत तो कसाबसा उभा राहिला. ती दोन्ही कुत्री उडी मारून त्याच्याजवळ पोहचली. रोमोचकाला दरदरून घाम फुटला; पण अचानक कुठून कोण जाणे, ज्या कुत्रीचा त्याने अगोदर पाठलाग केला होता, ती कुत्री दुसऱ्या बाजूने आली. ती जणू काही रोमोचकाची वाटच पाहत होती. डोके वर आणि शेपटी खाली करून ती म्हणत होती, ''ये बाळा, ये!''

त्याने पाईप ओलांडून तिच्याकडे झेप घेतली. ती हलली नाही. त्याच्या मागून येणारे दोन्ही कुत्रे एकमेकांवर चढत होते. तिने फक्त कान टवकारले.

“आकू!” तो प्रेमाने म्हणाला. तिने तिची मान किंचित कलती केली. त्याच्या मागे असणाऱ्या दोघांपैकी एका कुत्र्याने अस्फुट गुरगुर केली. लंबुळक्या दातांवर असलेले ओठ वर करून तीही गुरकावली. तिचे गुरकावणे त्या दोघांसाठी होते. त्याला जाणवले की त्याच्या पाठीमागचे वादळ आता शांत झाले होते. तिरप्या नजरेने बघताना तो सोनेरी मोठ्ठा कुत्रा त्याला आता निवांत बसलेला दिसला. त्याने तिला जवळ घेतले, क्षणभर ती मागे आली, क्षणभरच; नंतर त्याचा चेहरा, छाती, त्याचे हातमोजे ती कौतुकाने हुंगत राहिली.

शेपूट थोडेसे हलवत ती विचारमग्न झाली. ते दोन कुत्रे तिच्याजवळ गेले. तिचा चेहरा ते प्रेमाने चाटू लागले. तीही त्यांना चाटू लागली. सोनुकल्याचाही चेहरा चाटून प्रेमाची ऊब देऊ लागली. तिने त्याच्या तोंडाची हळुवार पप्पी घेतली. किती आसुसला होता तो प्रेमासाठी!

ती वळली आणि एका दुसऱ्या बोळाच्या दिशेने आरामात पावले टाकू लागली. तो निर्मनुष्य रस्ता आता परत लोकांनी फुलला होता, पण रोमोचकाने त्यांच्याकडे अजिबात लक्ष दिले नाही. त्याचे लक्ष तिच्यावरच एकवटले होते. तिच्या पप्पीच्या ओलसरपणामुळे अजूनही त्याच्या गालावर गुदगुली होत होती.

‘ह्यांचे जेवण काय असेल?’ या विचाराने त्याला परत भुकेची जाणीव झाली. पोट ढवळून निघाले. अरेच्चा! त्याची लाडकी बादली पाईपजवळच पडली. “जाऊ दे! जे मागे राहिले, त्याला टाटा करावा, झालं.” आई असेच काहीतरी म्हणायची.

एक-दोन बोळी ओलांडल्यावर गाड्यांचे मोठ्ठे जाळे लागले. पुढे-पुढे चालता-चालता तो कसा हरवला, कोण जाणे! त्याला आठवले, तो त्याच्या घराचा विचार करत होता. थंड, अंधारलेले घर.... आता या घरात काकांचाही वास येत नाही! पुढचे काही आठवायच्या अगोदरच तो हरवला.

‘ही कुत्री जेवत काय असतील? मांसाचे तुकडे आणि कोबी? त्यांची अंगतपंगत बसत असेल? माझ्यासाठी वेगळे ताट मांडले असेल? पण त्यांना हे जेवण परवडत असेल? कदाचित ते सूप पीत असतील, हाडांचे तुकडे घालून! किंवा कदाचित नुसते बटाटे खात असतील! गरम, वाफाळलेले! किंवा लोण्यामध्ये कुस्करलेले!’

पण कुत्र्यांजवळ पैसे थोडेच असतात! ते अन्न चोरून आणत असावेत किंवा कोणीतरी देतापण असेल म्हणा! कोण जाणे! कटलेटस्, बर्गर, वर चीज घातलेला पिझ्झा.... तोंडाला सुटलेले पाणी तो बाहीने पुसत राहिला.

लोकांचे लोंढे आजूबाजूने जात होते, पण कोणालाही त्या चिमुरड्याचे नाव विचारावेसे वाटले नाही. तो मुलगा होता आणि त्याचे कुत्रे त्याच्याजवळ फिरत होते. तो कुत्र्यांच्या मागे फिरत होता, असा संशय कोणाला येणार होता? तीन आज्ञाधारक

कुत्रे आणि त्यांचा छोटा मालक असेच ते दृश्य होते. कदाचित दुर्लक्षित असावा, पण हरवलेला? छे! कसे शक्य आहे?

अनेक मोठमोठ्या इमारती त्यांनी पार केल्या. अनेक निर्मनुष्य गल्लीबोळांतून ते फिरले. इमारतींमधील खोल्या शेल्फमध्ये रांगेने मांडलेल्या ताटांप्रमाणे दुरून दिसत होत्या. छोट्या खिडक्या आतल्या प्रकाशामुळे चमकत होत्या. स्वयंपाकघरांमधून जेवणाचे वास येत होते. संध्याकाळचे जेवण घरोघरी तयार होत होते. उबदार खोल्यांमध्ये लोक गरम चहाचे घोट घेत होते.

फक्त रस्ता ओलांडताना लोक हळू चालत, अन्यथा त्यांची चाल झपाट्याची होती.

आता समोर एकही रस्ता नव्हता. समोर अंधारलेल्या इमारती आणि निर्मनुष्य कारखाने! तिन्ही कुत्रे चालायचे थांबले आणि कुंपणाजवळ हुंगू लागले. का कोण जाणे, पण त्याच्याभोवती त्यांनी फेरच धरला होता, पण त्याच्याकडे ते बघत मात्र नव्हते. तिघांनीही वेगवेगळ्या ठिकाणी सू केली आणि नंतर मुद्दाम दुडक्या चालीने जाऊ लागले. तोही धडपडत त्यांच्या मागे निघाला. एकामागोमाग एक उड्या मारून एका बिळात शिरून, रानटी झुडपांचे ते कुरण त्यांनी पार केलेही. बर्फाच्छादित गवतावरून जाताना तो धडपडला आणि कसाबसा लंगडत चालू लागला. सर्वांत समोरची त्याची आवडती कुत्री त्याच्यासाठी थांबली. मान वळवून प्रेमाने त्याच्याकडे पहात राहिली. त्यानेही मान डोलावली आणि परत चालणे सुरू केले. कुंपण आणि विटांच्या भिंतीमधून सटकून ते ज्या जागेवर आले, तेथे अर्धवट बांधकाम सुरू होते. बरीच कळकट माणसे तेथून जात होती. एक माणूस तर चक्क ढिगाऱ्यावर झोपला होता.

आता मात्र चिमुरड्या रोमोचकाची शक्ती पूर्णपणे संपली होती. ती गोंडस कुत्री एका तुटक्या दारातून कुठे नाहीशी झाली, कोण जाणे! पण सगळे जण परत एका प्राचीन आवारात आले. अतिथंडीने थिजलेले गवत सगळीकडे दिसत होते. समोर एक बिनछताचे, करपलेले चर्च दिसत होते.

परत एका मोठ्या बोगद्यातून त्यांचा प्रवास सुरू झाला. आतमध्ये प्रचंड अंधार होता. दगडविटांचे विस्कटलेले ढीग पडले होते. कुठून तरी पिल्लांच्या केकाटण्याचे आवाज येत होते.

अशा रीतीने त्या एकट्या छोट्याशा जिवाने गल्लीबोळांतून मार्ग काढत, मनुष्यवस्तीतून मार्ग काढत तीन कुत्र्यांच्या मदतीने कोणी कल्पनाही करू शकणार नाही, अशी सीमा ओलांडली.

पहिल्यांदा रोमोचका काहीच पाहू शकला नव्हता. त्याच्या थंडगार पडलेल्या नाकपुड्यांवर उग्र वासाचा हल्ला झाल्यावर त्याच्या इतर संवेदना जाग्या झाला. त्या

खोल अंधारात तो पाहू लागला. वरती होते, ते बहुधा छतच होते. आजूबाजूला छोटी-मोठी भगदाडे दिसत होती. ती दोन कुत्री त्याच्या बाजूलाच लोळत होती. एकमेकांना चाटत होती. अन्न मात्र कुठेच दिसत नव्हते. सवयीने कुत्री एका कोपऱ्यात आरामात बसली होती आणि तिची चार पिल्ले तिला बिलगली होती. तो सरपटत तिच्याजवळ गेला. पिल्लांचे प्रेमाने चाटणे सुरूच होते. बुडावर बसून तो गमतीने बघू लागला. ती खाली झोपली. मात्र तिची पिल्लावळ दूध प्यायला कमालीची उतावीळ होती. पिल्ले एकमेकांच्या अंगावरून उड्या मारून तिला झोंबत होती. तिचे चमकदार, काळेशार डोळे त्याचे निरीक्षण करण्यात गढलेले होते. त्याला तिचे दाट केस, छोटे छोटे पाय खूप आवडत होते. तिच्या पिल्लांना ती मनसोक्तपणे मातृसुख देत होती. त्यांच्यावर शिस्तीचा बडगाही उचलत होती आणि हक्कही गाजवत होती. त्याला कुतूहल वाटले, तिच्या दुधाची चव कशी लागत असेल? तो थोडा पुढे सरकला. त्याच्या पोटात भुकेने थैमान घातले होते. तीही त्याचे संथपणे निरीक्षण करत होती. बऱ्याच दिवसांनी घरटे मिळाल्याने त्या घरट्याची ऊब त्याच्या चेहऱ्यावर दिसत होती. पालथा पडून पोटावर सरकत तो तिच्याजवळ गेला. ती हळुवार प्रेमाने गुरकावली. आजूबाजूच्या त्या अवखळ पिल्लांमुळे त्याच्या अंगाला आणखी ऊब मिळाली. आता हातमोज्यांची गरज राहिली नव्हती.

पिल्लांचा मऊ मुलायम स्पर्श, त्यांचे गरम श्वास, दुधाळ वास.... खूप बरे वाटले त्याला! तिचाही वास, उग्र असला, तरी आश्वासक होता.

त्याने हालचाल केली नाही. थंडीमुळे हातापायांना थोडाफार कंप होता तेवढाच! ती गुरकावली, पण हलली नाही. हे गुरकावणे त्याच्यासाठी होते, 'इथून चालता हो' अशी धमकी त्यात नव्हती, पण 'मला माझं काम करू दे', हे आर्जव त्यात होते. तोही वाट पाहत होता. तिच्या पिल्लांना आता ती चाटू लागली. त्याच्याजवळ जाऊन त्याचाही चेहरा तिने प्रेमाने चाटला. तिची जीभ गरम, ओलसर आणि आंबटगोड चवीची होती. त्याने ओठांवरून जीभ फिरवली, तेव्हा तिच्या थुंकीची आणि दुधाची पुसटशी चव त्याला चाखायला मिळाली. त्याचा थंड हात तिच्या पोटाजवळ सरकवत एका पिल्लाला त्याने शिताफीने पकडले. त्याला दूर लोटताना ते पिल्लू दुःखाने कळवळले. पण सरतेशेवटी दोन्ही हातांनी त्याला ढकलून देण्यात तो यशस्वी ठरला. ते पिल्लू केकाटले, पण परत जोरात ढुशी मारून त्याने दुसरे स्तनाग्र पकडले. रोमोचकानेही जोरात मुसंडी मारली. त्याचे थंडगार नाक तिच्या चिकट, केसाळ त्वचेला चिकटले आणि गरम दुधाचे घोट तो गटागटा पिऊ लागला. भुकेने मरणप्राय दुखणाऱ्या त्याच्या पोटात आता अमृत जाऊ लागले.

त्याच्या सर्व चिंता आता दूर पळाल्या आणि त्याला खूपच उल्हसित वाटू

लागले. काही वेळाने त्याचे थंडीने काकडलेले हातही थोडे गरम झाले आणि त्याच्या इवल्याशा बोटांनी तो तिच्या मऊशार पोटाला थोपटू लागला. तिच्या जखमांना, जखमांनी झालेल्या व्रणांना बोटांनी कुरवाळू लागला.

रोमोचका उठला, तेव्हा घनदाट अंधार होता. अंधार एवढा खोल आणि काळा भिन्न असतो, हे त्याला पहिल्यांदाच उमगले. इथे रस्त्यावरील दिव्यांचा प्रकाश आत झिरपत नव्हता. रंगीबेरंगी दिवे भिंतीवर चमचमत नव्हते. त्याच्या नजरेसमोर बोटे धरली, तरी त्याला अंधुकसेही दिसत नव्हते. त्याचे शरीर तेच होते, पण अंधारात उगीचच मोठे झाल्यासारखे वाटत होते. उबदार पिल्लावळ त्याच्या अवतीभवती करत होती. त्याने एकाला उचलून छातीशी धरले. आधी त्या पिल्लाने पळण्याचा प्रयत्न केला, पण नंतर मात्र प्रतिकार केला नाही. त्या पिल्लाचे थडाथडा उडणारे हृदय नंतर योग्य गतीने चालू लागले.

अंधारात तो हसू लागला. 'आत्ता आई आली तर मला बघून नक्कीच खूश होईल! मी कपडे पूर्ण घातले आहेत आणि माझे पोट तर गच्च भरले आहे. यायलाच पाहिजे आई! तिला हे तर कळेल की मी तिच्याशिवाय आणि काकांशिवाय जगू शकतो.' कुत्री आई त्याच्याकडे तोंड करूनच झोपली होती. तिच्या चेहऱ्याचे कल्ले त्याच्या गालांना मधूनच लागत होते आणि त्याला गुदगुल्या होत होत्या. तिने त्याला परत चाटायला सुरुवात केली. तिच्या लाळेचा वास आता त्याच्या परिचयाचा झाला होता. दुसरे दोन कुत्रे त्याच्या पाठीशी झोपले होते.

थंडीने त्याला पूर्ण जाग आली. वरच्या अर्धवट तुटलेल्या छपरामधून सूर्याची तिरीप आली आणि त्याला समजले की, मोठी कुत्री बाहेर गेली होती आणि छोटी पिल्लावळ त्याला सोडून आसपास भटकत होती. कधी दुडक्या चालीने तर कधी सरळ चालीने, ती पिल्ले कोपरा, न् कोपरा हुंगत होती. कधी ती एकमेकांवर चाल करायची तर कधी गमतीने ढुशा मारायची आणि ढुशा मारता मारता खाली आपटायची. गुडघे छातीशी घेऊन तो ताठ बसला. त्याला खूप भूक लागली होती. त्याच्या हाडांना थंडीही बोचत होती.

अंथरुण त्याने पहिल्यांदाच उजेडात पाहिले. जुनी पिसे, खूप सारे केस आणि ओलसर कागदाच्या तुकड्यांनी ते अंथरुण बनले होते. आसपास ब्लँकेट नव्हते आणि अंथरुणही अंगावर घेण्यासारखे नव्हते. त्याचे हातमोजेही त्याला सापडेनात. तो तसाच बसून राहिला. खायलाही काही दिसत नव्हते. तो बसलेला पाहून पिल्ले त्याच्या अंगावर चढू लागली. त्याच्या बाह्या पकडून त्याला ओढू लागली. त्याने एकाला पकडून त्याच्या कोटाच्या आत टाकले. ते पिल्लू प्रेमाने त्याचा चेहरा चाटू लागले. त्याच्या पांढऱ्याशुभ्र डोक्यावरून त्याने प्रेमाने बोटे फिरविली. त्याच्या लक्षात आले की, दुसऱ्या पिल्लांचे लक्ष आता समोर लागले होते. त्यांच्या शेपट्या

जोरजोरात हलत होत्या.

आई कुत्री आली आणि पिल्ले आनंदाने वेडी झाली. ती इकडेतिकडे धावू लागली, उड्या मारू लागली; त्यांना काय करावे, ते कळेनासे झाले. सर्वांनीच तिच्याकडे झेप घेतली आणि तिचा चेहरा चाटायला सुरुवात केली. त्याच्या कोटाच्या आतील पिल्लू बाहेर येण्यासाठी एवढे जोरात धडपडले की तो काहीच करू शकला नाही. रोमोचकालाही कळले की, मॅमोचकाने खाऊ आणला आणि आनंदाने त्याने हात समोर केला.

पहिल्या दिवशीच रोमोचकाने सर्व पिल्लांचे लाडाने बारसे केले. कथ्था, काळा, पांढरा, राखाडी... 'व्वा! माझ्या टीममध्ये सगळे रंग आहेत.' त्याला खूपच अभिमान वाटला. दुसऱ्या दिवशी त्याने सगळ्यांची परत दुसरी नावे ठेवली पण ही नावे तो पुन्हा विसरला आणि त्याने एक मुलगा म्हणून या कुत्र्याच्या पिल्लांकडे कधी पाहिले होते हेही तो विसरला. त्यांच्या उबदार शरीरांमुळे त्याला ऊब मिळत होती आणि त्याच्या बरोबरीने ते दुधासाठी भांडत होते. त्याच्या अंगावर खेळत होते आणि त्यांच्या जिभेवरील दुधाच्या अनेक खुणा त्याच्या अंगावर उमलल्या होत्या. त्याचे हात त्यांच्या उबदार पोटांना बिलगलेले असायचे. त्यांची एकमेकांशी भरपूर मस्ती चालत होती.

त्याच्या कुटुंबात तीन मोठे कुत्रे होते. ते यायचे, तेव्हा घर भरून जायचे. त्याची मॅमोचका सगळ्यांची प्रमुख होती. दुसरे दोघे कुत्रे तिची मोठी झालेली दोन मुले होती. त्याला त्यांच्यातील साम्य उमजत होते. ती दोन मुले मॅमोचकाशी आदराने वागत, हेही त्यांच्या वागण्यावरून त्याचे बालमन समजायचे.

ती दोन्ही कुत्री भक्कम बांध्याची होती. त्याला पाडण्यात, ढकलण्यात ती सराईत होती. रोमोचकाला त्यांनी लहान म्हणून कधीच वागवले नाही. त्याने हे जाणले होते की, आपल्या भावंडांना ह्या दोघांनी कधीही इजा केली नसणार आणि यातच त्याला समाधान वाटले.

त्याच्या भावंडांच्या शरीरांना नेहमी ताज्या दुधाचा सुगंध यायचा, पण मोठ्या कुत्र्यांच्या शरीरांना वेगळाच गंध येत असे. त्यांच्या लाळेलाही विचित्र दर्प होता. प्रत्येकाचा जबडाही जबरदस्त होता-आकाराने वेगळा आणि अनुभवानेही वेगळाच! प्रत्येकाची प्रत्येक सवय वेगळीच होती. त्यांची लघवी, पंजे, त्वचा; एवढेच काय त्यांची पापी घेण्याची पद्धत– सगळेच काही वेगळे होते. त्यांच्या दातांच्या तऱ्हाही स्वतंत्र होत्या. ते आले, की तोही सर्व पिल्लांच्या मध्ये घुसून त्यांच्या अंगाखांद्यावर उडी घ्यायचा. त्यांच्या तोंडाचे, मानेचे वास घेऊन त्यांनी आज काय केले आणि काय खाऊ आणला आहे, हे बरोबर जोखायचा. त्याच्या भावंडांप्रमाणे त्यालाही त्यांच्या तोंडाचा आणि अंगाचा उग्र वास खूप आवडायचा; पण ते कोणता पराक्रम

करून आले होते हे त्याला कळायचे नाही.

मॅमोचकाला या दोघांपेक्षा जास्त माहीत असायचे. तिच्या तीक्ष्ण दातांमुळे गुहेमध्ये तिची सत्ता होती. मानेसकट तिने डोके वर केले की पिल्लांना समजायचे की आता भांडणे बंद झाली पाहिजेत. गोल्डन बीच आणि ब्लॅक डॉगकडे तिने नजर फेकली की आता गुद्दागुद्दी बस्स हे ते जाणत.

मॅमोचका फार चाणाक्ष होती. जोखीम आणि संकटामधली अस्पष्ट रेषा तिला खूप चांगली माहीत होती. तिचे सर्व शहाणपण आणि अनुभव तिच्या भारदस्त जबड्यात आणि शक्तिमान पाठीमध्ये प्रतिबिंबित होत होते. प्रत्येक काल्पनिक शक्यतेच्या मागे जाण्याचा तिचा स्वभाव नव्हता किंवा ही गोष्ट आवडली म्हणून तिच्यात लोळायचा तिचा धर्म नव्हता. कोणताही एकच विचित्र वास अंगाला लावून हुलकावणी देण्यात ती चांगलीच तरबेज होती. जिथे अन्न मिळू शकेल आणि ते मिळवताना समोर भलतेच संकट येण्याची शक्यता नसेल तेथेच ती जायची. माणसाची जात तिला परिचित होती. आणि त्याच्या प्रेमाचे हिंस्त्रतेचे व्रण तिच्या अंगावर उमटले होते.

मॅमोचकाची दोन मुले म्हणजे गोल्डन बीच आणि ब्लॅक डॉग हे 'ॲक्शन' हिरो पण डोक्याने 'झिरो' होते. वासांचे आणि त्यांच्या अंगातल्या मस्तीचे, लहरींचे ते गुलाम होते. त्यांचा वास, त्यांचे अस्तित्व आणि त्यांच्याबरोबरचा सहवास हा रोमांचकारी असायचा. त्यांच्या धाडसी स्वभावाचे पिल्लांना भारी कौतुक होते. त्यांचे जखमांचे व्रण ते चवीने चोखायचे. गोल्डन बीचने मॅमोचकाचा धैर्यशील आणि धूर्त स्वभाव घेतला होता. तिचा रंग आईच्या पिवळसर रंगापेक्षा थोडा जास्त गडद होता. तिचा भाऊ, ब्लॅक डॉग हा फारच धिप्पाड होता. त्याचे स्नायू पिळदार आणि बळकट तर होतेच; पण त्याची दाट केसाळ त्वचाही त्याला त्याच्या आईकडून मिळाली होती. त्या अंधाऱ्या गुहेत त्याच्या काळ्याभोर रंगामुळे, फक्त चेहऱ्याचा मुखवटाच तरंगतो आहे, असे वाटायचे. त्याचे पोट आणि पाय मात्र थोड्या फिक्या रंगाचे होते.

ब्लॅक डॉग धैर्यवान होता, तेवढाच घाबरटही होता. कधी क्रूर, कधी घाबरट आणि कधी दोघांची सरमिसळही!

काही दिवस रोमोचका हा मॅमोचकाचे पाचवे पिल्लू होता. ती त्याला दूध पाजून वाढवत होती आणि त्याचे रक्षणही करत होती. कधी त्याला मारही बसत असे! त्याच्याकडून त्याने सर्वांना खूश ठेवण्याचे आणि आज्ञाधारक वागण्याचे पूर्ण प्रयत्न केले. पिल्ले जशी वागायची, तसाच तोही वागायचा. त्यांच्या चपळ हालचाली आत्मसात करायचा त्याने खूप प्रयत्न केला. मॅमोचका येण्याअगोदर पिल्लांना वास यायचा, तसे हुंगायचाही तो प्रयत्न करायचा. कान टवकारून ती जसे ऐकायची तसे ऐकण्याचा तोही प्रयत्न करायचा. पण त्यांच्यासारखे सगळेच त्याला जमायचे नाही.

पण त्यांना ज्या गोष्टी जमायच्या नाहीत, त्या गोष्टी रोमोचकाला जमायच्या. उदाहरणार्थ, मॅमोचका जेव्हा पाजायची, तेव्हा तिच्या केसाळ त्वचेवरून हळुवारपणे तो बोटे फिरवायचा.

असे अनेक आठवडे गेले. रोमोचका मजेत होता. त्याला स्वप्नात जगल्यासारखे वाटत होते. त्याच्या अवतीभवती श्वापदे वावरत होती, तोही श्वापदांसारखाच वागत होता. रात्रंदिवस सरत होते हे खरे होते; पण त्याहीपेक्षा महत्त्वाची त्याची भूक होती, त्याच्या हाडाला टोचणारी थंडी आणि हवीहवीशी वाटणारी ऊब होती. त्याच्या जुन्या जगाच्या आठवणींतल्या गोष्टी त्याला अंधुकशा दिसायच्या. जेव्हा त्याचे बाकीचे सवंगडी थंड, ओल्या फरचे तुकडे आणायचे तेव्हा! त्याच्या सवंगड्यांनी आणलेल्या मेलेल्या उंदरांच्या, भाजलेल्या मासांच्या, बदकाच्या, कोंबड्यांच्या वासांमधूनही जुन्या जगाचा गंध त्याच्या आसपास दरवळायचा. एकदा तर त्यांनी कमालच केली! लुसलुशीत पावाचे अख्खे तुकडे तोंडात धरून आणले आणि एकदा तर चक्क शिजवलेले बटाटे तोंडात धरून आणले. रोमोचकाला आता काहीही आणले, तरी चघळून खाण्याची सवय झाली होती. मॅमोचका त्याच्याशी खूपच मायेने वागायची. तिच्या चार पिल्लांबरोबर त्यालाही हाडाचे तुकडे चघळायला मिळाले की नाही, हे ती आवर्जून पहायची. त्याला तिच्या पंजाने खाली पाडून चाटून साफ करायची. तो खरे तर तिच्याहून ताकदवान होता. पण त्याला तिने आपल्या पिल्लांमध्ये सहभागी करून घेणे एवढे आवडायचे की, तो कधीच प्रतिकार करायचा नाही. जेव्हा मॅमोचका बाहेर पडायची, तेव्हा पिल्लांच्या उबदार सहवासात त्याचा वेळ झरझर निघून जायचा.

गोल्डन बीच आणि ब्लॅक डॉगने कुरकुर न करता त्याला स्वीकारले. त्यांचे अगोदरचे अपरिचित चेहरे त्याला आठवत होते. त्याला मारण्यासाठी आग ओकणारे, हिंस्त्र डोळे त्याच्या अजूनही स्मरणात होते. त्यांच्या डोळ्यांत परत एकदा त्याने जोखून बघितले. आता त्या डोळ्यांमध्ये बराच बदल जाणवत होता. ते त्याला त्यांच्यातील एक समजत होते. गुहेत शिरल्यावर त्याला हुंकार देणे, मग झटकून टाकणे; जर जास्तच खेळला तर गप्प करणे; जेवताना त्यांच्याजवळ गेला तर रागावणे... भावंडांचे सुख तो पिल्लांकडून पूरेपुर घेत होता. त्यांना अशक्यप्राय वाटणाऱ्या गोष्टीही तो करू शकत होता. तो उभा राहून त्याचा चेहरा त्यांच्या अंगावर नेऊ शकत होता. सर्व पिल्ले त्याच्यावर भरपूर माया करू लागली. त्यांना खूश ठेवण्यात एक वेगळाच आनंद त्याला मिळू लागला. गोल्डन बीच कान

टवकारून त्याचे बोलणे ऐकू लागली. ब्लॅक डॉग त्याला कुतूहलाने हुंगू लागला.

पिल्लांनी त्याला हवीहवीशी वाटणारी ऊब दिली. त्यांच्याशी खेळताना रोमोचकाला मजा वाटू लागली. अगोदर त्याला सगळे सारखेच वाटायचे, पण व्हाईट सिस्टर अंधारातही त्याला दिसायची. त्यामुळे तो तिला चिकटूनच असायचा. व्हाईट सिस्टरनेही त्या कोंदट अंधाऱ्या गुहेत त्याच्याशी, त्याच्या स्वभावाशी जमवून घेतले.

वातावरण हळूहळू थंड होत गेले. दिवस छोटा होऊ लागला. रोमोचकाने अगोदर काढून ठेवलेले कपडे तो परत अंगावर एकावर एक करत घालू लागला. त्याच्या झोपेच्या वेळाही बदलल्या.

त्याचे मोठे सवंगडी बाहेर शिकार शोधायला जात, तेव्हा तो छोट्या पिल्लांजवळ उड्या मारत गुहेत सगळीकडे हुंदडत असे. रस्त्यावरचे आवाज ऐकले, की ते भेदरून एकमेकांना बिलगत असत.

जुनाट लाकडी खांबांमुळे त्या गुहेचे छत अद्याप टिकून होते. कोपऱ्या-कोपऱ्यांमध्ये जुनाट सामान पडले होते. एक दगडी पुतळाही तिथे होता, पण रोमोचकाला थोड्याच दिवसांत त्याचा कंटाळा आला. तो आणि पिल्ले चोररस्त्यावरून धावाधावी करण्यात, ढिगाऱ्यांवरून उड्या मारण्यात चांगलेच वस्ताद झाले होते. रोमोचकाने स्वत: ढिगाऱ्यांमध्ये छानसा चक्रव्यूह तयार केला होता. एकदा पिल्लांना समजल्यावर सर्व जण मिळून त्यात छान खेळू लागली. खेळून दमल्यावर, लोळण घेतल्यावर एकमेकांना पंजे मारण्यात ती सर्व जण चांगलीच पटाईत झाली होती. एकमेकांना चाटून नंतर ती गाढ झोपी जात. मोठी कुत्री परत आल्यावर गुहेचे बदललेले स्वरूप पाहून आश्चर्यचकित होत.

दिवसा तो पिल्लांचा म्होरक्या बनत असे. ते सगळे मिळून उंदरांना शोधत असत. पण रात्री मात्र ती गुहा त्याला छोटी वाटे आणि आता दिवसही छोटे बनत चालले होते. थंडी वाढत होती. त्याला त्याच्या काकांचे थंड अपार्टमेंट आठवले. त्यांचा गंधही त्याच्या नाकाला झोंबला. पुन:पुन्हा तेच ते दु:स्वप्न! हाय रे दैवा! त्याची आई त्याला आठवली. पण कोणतीच कळ हृदयातून उमटली नाही... ना सुखाची ना दु:खाची! दूर आकाशातल्या ताऱ्याकडे स्तब्धपणे बघितल्यासारखे तो तिच्या अत्तराच्या, तिच्या बोलण्याच्या आठवणींकडे बघत होता. त्या पुसटशा जगातून तो खूप दूर निघून आला होता. त्याच्या जगात आता आईच्या मऊसूत हातांची जागा अणकुचीदार पंज्यांनी घेतली होती.

रोमोचका पिल्लांना गोष्ट ऐकवण्याचा प्रयत्न करत होता. त्याला पिल्लांशी कुस्ती खेळून, त्यांच्या बरोबरीने धावून, झोपून कंटाळा आला होता. व्हाईट सिस्टरला त्याने जबरदस्तीने बसविले. आता तो कोणती नामी शक्कल सांगणार, या विचाराने तिचे डोळे चमकले. त्याने ब्लॅक सिस्टरलाही जबरदस्तीने बसविले. तीही गुरगुरत जागी बसली. दाताच्या फटीतून तिची जीभ बाहेर काढून फणकाऱ्याने तिने बघितले. पण त्याने तिला धरून खाली बसवलेच. ग्रे ब्रदरच्या पोटाखालून घुसून ब्राऊन ब्रदरची मानगूट धरून त्यालाही बसवले. ब्लॅक सिस्टर तिच्या तीक्ष्ण नज़रेने गंभीरपणे पाहू लागली होती. तिला आता सोडावेच लागले होते. त्याच्याकडे गुरकावून बघत आपल्या पंजांनी त्याच्या हाताला दणका देत अखेर ती खाली बसून कुतूहलाने पाहू लागली. त्यांच्यावरून चटई टाकत त्यांना एकत्र बांधण्याचा प्रयत्न करत असतानाच, ब्लॅक सिस्टरने जोरात हिसका दिला. ग्रे ब्रदरही मग खालून निसटून दुसरे टोक धरून ओढू लागला.

रोमोचका सगळ्यांवर कर्कशपणे ओरडला. ब्राऊन ब्रदरला त्याने जाऊ दिले, पण ब्लॅक सिस्टर आणि ग्रे ब्रदरला रट्टा मारून जागीच बसवले. ग्रे ब्रदर कळवळला, ब्लॅक सिस्टर गुरकावली. दोघेही त्याच्याकडे रोखून पहात परत ब्लँकेटमध्ये घुसले. रोमोचका रागाने रडू लागला. त्यांच्याकडे पाठ फिरवून व्हाईट सिस्टरला त्याने जवळ बोलावले. हो! ती तरी थोडीफार त्याच्या ऐकण्यातील होती ना! तीही त्याच्याजवळ येऊन लक्षपूर्वक ऐकण्याचा प्रयत्न करून लागली.

"कोणे एके काळी..." त्याने गोष्ट सुरू केली. त्याला कळले की, बाकीच्या पिल्लांनी शब्दांचे आवाज ऐकून हालचाल बंद केली. खूश होऊन त्याने परत सुरुवात केली, "कोणे एके काळी काही कुत्री एका गुहेत रहात होती. ती कुत्री एवढी चांगली होती... ती दररोज आपले दात घासायची..." त्याला खुदकन हसू आले. पुढे काय सांगायचे त्याला सुचेना.

"एक खूप शहाणा होता. एक एकदम मूर्ख होता. एक जण शूर, तर एक अगदी भित्रा होता." त्या अंधाऱ्या गुहेत त्याच्या तोंडातून बाहेर पडणारे शब्द ऐकून तो भारी खूश झाला. पण पिल्लांचा गोष्ट ऐकण्याचा उत्साह ओसरला. व्हाईट सिस्टरने लक्ष द्यायचा प्रयत्न केला. पण ग्रे ब्रदरला एक लोखंडी कांबेच्या खाली काहीतरी हलताना दिसले, तो तिकडे पळाला. ब्राऊन ब्रदर तर त्याचे कपडे ओढू लागला आणि ब्लॅक सिस्टर ब्लँकेटमधून बाहेर पडण्यासाठी धडपडू लागली. व्हाईट सिस्टर क्षणभरच त्याच्या मांडीवर बसली आणि नंतर पळून गेली.

"मूर्ख कुत्री!" त्याचे शब्द तसेच हवेत विरून गेले.

बर्फ आता जास्त पडू लागला होता. जमिनीच्या वर त्याचे थर वाढत चालले होते.

त्यामुळे रोमोचकाला गुहेतून बाहेर पडावेसे वाटत नव्हते. पण गुहेत सू करायची त्याला इच्छा व्हायची नाही, बाकी कुत्री मात्र नेहमी गुहेतच सगळे करायची. एक दिवस गुहेच्या बाहेर बर्फाच्या लादीवर बसून त्याने सू केली. गोल्डन बीचने डोळ्यांच्या कोपऱ्यातून त्याला बघितले, पण थांबवले नाही. मॅमोचका आणि ब्लॅक डॉग त्याच्या मागे जाऊन उभे राहिले. हवाही बर्फाची झाल्यासारखे वाटत होते. आता दररोजच तो बाहेर जाऊ लागला. मॅमोचका तर त्याची सू करण्याची जागा हुंगून बरोबर शोधत असे.

पिल्ले कधी खूश असत हे त्याला समजत असे. त्यांच्या देहबोलीवरून त्यांचे मूडस् त्याला कळू लागले होते. त्यांनी खूशीत येऊन केलेली चुळबुळ त्याला लगेच कळायची. ती आनंदात असली की, झाडू मारल्यासारखी त्यांची शेपटी इकडून तिकडे फिरायची. मॅमोचकाचा समाधानाचा सुस्कारा त्याला लगेच कळायचा. त्यांचे दातही त्याला कळू लागले . मैत्रीचे दात थोडे खाली असतात. बाहेर विचकलेले दात धमकीचे असत. तोंड बंद करून दिलेल्या आव्हानाचे दात आणि खेळण्यासाठी दोस्तीने पुढे काढलेले दात; सगळे त्याच्या परिचयाचे झाले होते. समोर उचकटवलेल्या दातांचे गांभीर्य आणि खेळकरपणा क्षणार्धात ओळखून त्याप्रमाणे तो वागत असे.

त्यांच्यासारखेच तो अभिवादन करू लागला. त्यांची देहबोली त्याने एवढी आत्मसात केली की, शेपूट नसतानाही अंग घुसळून त्याचा आनंद तो व्यक्त करू लागला. डोके खाली आणि तोंड छोटे करून मोठी कुत्री जेव्हा परत यायची, तेव्हा तो आनंदाने त्यांच्या तोंडाच्या कडा चाटू लागला. आनंदी, दु:खी, हताश, शिक्षेची अपेक्षा असलेले असे सर्व प्रकारचे मूडस् कुत्रे पहिल्या भेटीतच व्यक्त करतात. जर शिक्षेची अपेक्षा असेल; तर पाय दुमडून, चेहरा लपवून सरपटत चालतात. ही मानहानीच त्यांच्यासाठी भरपूर असते. जर पिल्लांनी थोडा जास्तच हैदोस घातला असेल, गोल्डन बीचसाठी ठेवलेली हाडे खाल्ली असली, बिछाना उपसला असेल तर ती स्वत:हून कबुली देत असत.

रोमोचका मात्र एवढे खरे खरे सांगायचा नाही. त्याने काहीही केले तरी त्याची देहबोली आनंदीच असायची. ब्लॅक डॉग आणि गोल्डन बीचला त्यामुळे खूपच आश्चर्य वाटायचे, थोडे वाईटही वाटायचे. तरी मॅमोचका त्याला पाठीवर पाडून अंग घासत समोर सरकायला सांगायची. जर त्याने नासधूस केली, तर त्याच्या वासावरून ती ते शोधू काढत असे.

एका संध्याकाळी खूप बर्फ पडला. रात्रीपर्यंत तो पडत होता. गुहेतील अंधार वाढतच गेला. छतावरही बर्फ पडल्याने तेथून येणारा उजेड नाहीसा झाला. रोमोचकाला आपल्या बाजूलाच मोठ्या कुत्र्याची हालचाल जाणवली. तो ब्लॅक डॉग होता.

अंधारातही त्याचे डोळे चमकत होते. शेपूट वळवळत होते. रोमोचकाला त्याचा इशारा समजला. ब्लॅक डॉगच्या बरोबर तो बाहेर पडला. गुहेबाहेरच्या प्रकाशाने त्याचे डोळे मिचमिचले. महिनाभर तो सूर्यप्रकाशात बाहेर पडला नव्हता. आकाशाच्या राखाडी पट्ट्यावर सूर्य चमकत होता. जमीन बर्फाने पांढरीशुभ्र झाली होती. ब्लॅक डॉगचा काळसरपणा या पांढऱ्याशुभ्र पार्श्वभूमीवर जास्तच उठून दिसत होता. रोमोचकाच्या लालसर हिवाळी कोटमुळे त्याची मान, खांदे झाकले गेले होते. ब्लॅक डॉगने रोमोचकाकडे कटाक्ष टाकला. रोमोचका खूपच उल्हसित झाला होता. रोमोचकाचा चेहरा चाटून दरवाजाच्या दिशेने तो चालू लागला. पायमोजे चढवून रोमोचका त्याच्या मागून घसरत सरकू लागला. ब्लॅक डॉगने पडक्या दरवाजाजवळच सू करून रोमोचकाला इमारतीबाहेर काढले. सफरचंदाची झाडे पांढरीशुभ्र दिसत होती. बाहेरचे जग अनेक महिन्यांनंतर पहिल्यांदाच रोमोचकाने बघितले.

बाहेर सगळेच बदलले होते. सावल्यांमुळे आणि पडणाऱ्या बर्फामुळे झाडाझुडपांनी सुरेख नक्षीकाम केलेले दिसत होते. रोमोचकाने शहराकडे पाहिले. सतत पडणाऱ्या पावसामुळे इमारती बदललेल्या वाटत होत्या.

ब्लॅक डॉगने आनंदाने चित्कारून गेटपोस्टजवळ सू केली, नंतर पलीकडच्या गल्लीच्या शेवटच्या कोपऱ्यात जाऊन आणि पुढच्या इमारतीतदेखील सू केली. रोमोचकानेही ब्लॅक डॉगने सू केलेल्या जागांवर सू केली. बाकीच्या कुत्र्यांना तो आपले काम व्यवस्थित करत होता, हे वासावरूनच कळले असते.

ब्लॅकडॉगला त्यांनी केलेल्या खुणा तपासून समाधान वाटले. शेपटी हलवत त्याने मागून येणाऱ्या रोमोचकाकडे पाहिले. केवढा हा सभ्यपणा! रोमोचका मनोमन खूश झाला. बस्तान व्यवस्थित बसल्यावर रोमोचका ब्लॅक डॉगच्या बाजूलाच झोपला. पहिल्यांदाच ब्लॅक डॉगने रोमोचकाचा चेहरा हळुवारपणे चाटला.

हिवाळा अंगाला कडकड बोचू लागला होता. रोमोचका आता फक्त सू करायला बाहेर पडायचा. लांबलचक अंधाराची त्याला भीती वाटायची. गुहेतला अंधुकसा, धूसर प्रकाश त्याला अस्वस्थ करू लागला. गाढ झोपून जेव्हा तो खेळण्यासाठी उठत असे, तेव्हा अंधारानेच त्याचे स्वागत होत असे. दिवसा उजेडी गुहेच्या एका छोट्याशा छिद्रातून प्रकाश झिरपत असे. हताशपणे तो दिवसाला न्याहाळत बसे. त्याला त्या दिवसाचाही राग येऊ लागला.

त्या भीतिदायक अंधारात व्हाईट सिस्टर त्याला हवी तेव्हा बिलगून बसायची. त्याला जरा बरे वाटायचे. त्याला बरे वाटावे, म्हणूनच ती त्याच्याजवळ बसायची. त्याच्या बोटांना तिचा स्पर्श खूपच ओळखीचा झाला होता.

त्या अंधारात इतर पिल्ले त्याच्या आजूबाजूला खेळायची. अंधारलेल्या गुहेत

अंधुकसा तरी प्रकाश यावा, अशी त्याची मनोमन इच्छा असे. मोठ्या कुत्र्यांची वाट बघत तो बसून राहात असे. पिल्ले थकल्यावर त्याच्याजवळ येतील, अशीही त्याला अशा वाटत असे.

अगोदर पिल्ले त्याच्याबरोबर हुंदडायची पण; त्यांना कळले की अंधारात तो काहीच बघू शकत नाही, तेव्हा त्यांनी नवीन खेळ खेळणे सुरू केले. त्याच्या अंगावरून, पायांमधून इकडेतिकडे धावाधावी करण्यात त्यांचा वेळ जाऊ लागला. आता रोमोचकानेही फुरंगटून बसणे सोडून दिले आणि त्यांचे खेळणे तो ऐकू लागला. त्या मोठ्या पसाऱ्यात ते सगळे कुठे असत, हे तो ऐकून ओळखू लागला. त्याच्या अंगाखांद्यावर आल्यावर त्याला लगेच त्यांची ओळख पटू लागली. ब्लॅक सिस्टर जोरात मारायची. व्हाईट सिस्टर सगळ्यात कमी वजनाची होती. ब्राऊन ब्रदर खूप लाजाळू होता. कसाबसा बसून तो त्याच्याशी गमतीजमती करत असे. ग्रे ब्रदर जात्याच चपळ होता. त्याच्या हालचालींवरूनच त्याला तो ओळखत असे.

नंतर त्याला जाणवले की, त्याला या पिल्लांबद्दल यापेक्षा बरेच काही माहीत होते. प्रत्येकाचा गंध वेगळा होता. प्रत्येकाची चव वेगळी होती. नर पिल्लांचा गंध वेगळ्याच प्रकारचा, रांगडा होता आणि व्हाईट सिस्टर, ब्लॅक सिस्टरलाही एक प्रकारचा उग्र दर्प होता. पण रोमोचकाने 'मुलींचा' वास म्हणून त्या गंधाला मनात घट्ट करून ठेवले होते. मॅमोचका आणि गोल्डन बीचचा शरीरगंध त्यांच्याशी मिळताजुळता होता. त्यांच्या झडप घालण्याच्या आणि पळण्याच्या सवयीही वेगळ्या होत्या. ब्राऊन ब्रदर जमिनीवर घसरून मग दिशा बदलायचा. कोणाच्यातरी मागे धावून धावून आणि ओरडून त्याचा घसा सुकून जायचा. ब्राऊन ब्रदर कोणाच्या मागे धावत असे की त्याच्या मागे कोणी धावत असे, हे रोमोचकाला लगेच कळायचे. त्यांच्या उष्ण श्वासांमध्ये भीती होती की नव्हती, हेही त्याला लगेच कळायचे. व्हाईट सिस्टर तिच्या स्पर्शानेच त्याला कळायची. अंधारात तो तिच्या मागे पळत असताना ती निश्चल उभी राहायची, तरी तो तिला शोधू शकायचा. जागेवरूनच त्याने उड्या मारल्या आणि शरीरास थोडी ऊब आणली. इकडे तिकडे चाहूल लागते का, म्हणून थोडे कान टवकारले. पिल्लांनी आक्रमण केले तर त्याला कसे उत्तर द्यायचे, याचा विचार करून तो हालचाली करू लागला. वाजवीपेक्षा जास्त हसले की, श्वास घ्यायला त्रास व्हायचा आणि तिखट कानांना सगळे ऐकू येईनासे व्हायचे. त्याची आणि पिल्लांची लुटुपुटुची लढाई मग सुरू व्हायची. पिल्ले त्याच्या अंगावर एकावर एक करत चढायची. कोणा एकाला तो फेकून द्यायचा, कोणाला चावायचा आणि कोणाला त्याच्या गुडघ्यांमध्ये घट्ट धरून ठेवायचा. त्याचे पोट आणि मान उघडी न ठेवायला आता तो शिकला होता. प्रसंगी त्याच्या लोकरीच्या टोपीचीही तो ढाल करत असे. पण तरीही त्याला जखमा होतच! त्याच्या दुखऱ्या जखमांवर

मॅमोचका हळुवार तिची जीभ फिरवत असे.

अंधारात त्याला तो जास्तच मोठा भासायचा. त्याच्या मुठीत चार कुत्र्यांचे बळ आहे असे त्याला वाटे. अंधारात त्याचे सुळे जास्त मोठे आणि वक्र होतात असे त्याला वाटत असे.

अंधारी गुहा त्याला जास्त परिचयाची वाटू लागली. जमीन आणि भिंती यांमध्ये चाचपडत तो इकडेतिकडे धावू लागला. जुने मातीचे ढिगारे, इतस्तत: विखुरलेली हाडे, लाकडाचे कोंब अंधाऱ्या गुहेत त्याला वेगळे भासत. अंधारात इकडून तिकडे धावताना आता त्याला आत्मविश्वास वाटायचा. हात पुढे करून तो धावायचा. थंडीने थिजलेल्या भिंती बोटांना लागल्या, की परत दुसरीकडे पळायचा. या धावाधावीच्या खेळांमध्ये पिल्लेपण सहभागी व्हायची.

थकून गेल्यावर रोमोचकाच्या आजूबाजूला सर्व जण झोपी जायची. एकमेकांना हळूवारपणे चाटत त्यांच्यातील थकवा ती दूर करत. ती पाचही जण एकाच वेळेस एकमेकांना चाटत, शीण घालवत असत. जेव्हा ब्लॅक डॉग घरी येई तेव्हा तो एकट्या रोमोचकालाच आपल्याबरोबर बाहेर घेऊन जात असे.

त्या गुहेतील शांतताही गारठलेली होती. त्यापुढे बाहेरील रस्त्यावरचा कर्कश आवाज कानावर आदळल्यासारखा वाटत असे. बर्फामुळे हवेला आलेला गारठा त्याच्या तोंडाला आणि हातांना चांगलाच झोंबायचा. बाहेर त्याची नजर एवढी तरतरीत आणि तीक्ष्ण होत असे, की त्याने नुसते बघितले, तरी दूरवर लागलेली आग जणू काही जास्तच भडकली असती. दूरवर शहराच्या एका छोट्या भागात खरोखरीच आग लागलेली दिसत होती. बर्फाचा गोळा केशरी दिसत होता आणि वर आच्छादलेले ढग गडद अस्ताव्यस्त पसरलेल्या पळसफुलांसारखे दिसत होते. त्याच्या पापण्यांवर नाचणारे असे अनेक रंग साठवून तो काळ्याकभिन्न गुहेकडे परतत असे.

हिवाळ्यामध्ये ब्लॅक डॉग आणि त्याची चांगलीच गट्टी जमली होती. त्याच्या डोळ्यांमधल्या सगळ्या प्रकारच्या छटा आता त्याच्या ओळखीच्या झाल्या होत्या. ब्लॅक डॉगचे चमकणारे डोळे क्षणार्धात ओलसर, भावविभोर होत. ब्लॅक डॉगशी तो एका कुत्र्याप्रमाणे नाही, तर लहानग्या मुलाप्रमाणे खेळत होता. त्याला जिभेने नाहीतर हाताने हळुवार कुरवाळत होता.

झोपून उठण्याच्या वेळी त्याला नेहमीच पुढील दिवसाबद्दल उत्सुकता असायची. मोठी कुत्री अन्न घेऊन परतल्यावर दररोज आनंदसोहळा असायचा. प्रत्येक जेवण प्रेमाने प्रत्येकाला भरवण्याची घाई सर्वांनाच असायची. रोमोचका तर पोट गरगरीत होईपर्यंत जेवायचा. त्यानंतरची झोप खरोखरीच गाढ असायची. कुत्र्यांचे सगळेच तो प्रेमाने ऐकायचा. मोठी कुत्रीही त्याच्यावर खूप प्रेम करत. त्याच्या शरीराच्या

स्वच्छतेकडेही ती खूप लक्ष पुरवत. जेवताना आपल्याबरोबर इतरांनाही सगळे पुरतेय ना, हेही तो तपासायचा. इतरांच्या दृष्टीने तो खेळकर, अल्लड आणि कल्पक होताच; पण त्याचबरोबर दुसऱ्यांची काळजी वाहणाराही होता. तासन्तास सर्व कुत्र्यांना तो बिलगून बसे. त्यांना प्रेमाने चाटून कुरवाळत राही. कशाची भीती वाटली, तर पिल्ले त्याच्याकडे धावत जात आणि त्याला बिलगून निर्धास्त होत.

पण जर त्या थंडगार गुहेत गरमागरम मटन सूप मिळाले असते तर... तर एकदम झक्कास झाले असते!

व्हाईट सिस्टरला पाहून एक दिवस रोमोचका दचकलाच! ती आता मोठी आणि तरुण दिसत होती.

हिवाळा मुंगीच्या पावलाने पुढे सरकत होता. दिवस मोठमोठे होऊन पसरत होते. आता दिवसाउजेडी त्यांचे चेहरे त्याला दिसू लागले. त्याला हेही जाणवले की, इतरांपेक्षा गोल्डन बीच त्याच्याहून दूर दूर रहात होती. फक्त तिच्या जागेवर बसून ती त्याचे निरीक्षण करायची. तिला त्याच्याबद्दल शत्रुत्व वाटत नव्हते. पण खूप मायाही वाटत नव्हती. हळूहळू तिने त्याला चाचपणे कमी केले. तो काही बोलायला लागला की, ती कान टवकारायची आणि त्याचे खेळणेही लक्षपूर्वक पहायची; पण आपल्या जागेवरून हलायची मात्र नाही. जर पिल्लांनीच ढकलले तर तो तिच्यावर पडायचा पण ती त्याला शिक्षा करायची नाही. दिवसा येणाऱ्या बारीक तिरपेत तिचे डोळे चमकायचे. ती चमक आता त्याच्या ओळखीची झाली होती. मॅमोचका आणि चार पिल्लांजवळ तो अर्धवट झोपेत तिला बघायचा. ती सर्वात शेवटी झोपायला यायची.

गोल्डन बीच निरखून बघायची, ते रोमोचकाला आवडायचे. त्याला माहीत होते, की तिला तो आवडत होता. त्याला वाटायचे, की तिने त्याला प्रेमाने जवळ घ्यावे. समजा तिने जिवंत उंदीर पकडला, तर ती त्यालाही पकडायला शिकवावे. पण जेव्हा तो तिला उंदीर पकडून दाखवायचा प्रयत्न करायचा तेव्हा ती बघायची पण त्याला प्रोत्साहित करायची नाही.

हिवाळा शेवटी शेवटी जीवघेणा होऊ लागला. पिल्लांबरोबर तो खेळायचा, पण अचानक एक दिवस खेळण्याखेळण्यातच ब्लॅक सिस्टर जास्तच आक्रमक झाली, दात काढून आपला राग तिने व्यक्त केला. खेळण्यातली सगळी मजाच निघून गेल्यामुळे रोमोचका नाराज झाला. अशी भांडणे आता रोजच होऊ लागली.

मोठी कुत्री नसल्यावर त्यांची भांडणे सोडवणारे कोणी नसे. सगळी पिल्ले ब्लॅक सिस्टरवर चढत असत. पण रोमोचकाला ती जोरात मार देई आणि व्हाईट सिस्टरला तिच्या मनाप्रमाणेच करायला लावत असे. भावंडांकडे पूर्ण दुर्लक्ष करून

एकटीच ती तिच्या जागेवर जाऊन बसे. ग्रे ब्रदरमुळे मोठ्यांना खूप राग येई. नेहमीच तो त्या गुहेतून न सांगता सटकण्याचा प्रयत्न करत असे. जर रोमोचकाने खेळ मांडला असेल, तर मुद्दामहून तो त्याची तोडफोड करे. कधी तो पुतळ्यावर चढून भुंके, सगळ्यांना त्याच्या मागे धावायला लावे; पण स्वत: मख्खासारखा तिथेच बसून राहात असे. रोमोचका त्याला धड पकडूही शकत नव्हता. मग त्याला स्वत:चीच चीड यायची.

गुहेतच ते बंदिस्त झाले होते. आतली हवा थोडी उबदार होती, पण वातावरण ओलसर होते. रोमोचकाचे कपडे त्याच्या अंगाला घट्ट चिकटले होते पण त्याने ते अंगातून काढले, तर एवढे थंड होत, की परत तो चढवूच शकत नसे! गुहेत सगळीकडे बर्फच बर्फ पसरला होता. फक्त त्यांच्या घराच्या ठिकाणी बर्फ नव्हता. रात्री भुरभुर पडणाऱ्या पावसाचा आणि एखादी झाडाची फांदी धाडकन खाली पडण्याचा आवाज ऐकून रोमोचका दचकून उठत असे.

नंतर एके दिवशी, वसंत ॠतू सुरू झाला आणि पृथ्वीला हवीहवीशी ऊब सूर्य देऊ लागला. रोमोचका गुहेतून बाहेर पडला आणि सूर्याकडे पाहू लागला. एक गाडी धाड् धाड् आवाज करत पलीकडच्या रस्त्यावरून सुसाट धावत होती. त्या इंजिनाचा कर्कश आवाज त्याच्या कानात घुसला. अजूनही आकाशात ढग दिसत होते. पिल्लेही त्याच्यामागून बाहेर पडली. आता ते केवढे मोठ्ठे दिसत होते! बाहेर येऊनही ते पळापळी करू लागले. अगोदरचे सगळे ताणतणाव ते विसरून गेले. सगळीकडे अजूनही पांढऱ्या करड्या बर्फाचा थर साठला होता. पण आता तो कडक राहिला नव्हता.

अचानक पाऊस पडू लागला. सूर्यप्रकाशामध्ये पांढराशुभ्र पडदा उभा राहिला. रोमोचका उभा राहून नाचू लागला. हा बर्फ, पाऊस, प्रकाश सगळे एखाद्या दूरवरच्या स्वप्नासारखे त्याला भासत होते.

नंतरच्या महिन्यात बर्फ वितळू लागला. हळूहळू तो नाहीसा झाला. बर्फाखालची माती भुसभुशीत होऊ लागली. जमिनीवर रानटी झुडपांनी मंडप घातला. झाडांना हलकी पालवी फुटू लागली. मात्र बर्फाचा मार सहन केलेले गवत कळाहीन दिसत होते. काही झाडांच्या शेंड्यांवर लालसर कळ्या फुलू लागल्या. मोठमोठ्या डबक्यातली प्रतिबिंबे हिरवट दिसू लागली. रोमोचका गुहेच्या बाहेर येऊन रिकाम्या रस्त्यावर उभा राहिला आणि कळीतून बाहेर फुटणाऱ्या हिरव्या पानांकडे कौतुकाने पाहू लागला. चिखलात उभा राहून नाचू लागला. चारही कुत्री प्रेमाने त्याच्या आजूबाजूला उड्या मारू लागली. त्यांच्या जिभा त्यांनी बाहेर काढल्या होत्या, कान मागे नेले होते. अचानक एक गाडी गर्र धावून गेली आणि त्यांनी चिखलाने अंघोळ तर केलीच; पण

त्यांच्या छातीत भीतीची वीज लख्कन चमकून गेली.

पिल्लांना अजूनही बरेच काही शिकायचे होते आणि त्याचबरोबर रोमोचकालाही! गुहेतून बाहेरच्या विश्वात आत्मविश्वासाने जाण्यासाठी त्यांना बराच अवकाश होता. सध्या ते गुहेच्या बाहेरील गवतावर उड्या मारायचे. रस्त्यावर जायचे असले, की मोठ्या कुत्र्यांची सोबत असायचीच. पण सकाळी किंवा संध्याकाळी गर्दीच्या वेळेत जाणे ते टाळायचे. समोर मोठ्ठी मोकळी जागा होती. एकमेकांचा मागोवा घेत ते गुहेत परत यायला आता शिकले होते. जर त्या मोकळ्या जागेपलीकडे कोणी गेले, तर मोठी कुत्री भुंकून रागावत असत. रोमोचकाला पलीकडे जाण्याची खूप घाई होती. मॅमोचका त्याच्यावर दात रोवून त्याला रागावत असे. अशी शिक्षा तीच फक्त देऊ शके.

ब्लॅक डॉगने त्यांना खेळण्यासाठी सीमा ठरवून दिली होती. त्याच्या पलीकडे ते गेले, तर त्यांच्या लक्षात येत असे आणि ते परतून येत असत. पिल्ले त्या विशिष्ट वासाला हुंगून सीमारेषा ओळखत. रोमोचकाला तसे करता येत नसे. पण पिल्ले ओळखीचा गंध हुंगताहेत की परका, हे मात्र त्याला लगेच कळत असे.

गोल्डन बीच किंवा मॅमोचका पिल्लांच्या आसपास घुटमळायचे. जर त्यांनी सीमारेषा पार केली, तर पिल्लांना हटकायचे. जर दुसरा बाहेरचा कुत्रा आला, तरी ते सावध होत. रोमोचकाने पिल्लांना किडे पकडायला शिकवले. ते दिवसा, दुपारी, संध्याकाळी सगळा वेळ खेळत. संध्याकाळी पिल्लांच्या सावल्या मोठ्या होत जात असत. अंधारात त्यांचे डोळे चमकत असत.

अतिथंडीमुळे रोमोचकाला त्वचेचा त्रास होऊ लागला. त्याच्या जांघेत रक्त साकळले. तो आता कमीतकमी कपडे घालू लागला. मॅमोचका त्याच्या जखमा चाटून त्याचे दुःख थोडे तरी सुसह्य करत असे. त्याचे कपडे तो जवळ पडलेल्या लाकडांवर वाळत घालत असे. व्हाईट सिस्टर आणि ग्रे ब्रदरला तो त्याचे कपडे घालून पहायचा. हळूहळू सगळ्याच पिल्लांवर त्याचे कपडे घालण्याचे प्रयोग सुरू झाले.

रोमोचका नवीन जगात रमला होता. गाड्या, दुकाने, इमारती अशा गोष्टींमधील त्याचे स्वारस्य आता संपले होते. त्याचे डोळे, नाक, कान आता हालचालींना, अन्नाला प्रतिसाद देऊ लागले होते. नवीन जगात शिकण्यासारख्या भरपूर गोष्टी होत्या. गवतात थोडी जरी सूक्ष्म हालचाल दिसली, तरी त्याला कळायचे. या नवीन

जगात दोनच गोष्टी महत्त्वाच्या होत्या—धोका आणि सुरक्षितता! हे जग शत्रूंनी आणि स्वत: तयार केलेल्या राक्षसांनी भरले होते.

रोमोचका बाहेरच्या कुत्र्यांची दखल घेऊ लागला होता. सगळे अनोळखी कुत्रे वाईटच असल्याचे त्याला कळले. अतिशय काळजीपूर्वक आणि खुनशीपणे त्यांच्याशी वागावे लागत असे. त्यांनी जाणीवपूर्वक सीमारेषा ओलांडलेली असायची आणि त्यानंतर त्यांना फार कौशल्याने त्यांचा प्रतिकार करावा लागत असे. प्रसंगी त्यांच्यावर चढावे लागायचे. सगळ्यात धोकादायक तर एकटी, टोळक्याबरोबर नसलेली कुत्री असतात. टोळक्याबरोबर नाही, म्हणून कोणतेच कायदेकानून नाहीत; कधी कसे वागतील, याचा नेम नाही! त्याच्या कुटुंबाच्या सीमारेषा निश्चित होत्या आणि परक्या कुत्र्यांना आतमध्ये यायला बंदी होती; पण त्यापलीकडे मात्र सगळे मोकळे मैदानच होते. त्याच्या लक्षात आले की, त्यांची गुहा गुप्त होती आणि तिथे यायची आणि जायची एक विशिष्ट पद्धती होती. शिकारीतले बारकावे त्याला उमजू लागले. जर पिल्लाने शिकार केली, तर ती फक्त त्या पिल्लाचीच असे. पण जर मोठ्या कुत्र्याने शिकार केली, तर मात्र सगळ्यांचीच असे.

रोमोचकाला नेहमी गोल्डन बीचची शाबासकी पाहिजे असायची. गोल्डन बीचने केलेले कौतुक त्याला नेहमीच हवेहवेसे वाटे. ती नेहमीच त्याच्याकडे कुतूहलाने पहायची. त्याला ते नकोसे वाटे. उंदीर पकडून मारायला तिने शिकवावे, असे त्याला वाटायचे. पण गोल्डन बीच कधीच त्याला प्रेमाने इतर पिल्लांसारखे चाटायची नाही आणि मोठ्या कुत्र्यांसारखी काही शिकवायचीही नाही. एके दिवशी तो एवढा खूश होता की त्याने तिला घट्ट कवेत घेतले. ती त्यांच्या जागेचे रक्षण करत होती. थोडी ताठर होत तिने हळूच आपले अंग काढून घेतले.

रोमोचकाला फारच वाईट वाटले. काहीच न बोलता तिने बरेच काही व्यक्त केले होते. रोमोचकाच्या लहानग्या विश्वात उमटलेल्या या बोचऱ्या पाऊलखुणांमुळे तो बावरून गेला.

पण काही दिवसांतच दोघांची गट्टी जमली. तो दिसताच ती त्याचे तोंड, हात चाटू लागली. पण तरी तिला कळत होते की, हा 'आपल्यातला' नाही. ब्लॅक डॉगलाही कळत होते हेच, पण त्याने ही गोष्ट सहज स्वीकारली होती. गोल्डन बीच मात्र त्याच्याकडून काय अपेक्षा करत होती, हे त्याला समजत नव्हते.

एके दिवशी ब्लॅक डॉग, मॅमोचका आणि गोल्डन बीचने सगळ्यांना एका ओसाड जागेवर नेले. सूर्याच्या कोवळ्या किरणांनी रानटी झुडपांवर उगवलेली पिवळीधमक फुले जास्तच चमकत होती. सगळी पिल्ले आनंदाने नाचत, बागडत होती. अंग आक्रसून घेत कुंपणाच्या तारेतून बाहेर पडल्यावर सगळे परत एकत्र जमले आणि

काहीतरी हुंगायला लागले. रोमोचकाला ही जागा आठवत होती, पण आता ती खूप बदललली होती. त्याने परत आठवायचा प्रयत्न केला. तो तेव्हा खूप छोटा मुलगा होता. त्याची आई आणि काका हरवले होते. एका भटक्या कुत्र्याच्या मागे भिरभिरत तो इथंवर आला होता. त्याला तेव्हाची थंडी आठवली आणि त्याच्या अंगावर शहारा आला! पोट भुकेने खवळलेले आणि वरून थिजवणारी थंडी! आता त्याच्या राहत्या गुहेतच त्याला ऊब मिळत होती. कधी कंटाळवाणेही वाटायचे. पण त्याने स्वखुशीने स्वीकारलेला तो कंटाळा होता. तो आता कुत्रा बनला होता. त्याची आई कुत्री होती. त्याचे बहीण-भाऊ कुत्रे होते. लहान पिल्ले मोठे श्वास घेत कसला तरी वास घेत होती. त्यानेही तसेच करून पाहिले पण सूच्या उग्र वासाशिवाय त्याला दुसरा कोणताही वास आला नाही.

ही पहिली भेटीची जागा होती. नंतर त्याच्या लक्षात आले की, या जागेचा उपयोग अनेक कारणांसाठी होऊ शकतो. कोण आले, शिकारीकरता कोण गेले, याचा हिशेब येथेच होऊ शकतो. गुहेत शिरण्यासाठी सुरक्षितता आहे की नाही, हेही येथेच कळू शकते.

❦

वेडाविद्रूप डोंगर आता मिट्ट काळा झाला आणि पाईन, बर्च, लार्च, स्प्रुस, ओकच्या जंगलात पाय घट्ट दुमडून बसला. जुने स्मशान डोंगराच्या एका बाजूला चिकटून बसले होते. पण घनदाट झाडांमुळे बाहेरून दिसत नव्हते. स्मशानाच्या बाहेर खेटून सिमेंटचे कम्पाऊंड होते म्हणा. पण दुरून एक बारीक पांढरी रेषा फक्त दिसत होती. स्मशानाच्या पलीकडे हायवे होता. हायवेला लागूनच घरे दिसत होती. स्मशानाच्या आणि गुहेच्या मध्ये चिखल आणि मोठमोठी गवताची पाती होती.

डोंगराच्या टोकाशी रानमैदानाला लागूनच कचऱ्याने भरलेले पात्र होते. त्यात कधीकाळी पाणी होते का, माहीत नाही आणि पुढे हेच पात्र शुद्ध पाण्याच्या ओहोळाजवळतरी जात होते का कोण जाणे! तो उतार नैसर्गिकपणे त्या प्राचीन पण सतत वाढणाऱ्या डोंगराकडे जात होता. वसंत ऋतूत तो उतार गवताळ आणि खूप खोल वाटायचा. उन्हाळ्यात ती कचऱ्याची नदी या उतारावर थोडी सरकलेली वाटायची. उन्हाळ्यात, वसंत ऋतूत आणि शरद ऋतूतही एक न दिसणारा रसायनांचा उग्र वास डोंगराच्या कड्याकोपऱ्यातून घरंगळत जाऊन शहरातील फ्लॅटस्‌च्या बंद दरवाजातून आत सटकायचा. पण त्या उग्र, कुजकट गंधाचा स्पर्शही जंगलाला होत नसे. जंगलात रानफुले, फळे यांची रेलचेल असे. जंगलच्या रानमेव्याचा गंध सर्वदूर पसरत असे. जंगलाच्या दलदलीत हिरवीशार गवताची पाती

उगवायची, नंतर सगळीकडे सोनेरी रंग उसळायचा. झाडे, फुले, पशू, पक्षी यांनी लगडलेल्या जंगलाला बाहेरच्या जगाची काहीच पर्वा नसे. पशू, पक्षी आणि जंगलात राहणारी माणसे यांनीही डोंगराच्या सीमारेषेचा मनापासून स्वीकार केला होता. ती सीमा त्यांच्या मनात कायम कोरली गेली होती.

पुढच्या वेळी सगळे बाहेर पडले, तेव्हा पहिल्यांदा नेहमीच्या ठिकाणी गेले आणि मग पुढे गेले. मॅमोचकाने रोमोचकाला बरोबर घेतले. ब्राऊन ब्रदरलाही बरोबर घेतल्यामुळे रोमोचकाला थोडा रागच आला. ब्लॅक डॉगने व्हाईट सिस्टरला, गोल्डन बीचने ग्रे ब्रदर आणि ब्लॅक सिस्टरला बरोबर घेतले आणि शिकारीसाठी ते वेगळे होऊन चार दिशांना विखुरले. मॅमोचका, रोमोचका आणि ब्राऊन ब्रदर त्या ओसाड माळरानावरून पळतपळत निघाले. ती नदी ओलांडून डोंगराच्या दिशेने ते वेगात पळू लागले. त्यांच्याबरोबरच त्या कचऱ्याचा, गंजून खराब झालेल्या यंत्राच्या सुट्या भागांचा दर्पही पळत पळत चालला होता. एकदा का त्यांनी डोंगर ओलांडला, की कुत्री आणि माणसांवर त्यांना लक्ष ठेवावे लागणार होते; दुसऱ्या कुत्र्यांच्या सीमारेषा ओळखाव्या लागणार होत्या.

अनेक महिन्यांनी पहिल्यांदाच रोमोचका माणसांना पहात होता. हातात रबरी ग्लोव्ज् घालून, माना खाली घालून पुरुष आणि स्त्रिया कचरा गोळा करत होते. त्यांच्याबरोबर लहान मुलेही त्यांना मदत करत होती. काही तान्ही मुले त्यांच्या कडेवर बसली होती. पण कोणीही त्यांच्याकडे लक्ष दिले नाही. मॅमोचका सर्वात पुढे होती. ब्राऊन ब्रदरभोवती गोलाकार वर्तुळातून फिरत होता जेणेकरून माणसे अंगावर धावून येणार नाहीत. मॅमोचकाला ती माणसे धोकादायक वाटत होती, हे त्याला कळत होते. त्याला आठवले की, परक्या व्यक्तींशी बोलू नये. त्याच्या दोन्ही आयांनी त्याला हीच शिकवण दिली होती.

मॅमोचका डोंगर कडेकडेने उतरली आणि ते सगळे बर्च वृक्षांच्या जंगलाकडे निघाले. रोमोचका उत्साहाने रसरसला होता. ब्राऊन ब्रदरची शेपटी वर वाऱ्यावर डोलत होती. मधूनमधून तो उगीचच भुंकत होता. मॅमोचका एक विशिष्ट उद्दिष्ट ठेवून मुक्याने चालत होती. कधी एकमेकांच्या पाठीमागे पळत, तर कधी भांडत ती दोघे मॅमोचकाच्या मागे जात होती.

समोर चार माणसे ओरडताना दिसली. त्यांच्या अंगावर जीर्ण कपडे होते. लाठ्याकाठ्यांनी खाली पालथ्या पडलेल्या प्राण्याला ती झोडपून काढत होती. जोरात विव्हळत तो प्राणी ओरडला; नंतर श्वासोच्छ्वास जोराजोरात घेत राहिला आणि अखेर अगदी कोलमडून गेला. रोमोचकाला वाटले की, जंगली अस्वलाला त्यांनी खाण्यासाठी मारले असावे किंवा ते अस्वलच त्यांच्या अंगावर धावून आले

असावे. त्याच्या जवळून जाताना त्याला त्याच्या काकाचाच वास आला. झपाझप पावले टाकत तो चालू लागला.

त्या खेड्यात तुरळक झोपड्या होत्या. अनेक कुत्री तेथे आसपास घुटमळत होती. काहींना खोपटाचे रक्षण करण्यासाठी मालकाने दोरीने बांधून ठेवले होते. बाकीची कुत्री माणसांशी चांगली वागत होती, पण त्यांच्या कुत्र्यांशी चांगली वागत नव्हती. माणसेही त्यांच्यावर प्रेम करत होती. पण कोणी कोणाला बांधील नव्हते. त्यांचे जुळलेले रस्ते पुन्हा अनोळखीदेखील झाले असते, तरी काही बिघडले नसते. खेड्याच्या वेशीवरचे कुत्रे आजारी, खंगलेले होते. बाहेर फेकलेल्या उष्टावळींवर त्यांची गुजराण होत असे. दुसरी काही कुत्री मॅमोचका आणि ब्राऊन ब्रदरसारखी होती... रानटी आणि रासवट! ते सर्व जण एकमेकांना ओळखत होते. कोण दांडगा आणि कोण हडकुळा हे सर्वांना माहीत होतं. आदरपूर्वक एकमेकांना बघायचे की नित्यनेमाप्रमाणे एकमेकांवर धडकायचे हेही त्यांना माहीत होते. जी पाळीव कुत्री होती, तीच फक्त तिथे कायम वास्तव्याला होती. बाकी सगळी भटकी कुत्री!

ते खेडे आणि त्यामागचे जंगल एकमेकांच्या खूपच जवळ होते. जंगल खूप भीतिदायक आणि धोकादायक होते. पण तिथूनच अन्न मिळत असे. त्यामुळे त्याला कधी ओंडक्यांनी किंवा झुडपांनी बंद करण्यात आले नाही. वर्दीतली माणसे यायची आणि सगळे नष्ट करून जायची, लोकांना कैद करायची आणि कुत्र्यांना मारायची. पण ते गेल्यावर एक-दोन दिवसातच खेडे परत उभारले जात असे.

मॅमोचकाने पहिल्यांदाच त्यांना तिथे खूप वेळ थांबू दिले नाही. खेड्याभोवती ते गोलाकार फिरले. खूप कुत्री आणि लोकांना त्यांनी पाहिले. रोमोचकाला एक आंधळा कुत्रा, एक लंगडा तीन पायांचा कुत्रा आणि चार-पाच दोरीने बांधलेले केविलवाणे कुत्रे दिसले. मॅमोचकाने जे कुत्रे भेटले त्यांपैकी धोकादायक कोण, हे लगेच चाणाक्षपणे ओळखले. पण ते धोकादायक का त्याने हे मात्र रोमोचका आणि ब्राऊन ब्रदर दोघांनाही कळले नाही.

बाहेरचे कुत्रे मित्र असू शकत नाहीत आणि सगळी माणसे धोकादायक असतात!

रोमोचका बाहेरील जगाचा बराच विचार करू लागला. बाहेरच्या कुत्र्यांची विकोपाची शत्रुत्वाची भावना त्याला कळत होती. चार माणसे एका माणसाला बेदम चोप देत असल्याचे त्याला एकदा दिसले. झोपडीच्या आतून येणाऱ्या किंचाळ्यांनी तो अस्वस्थ झाला.

त्याने पाहिलेल्या सगळ्या आया आणि लहान मुले त्याच्या डोळ्यांसमोर तरळायची. त्यांच्या आर्त किंकाळ्यांमुळे तो भेदरून जायचा.

मॅमोचकाने सगळ्या पिल्लांना एकत्र केले आणि त्यांना ती बऱ्याच गोष्टी

शिकवू लागली. रोमोचकाही सतत मॅमोचकाजवळ असायचा. उंदीर मारायला ती खूप छान जागा होती. एक उंदीर मेला की, सगळे जण गलका करत. ज्याने उंदीर मारला त्याच्याकडे तो ठेवायला मॅमोचका मदत करत असे. एकदा एका हिंस्त्र, जंगली, काळ्या कुत्र्याने मॅमोचकाने मारलेल्या उंदरावर चढाई केली. रोमोचकाला आश्चर्य वाटले. मॅमोचका उंदीर सोडून शेपटी सरळ करून पळाली. रोमोचका हळूहळू या जंगली कुत्र्यांना ओळखायला शिकला. ते जंगलातच कुठल्याशा गुहेत राहात होते. अंगाने मजबूत, तीक्ष्ण दातांची ती पूर्णत: स्थिरावलेली जमात होती. मॅमोचका त्यांच्या सीमारेषा कधीच ओलांडायची नाही. त्यांच्यापैकी कोणीही आले तरी, तिचे लांबडे केसाळ केस ताठ उभे राहायचे. मॅमोचकाला बघून रोमोचकालाही कळू लागले. ती जंगली श्वापदे आल्यावर रोमोचकाच्या पाठीवरील केस उभे राहू लागले आणि त्यांच्या सीमारेषांच्या आत जाण्यापासून तो स्वत:ला आपोआप परावृत्त करू लागला.

स्वत: गरीब 'बिच्चारा' कुत्रा बनल्याची खंत रोमोचकाला पहिल्या आठवड्यातच जाणवू लागली. तो पूर्णपणे दुसऱ्यांवर अवलंबून होता. शिकारीला मॅमोचका त्याला कधीच एकटा सोडायची नाही. तो स्वत: स्वत:ची काळजी घेऊ शकतो, यावर तिचा अजिबात विश्वास नव्हता. जर तो पोरकटपणे वागू लागला, तर ती त्याला चावत असे.

सगळ्यात वाईट गोष्ट, म्हणजे तो त्यांच्या कामाचा नव्हता. या गोष्टीचे त्याला खूप दु:ख होत असे. गुहेत तासन्तास डोळे सताड उघडे ठेवून तो या गोष्टीचा विचार करत असे. ती चारही पिल्ले जमिनीशी नाक नेऊन काहीतरी हुंगत, त्याला ते जमत नसे. त्यांच्यासारखे त्याला अंधारात दिसतही नसे. त्याने त्यांचे सगळे मूडस् बघितले होते. आनंद, दु:ख, अचंबा, भीती, आश्चर्य... त्यांच्या चेहऱ्यातून सगळे विभ्रम व्यक्त होत. त्याने त्यांना शिकार करताना बघितले होते, सावजाचा पाठलाग करताना पाहिले होते. सीमारेषा चुकून ओलांडली की, अंग आक्रसताना पाहिले होते. सावज सीमारेषेच्या टप्प्यात आल्यावर त्याला अंदाजही यायचा, पण वास मात्र यायचा नाही. त्याने एकदा ब्राऊन ब्रदरला शोधायचा प्रयत्न केला होता. पण ब्राऊन ब्रदर त्याच्या मागेच उभा होता.

नाकाने वास न घेतासुद्धा तो कधी शिकार करू शकला असता का? त्याच्या नाकाकडे आणि इवल्याशा दातांकडे त्याने खिन्नतेने पाहिले. त्याचे हातपाय पिल्लांसारखे केसाळ नव्हते. त्याच्या तळव्यांनी त्याने हातांना दाबून पाहिले, तेव्हा त्याला बोटाच्या पेरांची तुटलेली हाडे दिसली.

भेटीच्या पहिल्या ठिकाणापासून ते ओसाड माळरानापुढे, स्मशानभूमीत, डोंगरावर,

जंगलात आणि शहरातही त्यांच्या स्वत:च्या अशा खास वाटा होत्या. डोंगरात, स्मशानाच्या कडेला आणि जंगलात त्यांच्या भेटीच्याही अशाच खास मोक्याच्या जागा होत्या. या मोक्याच्या जागा त्यांनी आखलेल्या वाटांवरती होत्या आणि त्यांच्या अवतीभवतीचा परिसर सध्या सुरक्षित होता की धोकादायक होता हे रोमोचका सोडून सर्वांनाच समजत असे.

डोंगराच्या वाटा, स्मशानाचे खाचखळगे आणि जंगलाची आडवळणे रोमोचका लवकरच शिकला. पण शहर मात्र त्याला आत्मसात करता येईना. खरे तर तो शहरातूनच आलेला होता. त्याला घरांच्या कडेकडेने किंवा अर्धवट बांधकाम झालेल्या जागांमधून, स्मशानाच्या बाजूने, गोडाऊनमधील काळोखातून धावणे आता जमू लागले होते. अपार्टमेंट ब्लॉक्स, त्याच्या आजूबाजूचे असणारे शुष्क माळरान, खेळण्याचे मैदान आता सर्वच कुत्र्यांच्या सवयीचे झाले होते. जंगली कुत्रे तिथे नसत, पण पाळीव कुत्रे मात्र सुखाने नांदत असत. रोमोचकाला लवकरच कळले की, माणसांभोवतीचे माणसांपर्यंत पोचणारे रस्ते मात्र गूढ होते आणि सगळ्यात धोकादायक म्हणजे घोळका—मग तो रानटी कुत्र्यांचा असो वा माणसांचा असो!

त्याला लवकरच हेही कळले की, इमारतींच्या जवळ असलेली गुदामे आणि त्यांच्या खाली असलेले उबदार बोगदे मोठी मुले वापरत होती. त्यामुळे तिकडे तो फिरकायचाच नाही. ती मोठी मुले कुत्र्यांवर प्रेम करायची, पण बाहेरच्या मुलांशी किंवा माणसांशी फारच क्रुद्धपणे वागायची. त्यांच्या खास जागांच्या खुणा विखुरलेल्या प्लॅस्टिक पिशव्यांवरून कळायच्या. त्या प्लॅस्टिक पिशवीच्या तळाशी तपकिरी कथ्था रंगाचे आणि वेगळ्याच सुंदर वासाचे रसायन होते. त्याने ती पिशवी नाकाशी लावून पाहिली, पण त्याचे नाकच बधिर झाले. शेवटी त्याने तो नाद सोडून दिला.

एका मोडकळीस आलेल्या चर्चमध्ये कुत्र्यांची छोटी टोळी राहात होती. माणसे तिथे येत नसत. त्यामुळे माणसांची त्यांना भीती नव्हती. ते चर्च एवढे मोडकळीस आले होते की, कोणालाही त्यात आसरा घेता येत नव्हता. या कुत्र्यांना दुसऱ्या टोळ्यांपासून अजिबात संरक्षण नव्हते. तसे टोळीतील कुत्रे दात विचकत आजूबाजूला घोटाळत, पण त्यांच्यावर हल्ला करीत नसत. अशा हल्ल्यांमध्ये जखमी होणे कोणालाच परवडणारे नव्हते आणि छोट्या टोळक्यांना तर कुत्रा गमावणे अजिबातच सोसवणारे नव्हते.

चर्चमधील कुत्रे त्यामुळे फारच सावध असत आणि चर्चमधून बाहेर पडण्याचा त्यांचा मार्गही वळणावळणांचा होता. रोमोचका आता गुहेमधून बाहेर पडण्यात वस्ताद झाला होता. बाहेरच्या ढिगाऱ्यांमधून वाट काढत तो बाहेरच्या रस्त्यावर सहज येऊ शके, रस्त्यावरून डोंगरापर्यंत सरळ तो बघू शकत असे. डोंगरापर्यंतचा

रस्ता स्मशानाच्या कडेलगत झाडाझुडपांनी झाकलेला होता. डोंगरापर्यंतचा पल्ला तो आपल्या दुडक्या चालीने सहज गाठू शकायचा. आसपासच्या हलणाऱ्या किंवा आवाज करणाऱ्या गोष्टींचे बारीक निरीक्षण तो करायचा. त्याच्या सवंगड्यांकडे पाहून त्याला हे कळले होते की, वास घेऊन किंवा काळजीपूर्वक ऐकून धोके समजतात, तशीच संधीही चालून येते. थोडासा खाली वाकून तो धावायचा, धावताना तो डोके एकसारखा हलवायचा.

माणूस हा धोकादायक प्राणी आहे, असे त्याचे ठाम मत झाले होते. त्याच्या विश्वातले राक्षस म्हणजे माणसेच होती, पण हे सर्व धोकादायक राक्षस त्याच्या ओळखीचेही होते. एक ट्रक ड्रायव्हर डोंगरावर कचरापट्टी टाकायला यायचा, आणखी दोन ड्रायव्हर होते. ते सारख्याच ब्रँडची सिगरेट ओढायचे.

डोंगरातील आणि खेड्यातील माणसे बघून बघून त्याला जवळची वाटू लागली होती. एका पायाचा लंगडत, घरंगळत चालणारा त्याच्या ओळखीचा झाला होता. एक म्हातारी बाई 'इवान! इवान!' अशी सारखी ओरडायची. एक जबडा तुटलेली हडकुळी बाई डोक्यात सुंदर वासांची फुले माळायची. लांब केसांची तिची मुलगी तिच्या आजूबाजूलाच नेहमी दिसायची. रोमोचकाच्या एवढ्या सवयीची ही माणसे होती की, न बघताही त्यांची चाहूल त्याला लागायची. एकाकी मुले आणि त्यांचे आईबाप, प्रेमात पडलेले जोडपे ही सारी माणसे त्याला दिसायची.

त्यांना बघितल्या-न बघितल्यासारखे करून नंतर तो त्यांना विसरूनही जायचा.

कोरड्या, शुष्क हिवाळ्याचे त्रास आता कमी होऊ लागले. पण ब्लॅक सिस्टर गुहेत शिरताच एक सूक्ष्मसा तणाव वातावरणात पसरत असे आणि ती गेल्यावर तो तणावही निवळत असे. तिने तिच्या बेताल रागाने गुहेत आणलेली खळबळ आता विरून चालली होती, पण विसरली गेली नव्हती. रोमोचका आजूबाजूला असल्यावर तिचा खेळकरपणा लुप्त होत असे. ती असल्यावर बाकी पिल्ले रोमोचकावर प्रेम करत नसत. त्याच्याबरोबर जास्त खेळत नसत.

रोमोचका बऱ्याचदा ग्रे ब्रदरबरोबर गुहेत शिरायचा तेव्हा व्हाईट सिस्टर, ब्राऊन ब्रदर आणि ब्लॅक सिस्टर स्वच्छंदपणे खेळताना दिसायचे. त्या वेळी गुहेतील हवेलाही निखळ आनंदाचा गंध येत असे. रोमोचका यायचाच अवकाश, की ब्लॅक सिस्टर लगेच गुरफटून एकटी झोपायची आणि रोमोचका तिची जागा घ्यायचा. नंतर ती रोमोचकाला तिच्या जागेत आल्याबद्दल ती खूप दूषणे द्यायची. तिची झोपायची जागा हळूहळू मोठी होत गेली. कोणाचा थोडासा जरी पंजा लागला, तरी ती

त्याच्यावर डाफरायची.

पण रोमोचकाने जर तिच्याबरोबर एखादे हाडूक वाटून खाल्ले आणि बाकी पिल्लांवर गुरकावला, तर मात्र तिच्यात एकदम परिवर्तन होत असे. गुरकावून पंजे आपटणे वगैरे जाऊन तिचे प्रेमाने चाटणे सुरू होत असे. तिच्या शेजारी त्याला बोलावून घेऊन बाकी पिल्लांना ती प्रेमाने हाकलवून लावत असे. उन्हाळा जवळ येत होता, बर्फाप्रमाणे तिचा क्रुद्ध भावही वितळून नष्ट होत होता.

ब्लॅक सिस्टरने रोमोचकाला प्रेमाने स्वीकारले असले, तरी रोमोचका मात्र खोडकरपणे तिच्यावर बरेच प्रयोग करत असे. कधीकधी तो पिल्लांना तिच्याजवळ ढकले किंवा तिच्यात आणि व्हाईट सिस्टरमध्ये भांडण लावून देई. रोमोचकाने भांडण लावून देण्याचा अवकाश, आक्रमकपणे त्या एकमेकींवर तुटून पडायच्या.

एके दिवशी रोमोचका आणि ब्लॅक सिस्टरने मागच्या आवारात उंदीर पकडला. पण तो गुहेतील फटीतून खाली निसटला. ब्लॅक सिस्टरने समोरून गुहेत उडी मारली. रोमोचकाही उत्साहाने ओरडत तिच्या मागून पळाला. ब्लॅक सिस्टरने सगळीकडे हुंगून पाहिले, पण तो लाकडाच्या ओंडक्यांखाली दडला होता. ब्लॅक सिस्टरने खाली वाकून पाहिले, शेपटी हलवत लाकडाच्या ओंडक्याखाली हुंगून पाहिले. गच्च अंधारात तिचे डोळे फक्त चमकत होते. तिने रोमोचकाकडे खूप आशेने आणि अपेक्षेने पाहिले. ती नजर पाहून रोमोचका जागीच थबकला. उंदीर आता फक्त रोमोचकाच पकडू शकेल, असा विश्वास ती व्यक्त करत होती. खरोखरच! विजेचा लोळ शरीरात फिरावा, तसे रोमोचकाचे झाले. त्याचे मन अभिमानाने फुलून आले. आता उंदीर पकडायलाच पाहिजे, असा त्याने मनाशी निग्रह केला.

ब्लॅक सिस्टर त्याच्याकडे उत्सुकतेने पहात होती. त्याने उसकाउसकी सुरू केली. एक मोठी बर्च झाडाची फांदी त्याने घेतली आणि त्या फटीत ती सरकवली. ब्लॅक सिस्टर खाली वाकून तशीच पहात राहिली. पण त्याच्यासाठी तिने जागा करून दिली. तिची हनुवटी जमिनीला लावून एकाग्रपणे ती बघत होती. फांदी खाली टाकून तो जोरजोरात इकडे तिकडे तिला हलवत होता. ब्लॅक सिस्टरने उत्साहाने जोरात उडी मारली, तिचे डोके जोरजोरात एकीकडून दुसरीकडे हलत होते. तिला कळले होते की उंदीर आता तावडीत सापडला होता. ब्लॅक सिस्टर आता उभी राहिली आणि रोमोचकाने एक शेवटचा फटका मारला.

अखेरीस उंदीर त्या ढिगाऱ्यातून वर आला. ब्लॅक सिस्टरने त्याच्यावर झडप घातली. रोमोचकाने तिच्यावर उडी घेतली आणि तो जमिनीवर गडबडा लोळू लागला. उंदीर तोंडात धरून ती रोमोचकाच्या मागे लगबगीने पळू लागली. तोंडातला उंदीर ती कधी फेकायची आणि पकडायची, परत फेकायची, तेव्हा तो

पकडायचा! उंदीर जिवंत होता असे एकमेकांना दाखवत ही लुटपुटीची लढाई ते कित्येक तास खेळत होते!

उंदीर इकडेतिकडे फेकण्यामुळे कळाहीन दिसत होता. त्याने त्याचे तोंड उघडले आणि त्याच्या लांबुळक्या पिवळ्या दातांना न्याहाळले. त्याच्या दातांची चढती कमान होती! त्याचे बोट तोंडात घालून त्याच्या दातांचा अंदाज घेतला. स्पर्श केल्यावरच त्याला दातांची तीक्ष्णता कळली. 'म्हणूनच कोणतीही गोष्ट ते कुरतडू शकत असावेत. उंदराची संपूर्ण शक्ती त्याच्या दातात असते तर!' त्याला क्षणभर वाटले, की उंदराचे हे दात आपण जपून ठेवावेत आणि जेव्हा गरज पडेल, तेव्हा वापरावेत! कशासाठीही वापरता येतील ते... कोणत्याही गोष्टीचा चुरा करायचा झाल्यास...!

ब्लॅक सिस्टर त्याला न्याहाळत होती. शेवटी उंदरावर सौम्यसा पंजा मारून तिने त्याला जवळ केले. त्याला फाडताना तिचे डोळे चमकत होते. त्यालाही प्रसन्न वाटले. त्याने ठरवून टाकले—'हेच माझं आवडतं अन्नं!' त्याने उंदराच्या बरगड्यांच्या मधील मऊसर मांसावर ताव मारायला सुरुवात केली आणि त्याच्या डोक्याला हाताच्या पंजात लपवून ठेवले, त्याला गवसलेला बहुमोल ठेवा ब्लॅक सिस्टरपासून त्याला लपवायचा होता. रोमोचका ब्लॅक सिस्टरच्या अंगावर डोके टाकून पडला. सांगाडा त्याने पूर्ण साफ केला. शेपटीवरचे मांस घ्यायला तिची त्रेधातिरपिट उडाली. तिच्या पंजांमधून प्रत्येक वेळी शेपटी निसटल्यावर तो आणून द्यायचा. उरलासुरला सांगाडा केसांमध्ये अडकवत आणि हातात बर्चची फांदी घेत तो सगळीकडे फिरू लागला. त्या फांदीची एक बाजू जास्त निमुळती होती. ती निमुळती बाजू पकडून तो फांदी हवेत फिरवू लागला. त्या दिवशी खरोखरीच तो खूपच आनंदी होता. एका हट्टी बहिणीला त्याने खूश केले होते ना!

❦

मॅमोचकाला शहर नकोसे वाटायचे. शिकारीसाठी जंगल आणि बाजूचे खेडे सुरक्षित होते. माणसांच्या जंगलातून वाट काढणे तिला फार कठीण वाटायचे. खरे तर ते शहरी कुत्रेच होते कारण त्यांच्या सभोवताली शहर वसलेले होते. वसंत ऋतूत मात्र ते शेतावर आणि जंगलातच राहायचे. दिवसा आता हवा गरम होऊ लागली होती. हिरव्या कोंबातून रंगीबेरंगी, सुंदर फुले उमलू लागली होती. जंगल सहस्त्र दिशांनी फुलले होते. पक्ष्यांची कोवळी पिल्ले नुकतीच उडायला शिकत होती. जंगलातील हिरव्यागार राईत सहलीला येऊन फेकून दिलेले टिनाचे डब्बे, प्लॅस्टिकच्या पिशव्या डोळ्यांना खुपत होत्या.

एका आठवड्यातच रोमोचकाने त्याचे सगळे हिवाळी कपडे फेकून दिले. एक तर ते त्याला खूप घट्ट होऊ लागले होते. त्याने सुरुवातीस घातलेला जुना कोट कोणीतरी फाडून कचऱ्याच्या ढिगाऱ्यात टाकला होता. त्याचा शर्ट डोक्यातून बाहेर काढतानाच टर्रकन फाटला. त्याची पॅण्ट तर त्याला डोंगरामधील गंजलेल्या वायरनेच कापावी लागली. त्याची अंतर्वस्त्रेदेखील पूर्ण फाटलेली होती. त्याच्या टोप्या गायब झाल्या होत्या. त्याच्या पायांचे तळवे त्याच्या मोज्यांमधून बाहेर येत होते. त्याच्या उघड्या हातांकडे पाहून त्याला चीड आली. जर हातांवर लांब केस उगवले असते तर किती बरे झाले असते!

दुसऱ्या दिवशी डोंगरावर तो कपडे शोधायला गेला; अन्न नाही, पाणी नाही! संध्याकाळपर्यंत त्याला बऱ्याच उपयोगी वस्तू सापडल्या. तीन बूट सापडले. जे त्याच्या पायांत चांगले बसत होते. हातमोजे, पायमोजे सापडले. निळी घट्ट विजार सापडली. लांब बाह्यांचा शर्ट आणि महत्त्वाचे म्हणजे, एक मजबूत लष्करी कोट त्याला सापडला. त्याच्या कंबरेभोवती त्याने बेल्टही लावला.

सगळे कपडे आनंदाने चढवत त्याने गुहेत प्रवेश केला, तेव्हा पिल्लांनी एकच गलका केला. सर्व जण त्याच्या चित्रविचित्र पोशाखाकडे पाहून भुंकू लागले, त्याचा वास घेऊ लागले. सर्वांनी एवढे लक्ष दिल्याचे पाहून तो स्वत:वर जाम खूश झाला.

उन्हाळ्याच्या सुरुवातीला ते डबक्यांमधूनच पाणी प्यायचे. कधी ते सगळे गुहेतच तहानेने व्याकूळ होऊन पडून रहात. रोमोचकाला नदीच्या काठावर एक लाल बादली मिळाली. जुन्या चर्चच्या भिंतीबाहेर एक नळ होता. तिथून पाणी भरून ढिगाऱ्यांवरून हिंदकळत त्याने ते गुहेत आणले. तेव्हापासून ते सगळे ताजे पाणी पिऊ लागले. जेव्हा पिल्ले पाणी पीत, तेव्हा त्याचा ऊर अभिमानाने भरून येत असे. जेव्हा पाण्याला कसलासा वास येऊ लागला, तेव्हा त्याने ते परत बदलून आणले. लाल बादलीला तडा गेल्याचे दिसताच परत त्याने नवीन बादली शोधून आणली. जुनी बादली लाथेने फेकून दिली.

उन्हाळा जरी तीव्र असला, तरी कुत्र्यांच्या सर्व टोळ्यांसाठी तो सुखकारक होता. रोमोचकालाही कोरड्याठण्ण वातावरणात छान वाटू लागले. त्याच्या हातापायांवर झालेल्या जखमा आणि फोड आता निवळू लागले होते. अंधारात सतत राहिल्यामुळे त्याच्या कानांवरच तो जास्त अवलंबून राहात होता. उजेडामुळे आता तो डोळ्यांचा जास्त वापर करत नव्हता. त्याच्या भावंडांची मजबूत शरीरे आता प्रौढत्वाकडे झुकू लागली होती. तो स्वत:ही जास्त मजबूत, कणखर झाला होता. इकडेतिकडे खूप वेगाने धावू शकत होता. पण त्याच्या भावंडांच्या तुलनेत मात्र अजिबात नाही.

रोमोचकाला आता शिकारीत तरबेज व्हायचे होते आणि घरात अन्न आणायचे

होते. व्हाईट सिस्टरने कोठून तरी चोरून हॅम आणला होता. ब्लॅक सिस्टर सर्वांत जास्त चाणाक्ष आणि चपळ होती. तिने एक बगळा मारून आणला होता. गोल्डन बीचबरोबर खूप आत, घनदाट जंगलात, एका तळ्याच्या काठी तिने शिकार केली होती आणि एवढ्या लांबून तिने एकटीने त्याला उचलून आणले होते. गोल्डन बीचच्या मदतीने ग्रे ब्रदरने मांजरीची पिल्ले मारली होती. ब्राऊन ब्रदर खरे तर एकदम गबाळा होता. पण त्यानेही एकदा फ्रेंच ब्रेड आणला होता. गुहेतून आत शिरताना बिचारा अडकला होता. रोमोचकाने हसू आवरत त्याला डोके थोडे कलते करायला सांगितले. जेव्हा तो ब्रेड त्याने खाली ठेवला, तेव्हा सर्व जण त्याच्या होकाराची वाट पहात होते. एकूण काय, सगळेच जण आता शिकारीत तरबेज झाले होते. फक्त रोमोचका मात्र आयते खात होता.

पण तरीही रोमोचकाला ही जाणीव होती की, तो बऱ्याच गोष्टींमध्ये उपयोगी पडत होता. त्याच्याजवळ पोते होते, बऱ्याच बादल्या होत्या, प्लॅस्टिकच्या पिशव्या होत्या. हे सर्व सामान घेऊन तो कचऱ्याच्या ट्रकमागे काही खाण्याजोगे दिसते का, ते पाहात फिरायचा; पण त्यासाठी त्याला अजून दोघांची मदत लागायची. एक जण हुंगायला लागायचा; तर दुसरा भुंकण्यासाठी! हो, बरीच कुत्री आणि माणसे कचऱ्यातून काहीतरी मिळेल, या आशेने तिथे आलेली असायची. पण काही झाले, तरी त्याचे या प्रकारच्या शिकारीने समाधान होत नव्हते. 'बाकीची पिल्ले कशी मोठी झाली भरभर!' पण आपण मात्र तसेच राहिलो! या विचाराने तो खट्टू होई.

स्मशानामध्ये थडग्याथडग्यांमधून फिरून केक्स, बिस्किटे किंवा उरलेले गोड पदार्थ जमा करणे तर महाकठीण काम होते. अंधार पडल्यानंतर अशा वस्तू उचलणाऱ्या माणसांनी आणि कुत्र्यांनी स्मशान भरून जायचे. रोमोचका कोणती तरी ताजी शिकार पकडून आणायचे स्वप्न पाहायचा.

गोल्डन बीच कधीतरी त्याच्याकडे एखादा कटाक्ष फेकायची आणि त्याला कसेतरीच वाटायचे. त्याचे भाऊबहीण आता सगळ्यांसाठी शिकार आणू शकत असत. पण त्याला एकट्यालाच मदत लागायची. जसजसा उन्हाळा पुढे सरकू लागला, तशी त्याची कचऱ्यातून खाण्याचे पदार्थ जमविण्याची क्षमता वाढू लागली. त्याचे हात बऱ्याच गोष्टी करू शकत होते जे त्यांचे पंजे किंवा दात करू शकत नसत. आता ढिगाऱ्यांमधून त्याचे हात झरझर फिरत आणि त्याचे बहीणभाऊ आजूबाजूला असल्याने त्याला पुरेसे संरक्षणही मिळत असे.

सगळेच जण शिकार करत असल्याने आणि रोमोचकाही बरेच तुपकट, गोडगोड पदार्थ आणत असल्याने सर्व जण चांगले मांसल आणि धष्टपुष्ट दिसू लागले. रोमोचकाचा छातीचा सांगाडा आता दिसेनासा झाला होता.

रात्री ते ढिगाऱ्यावर किंवा सीमेच्या पार जाऊन गाणी गात, डोंगरावरच्या

सगळ्यांसाठी त्यांची गाणी असत. गाण्यांमधून त्यांना हेच सांगायचे असे की, त्यांचा उन्हाळा खूपच आनंदात चालला होता, समृद्धीत जात होता. त्यांची शरीरे आता मजबूत आणि टणक झाली होती आणि आशा पल्लवित झाल्या होत्या. जणू काही त्यांचा आनंद ते आकाशापर्यंत पोहचवत होते, शहरापर्यंत नेत होते.

दुसऱ्या टोळक्यांमधील कुत्रीही त्यांना गाऊन दाद देत असत. पण जेव्हा रोमोचकाही त्यांच्याबरोबर गाऊ लागे; तेव्हा दूरवर डोंगरात, स्मशानात आणि शहरातही नि:स्तब्ध शांतता पसरे.

मॅमोचकामधील बदल बाकी सगळ्यांना कळत होते, फक्त रोमोचकाला नाही. सर्व जण तिच्या मागेमागे रहात. तिच्यावर सगळे जण खूप खूश होते. मॅमोचकाही प्रेमाचा वर्षाव झेलून चिंब झाली होती. पण जर कोणी जास्तच तिच्या जवळजवळ करायला लागला, तर ती त्याला ढकलून देई. नंतर त्यांना तिचा वास घेण्याची सवयच जडली, पण ती कधी त्यांच्यावर चिडत नसे किंवा ती चिडण्यापूर्वीच सगळे तिथून सटकत असत. ब्लॅक डॉग आणि मॅमोचका कधी एकमेकांशी भांडायचे, परत जवळ यायचे आणि पुन्हा भांडायचे. नंतर दोन दिवस लागोपाठ दोघेही खूप प्रेमाने जवळ आली. त्यांच्या जवळ येण्यात बेहोशी होती, प्रेम होते, बेधुंद समर्पण होते. दोघेही खूप थकले होते, तरी ओढ मात्र कायम होती. रोमोचकाही त्या धुंद समर्पणाच्या गंधाने खूप उल्हसित झाला. त्यांच्या धुंद प्रणयामुळे कोणालाही असूया वाटली नाही. एक प्रकारचे ओथंबलेले समाधान हवेत झुलत होते. त्याला वाटले, आपण शिकार करून सगळ्यांसाठी अन्न आणू शकलो म्हणून... किंवा ब्लॅक डॉग आणि मॅमोचकाच्या प्रेमाचा शिडकावा सर्वत्र झाला म्हणून... कोणत्याही कारणाने असो, सुखाच्या हिंदोळ्यावर सगळे झुलत होते.

थंडगार वाऱ्याने शांततेचे पांघरूण लपेटलेले होते. पक्षीही नेहमीसारखी चिवचिव करत नव्हते. सोनेरी प्रकाशाने जंगलातली झाडेझुडपे न्हाऊन निघाली होती.

शरद ऋतू भर्रकन निघून गेला. कडक थंडीमुळे जंगलातील नाजूक वेली जळून गेल्या, पाने काळपट– तपकिरी झाली. गवत आणि पाने सूर्याच्या धगधगत्या ज्वालामुखीने नाही, तर बर्फामुळे सुकून गेली. बरीच झाडे आता उघडीबोडकी दिसू लागली. रोमोचका, कुत्रे आणि काही छोटे पक्षी बेरीज्वर ताव मारू लागले.

उत्तरेकडून 'न भूतो न भविष्यति' अशी थंडीची लाट उसळली. पाऊस नव्हता, पण थंडी फारच क्रूर होती. आकाश जणू एकाच जागी गारठले होते. रोमोचकाला

वाटले की, त्याच्या अंगातली सगळी हवा बाहेर पडून सर्व अवयव जागच्या जागी गारठले होते. खरा हिवाळा तर अजून सुरूच व्हायचा होता! बर्च झाडांची पानगळ मात्र सुरू झाली.

बर्फाचे भुरूभुरू पडणे सुरू झाले. सगळीकडे पांढराशुभ्र गारठा पसरला. बर्फाच्या भाराने फांद्या वाकल्या गेल्या. फांद्यांना भार न सोसवून बर्फासकट त्या खाली पडायच्या. पांढऱ्याशुभ्र बर्फाच्या लादीवर पिवळट कळाहीन पाने अश्रू सांडल्यागत टपटप पडायची. मोठमोठ्या गाड्या, बुलडोझर बर्फामुळे दिसेनासे झाले. ट्रकच्या बाजूला बिनधास्त चिलीम ओढणारे ड्रायव्हरही आता दिसत नव्हते.

रोमोचकासमवेत सर्व कुत्री गुहेतच अस्वस्थपणे येरझारा घालू लागली. थंडीचा कडाका अजूनच वाढला. खरे तर बाहेरच्या बर्फाच्या घट्टसर आच्छादनाने गुहेत ऊब यायला पाहिजे होती. पण तसे घडले नाही. रोमोचकाला प्रत्येक दिवस ढकलणे फारच कठीण जाऊ लागले.

गुहेतील अंधाऱ्या कोपऱ्यात मॅमोचका तिच्या तीन नवजात पिल्लांसह त्यांच्या केकाटण्याकडे दुर्लक्ष करत उभी होती. तिचे कान कसलातरी अंदाज घेत होते. रोमोचकाला कळले, की ती फार काळजीत होती आणि त्याला जे समजत नव्हते, ते तिला माहिती होते. नंतर ती डोळे बारीक करत पिल्लांवर चालून गेली आणि तिने त्यांना जागीच ठार मारले. त्यांच्या मऊ टाळूवर एकामागून एक चावे घेत तिने त्यांना गट्टदेखील केले. काही म्हणजे अगदी काहीही तिने शिल्लक ठेवले नाही, अगदी बारीक हाडेदेखील नाहीत! रोमोचकाने तिच्याजवळ थोडा जरी सरकण्याचा प्रयत्न केला तरी ती गुरगुर करायची. नंतर खूप वेळ ती झोपली. रात्रभर तिने कोणाचकडे ढुंकूनही पाहिले नाही. रोमोचकाला रात्रभर थंडी वाजत होती. चार जणांना गुरफटून तो झोपला होता, त्याने अंगभर कपडे घातले होते. तरीही थंडीने क्रूर थैमान घातले होते.

अंधुकशी पहाट झाल्याचा भास त्याला झाला तेव्हा त्याला कळले की, ते पूर्णपणे बर्फाने वेढले गेले होते. तो कसाबसा सरपटत मॅमोचकाच्या जवळ पोचला. तो पूर्णपणे घाबरला होता. तिने त्याचा चेहरा चाटला, पंजाने डोके खाली घेत कान साफ केले. त्यानेही ते करू दिले.

ब्लॅक डॉग आणि गोल्डन बीच बाहेरून गुहेत कसेबसे घुसले. रात्रभर ते बाहेरच होते, पण त्यांना काहीही सापडले नव्हते. सगळ्यांसाठी थकूनभागून त्यांनी फक्त बाहेरची थंडीच आणली होती. आता सगळ्यांनाच शिकारीला निघावे लागणार होते. दुसरा कोणताच पर्याय नव्हता.

एवढ्या गारठ्यातही डोंगरातील नैसर्गिक उष्णतेने गोठलेला बर्फ वितळत होता

आणि रावेन्सारखे पक्षी बर्फाच्या या आक्रस्ताळ्या थैमानामुळे डोळ्यांतून पाणी गाळत होते. बर्फाच्या वादळांमुळे सर्व जण आपापल्या बिळांमध्ये गुडूप झाले होते. वादळांच्या मधील शांतता भयानक होती. जमीन भुसभुशीत आणि आकाश धातूसारखे घट्ट भासत होते. सगळे मूकपणे शिकार शोधत होते. कुत्र्यांना तरी शिकार सोपी होती, पण माणसांना तर ती फारच कठीण होती. त्या भीषण थंडीत, पहाटेच्या अंधारात माणसांच्या धूसर, वाकलेल्या आकृती अन्न किंवा लाकूडफाटा शोधताना दिसायच्या दिवसभर डोंगरावर कुठे ना कुठे लाकूडफाटा जळत असायचा.

जर डोंगराकडे जवळून पाहिले तर काही ना काही हालचाली सतत चाललेल्या दिसायच्या. लाकूडफाट्यातून आलेल्या जाळात वरचे बर्फाचे तुकडे घरंगळत खाली यायचे. माणसे, कुत्रे सगळे इकडून तिकडे अन्नासाठी वणवण फिरताना दिसायचे. पंखांवर बर्फ पडल्याने पक्ष्यांना उडायला कठीण जायचे.

रोमोचकाला याची एवढी कल्पना नव्हती. थंडीमुळे गुहेतच बसावे लागल्याने दुसऱ्यांनी आणलेल्या अन्नावरच त्याची गुजराण होत होती. बर्फ वितळण्याची तो वाट पहात होता. पहिल्या हिमवादळाने सर्वांचीच दाणादाण उडाली, पण ते निवल्यानंतर तो आतमध्ये बसू शकला नाही. सगळे कपडे घालून, हातात पिशवी घेऊन व्हाईट सिस्टर आणि ग्रे ब्रदरबरोबर तो डोंगराकडे निघाला. त्या संध्याकाळी थोडी उघडीप होती आणि डोंगराकडे जाणाऱ्या मार्गावर पूर्ण बर्फ पसरला होता.

अर्धवट झालेल्या बांधकामाच्या जागेला त्यांनी मागे टाकले आणि दुरून कुठून तरी संगीताचे मृदू स्वर त्यांच्या कानी आले. रोमोचका जागीच थबकला. त्याला भर हिवाळ्यात वसंत ऋतू फुलल्याचा भास झाला.

नंतर त्याने शिकारीकरता फिरणे सुरू केले. व्हाईट सिस्टर आणि ग्रे ब्रदर त्याच्या मागून मूकपणे चालत होते. त्याला मधूनमधून लोकांनी पेटवलेले जाळ लागायचे. त्यांच्या जवळ मात्र त्याला जाता येत नव्हते. तेथील लोकांना हा आपल्यातील नाही, हे कळत होते आणि आपण त्यांचे नियम तोडतो आहे, त्यांनी आखलेल्या सीमारेषांच्या आत जातो आहोत, हे त्याला कळत होते. पण तो त्यांच्यापेक्षा जास्त वेगवान होता. इतर लोकांच्या तुलनेत अबोलही होता. त्याच्याबरोबर कुत्रे असल्याने त्याला कोणापासून धोका नव्हता. पण शेकोटीच्या आजूबाजूला बसलेल्या माणसांबरोबर तो दोस्ती करू शकत नसे.

संगीताचे स्वर जोरजोरात कानी पडू लागले. शेकोटीभोवती पसरलेल्या माणसांच्या चेहऱ्यावर तांबूसकेशरी रंग पसरला होता. जाळावर शिकार केलेल्या कुत्र्यांच्या तंगड्या खमंग भाजायला ठेवल्या होत्या. त्याचे डोके मात्र खालच्या बर्फाला टेकले होते. नीट निरखून पाहिल्यावरही तो त्याला ओळखीचा वाटला नाही. खरपूस

भाजलेल्या मांसाचा खमंग वास सुटला होता. व्हाईट सिस्टर आणि ग्रे ब्रदर जंगलात निघून गेले; पण तो मात्र त्या शेकोटीकडे पहात लांबवर बर्च झाडांजवळ उभा राहिला. ती शेकोटी खरे तर खूप दूर होती, पण तिची ऊब त्याच्या नसानसात हळुवार पसरत होती. बायका-पुरुषांनी त्या शेकोटीभोवती फेर धरला होता आणि सर्व जण गात होते. ते गाणे दु:खी आणि सुंदरही होते. रोमोचकाने त्यांना अगोदर पाहिले होते, पण तरीही त्या पिवळ्याकेशरी धुंदीत ते सर्व जण गूढरम्य भासत होते. आता भुकेने त्याच्या छातीत जळल्यासारखे झाले. घशातला आवंढा त्याने कसाबसा गिळून टाकला.

बायकांचे आवाज वरवर जात आकाशाला भिडले. आकाशावरची पोकळी वेदनेने व्यापून गेली. पुरुषांचे आवाज आकाशाला भिडत असतानाच दाणकन जमिनीवर आपटले. ते आवाज पराभूत होऊन तर खाली कोसळले नव्हते ना?

त्याला वाटले की, जोरात किंचाळावे, तुफान धावत सुटावे. पण बर्च झाडाच्या बुंध्यापाशी तो शांतच उभा राहिला. परत एकदा सगळे आवाज उसळून वर आले. त्याच्याही घशातून अस्फुट असा आशेचा हुंकार बाहेर पडला. एका बाईने एक पेंगत असलेली मुलगी कडेवर घेतली होती. ती क्षणभर गायची थांबली आणि अंधारात तिने तीक्ष्णपणे पाहिले. शेकोटीभोवती संगीत चालूच होते. पण त्या संगीतात बहुधा तिचाच टिपेचा सूर असावा, कारण तो सूर आता ऐकू येत नव्हता. ती त्याच्याकडे निरखून पहात होती, पण अंधारामुळे तो तिला दिसत नव्हता. तो उभा राहिला. तिने तिच्या मुलीला घट्ट धरून ठेवले. शेकोटीच्या प्रकाशात तिच्या फाटलेल्या कोटाची कडा स्पष्ट दिसत होती. तिचा जबडा पसरट दिसत होता. असे वाटत होते की, काळ्यामिट्ट अंधाराकडे पाहून ती हसतच होती. त्याला अचानक तिची प्रचंड भीती वाटू लागली.

ती त्याच्या दिशेने थोडीशी सरकली. त्याला ती ओळखीची वाटली, पण त्याने कधीच तिला जवळून पाहिले नव्हते. त्या तरुण आणि सुंदर स्त्रीच्या चेहऱ्यावर एक मोठ्ठा व्रण होता, त्यामुळे तिचा चेहरा दुभंगल्यासारखा दिसत होता. त्याला तिची झोपडीही माहिती होती आणि तिची बारीक मुलगीही. ''इरेना! इरेना! खूप दूर जाऊ नकोस.'' हा तो आवाज.

मग मात्र त्याची भीती नाहीशी झाली. त्याच्या कानांमध्ये तिचे मधुर स्वर अजूनही गुंजारव करत होते. झाडासावल्यांमधून तो बाहेर पडला आणि पाय फाकवून, हात ताणून उभा राहिला. तिलाही तो माहीत होता. तिथे प्रत्येकाला माहीत होते की तो त्यांच्यापैकी नव्हता. तो रानटी आणि कुत्र्यांच्या सोबत राहणारा होता. ती त्याच्या पलीकडे जंगलात बघत निश्चल उभी होती. त्याचे हृदय त्याला सांगत होते की, 'इथून पळ काढ! थांबू नको.' पण तरीही तो जागीच स्तब्ध राहिला.

तिने डोके थोडे कलते केल्यावर तिचा चेहरा शेकोटीच्या जाळाने उजळून निघाला. ती आता अगदी त्याच्याकडे रोखून पहात होती. तिचा चेहरा शेकोटीच्या जाळामुळे पिवळसर केशरी दिसत होता. परत तिने तोंड उघडून गाणे गायला सुरुवात केली. दुसऱ्या माणसांकडे पाठ करून त्याच्या डोळ्यांना डोळे भिडवत ती गाऊ लागली. तो एखाद्या थिजलेल्या हरणासारखा त्या प्रकाशझोतात उभा होता. त्या गाण्याच्या सुरांबरोबर तोही उसळी मारून वर वर तरंगत गेला... आकाशाएवढा झाला...डोंगर आणि ते अफाट जंगल त्याने व्यापून टाकले.

तिने अचानक मान हलवली, तिच्या तोंडून निघणाऱ्या अद्‌भुत सुरांनी त्याचे भान हरपले होते. तिच्या मान हलवण्याने तो अचानक जागा झाला. ती त्याला अजूनही रोखून पाहत होती. पण मान हलवून जणू त्याला ती प्रेमाचा निरोप देत होती. परत ती त्याच्याकडे पाठ वळवून लोकांमध्ये मिसळली. त्याला एवढा आनंद झाला की बस्स! आवाज न करता इकडून तिकडे तो धावू लागला. तेवढ्यात व्हाईट सिस्टर आणि ग्रे ब्रदर आले.

यानंतर अनेकदा तो गाणी ऐकण्यासाठी गेला, पण बऱ्याच अवधीनंतर ती परत त्याला दिसली. ती एकाकी आणि आजारी वाटली. तिचा तो दैवी आवाजही लुप्त झाला होता. एखादे जखमी पाखरू उडण्याचा प्रयत्न करूनही उडू शकत नाही, तसेच काहीसे रोमोचकाला वाटले. त्याला रागही आला आणि दु:खही झाले.

तिच्या वाटेवर तो थांबला. पहिल्यांदा तिने भीतीने स्वत:ला आक्रसून घेतले. पण नंतर थोड्या वेळात ती लगेच सावरली. बर्फामध्ये एकमेकांच्या समोर ते उभे होते. तिच्या टॉर्चचा प्रकाशझोत आजूबाजूच्या बर्चच्या झाडांवर पडत होता. तिच्या काठीवरचे चकचकीत रबर त्याला फारच भडक वाटले. तो क्षणभर लाजला. तोंडाच्या खाली गळणारी लाळ आतमध्ये ओढत ती तशीच उभी राहिली. त्याने तिच्याकडे पाहिले, तिने परत मान हलवली. पण ती भाषा निरोपाची नव्हती. एका हाताने टॉर्च पकडत ती थोडी पुढे झुकली आणि तिचा बँडेज बांधलेला हात तिने त्याच्यासमोर धरला. तिचे डोळे आता हसत होते. तिची बोटे त्याच्या गालाला पुसटशी लावत ती थोडी पुढे झुकली. त्याने आनंदाने बर्फाळ वाटेवरून उड्या मारत परतीची वाट पकडली. त्याला वाटले, ती पहिल्यांदा गायली, तेवढीच आताही सुरेल गायली.

थंडी फारच वाढत होती. रात्रंदिवस कुत्री अस्वस्थ होती. सुरुवातीला शिकार करणे एवढे कठीण नव्हते. प्राणी आणि माणसे सगळेच डोंगरावर शिकारीसाठी धडपडत होते. प्रेते बर्फामध्ये लवकरच गाडली जात होती. पण त्यांना शोधणेही फार कठीण गोष्ट नव्हती.

आदल्या वर्षीचे रोमोचकाचे गुहेतील सुखवस्तू जीवन स्वप्नवत वाटावे, असेच होते. मॅमोचकाचे दूध पिऊन आणि बाकी कुत्र्यांनी आणलेल्या शिकारीवर ताव मारत तो मस्त जगला होता. सगळी कुत्री बाहेर शिकारीला गेल्याने गुहा फारच थंड झाली होती. मॅमोचकाला आता त्याची भूक शमविण्याएवढे दूध येत नव्हते. त्याने होते नव्हते ते सगळे कपडे अंगावर चढवले. तरी तो थरथरत होता. अंगावर ब्लँकेट ओढून घेतल्यावरही त्याची थंडी जात नव्हती. सगळ्या कुत्र्यांना शेवटी त्याने त्याच्या जवळ थांबण्याची विनंती केली. व्हाईट सिस्टरलाच त्याची समस्या समजली आणि ती त्याच्याजवळ थांबली. तिला गच्च पकडून तो इतर कुत्र्यांची वाट पाहात राहिला.

तो झोपल्यावर त्याच्या स्वप्नात ती गाणारी येत होती. हिमवादळाप्रमाणे तिचा आवाज सबंध विश्वाला भेदून जात होता. तिच्या आवाजात सूर्याची ताकद होती आणि चांदण्याची शीतलता होती. कधी त्याला ती दोघेही तेजस्वी पक्ष्यांप्रमाणे भासायची, कधी तो एकटाच कोणत्यातरी विलक्षण जाळ्यात फसलेला असायचा. कधी त्याला वाटे हीच ती आपली पहिली आई आहे आणि तिचे गाणे म्हणजे आपल्याला हाका मारणे आहे! एका संध्याकाळी त्याने तिचे बारसे केले. पीव्हिट्झा — म्हणजे गाणारी!

सगळी कुत्री गुहेत काळजीने येरझारा घालत असत. जास्त ऊब मिळावी, म्हणून फक्त ती येरझारा घालत नसत, पण त्यांना कोणती चिंता सतावत होती, हे त्याला कळले नाही. फक्त मॅमोचकानेच त्यांची चिंता जाणली होती. थंडीचा कडाका काय असतो, हे तिला माहीत होते. आईच काळजीने पोखरलेली असल्याने संपूर्ण घरात काळजीच काळजी होती.

त्या रात्री थोडी कमी थंडी होती. रोमोचका एकटाच गुहेतून सटकला आणि डोंगराकडे चालू लागला. नवीन बर्फ भरपूर पडल्याने त्याच्यावर चालणे सोपे वाटत होते. त्याचे ब्लँकेट त्याने काढून टाकले होते आणि झपाझप पावले टाकत तो पुढे जात होता. त्याला माहीत होते; ब्लॅक सिस्टर, मॅमोचका आणि ब्राऊन ब्रदर हे तिघेही बाहेर होते. पण बाकी सर्व जण गुहेतच होते.

बाहेर सर्वत्र काळोख होता, पण त्याला सवयीने सर्व स्वच्छ दिसत होते. तो डोंगराच्या दिशेने चालला होता. तो शिकारीस निघाला नव्हता. त्यासाठी तर त्याला अख्खी टीम लागायची. थंडीमुळे डोंगरही कडक झाला होता. त्याला काही मिळाले असते, तरी दुसऱ्या कोणी त्याच्याकडून हिसकावून घेतले असते. त्याला आज गाणी ऐकायची होती. त्याच्या नवीन काठीची मूठ गुळगुळीत करण्यासाठी हत्यार शोधायचे होते. ती मूठ खूपच जाड होती. डोंगराच्या पोटात मुठीला गुळगुळीत

करण्याचे हत्यार नक्कीच मिळाले असते.

माळरानापासून डोंगरापर्यंत भटकून झाल्यावरदेखील त्याच्या ओळखीची गाणी ऐकू येईनात. जागोजागी शेकोट्या पेटवलेल्या दिसत होत्या. त्यामुळे गच्च काळे आकाश उजळून निघाले होते. मग आज गाणी का नव्हती?

त्याला जाणवले की कोणीतरी जवळ येत होते. खूप जोरात धावत एक धूड त्याच्या अंगावर आदळणार होते! त्याच्या अंगावरचे केस उभे राहिले. त्याला एकाएकी जाणवले की, त्याची दृष्टी एका मर्यादेपर्यंतच काम करू शकत होती. त्याचे नाकही तिखट नव्हते. थंडीमुळे तेही बधिर झाले होते. पण समोरून येणाऱ्या धुडाचा अंदाज घेऊन तो जागीच थबकला. ते दोन तीक्ष्ण डोळे त्याच्या दिशेने येत होते. तो एवढा महाकाय प्राणी होता की, त्याचे दोन डोळे त्याला पाहून भरून गेले. तो त्याच्या पाठीवर होता. हवेत तरंगत होता. त्याचा चेहरा एका गरम फरच्या कातडीवर दबला गेल्यासारखा वाटत होता. एक वेगळाच उग्र वास त्याच्या अवतीभोवती फिरत होता.

अचानक त्याला समजले की, त्याच्या मागून मॅमोचका आली आणि धाडकन त्याच्या पाठीवर आदळली. तिचे आदळणे एवढे जोरकस होते की, ते अख्खे धूड बर्फावर एका बाजूने कलंडत गेले.

तो बर्फावरून गडगडत खाली पडला. बराच दूर गेल्यावर त्याने मागे वळून पाहिले. त्याला काळेकुट्ट ठिपके दिसले. तो ठिपका म्हणजे अजस्त्र, महाकाय धूड होते आणि त्याच्या अंगाच्या खाली मॅमोचका दु:खाने विव्हळत पडली होती. व्हाईट सिस्टर, ब्लॅक सिस्टर, ब्राऊन ब्रदर, ग्रे ब्रदर, गोल्डन बीच आणि ब्लॅक डॉग सगळे त्या धुडाच्या अंगावर चढून त्याचे चावे घेत होते. त्या महाकाय प्राण्यांच्या अंगाखालचा बर्फ करकर आवाज करत बाजूला सरकत होता. त्याच्या अंगावरची कुत्री दात विचकत गुरकावत होती. रोमोचकाला पळून जाण्याची इच्छा होती. पण तो त्याचा हुंदका हवेत हलवत आणि भीतीने दात कडाकडा वाजवत तिथेच उभा राहिला. त्या प्राण्यासोबत आणखी एकूण दोन महाकाय प्राणी होते. ते तिघे अचानक कुत्र्यांपासून दूर झाले आणि त्यांच्या सावल्या दूर दूर होऊ लागल्या. पण रोमोचकाला जाणवत होते, त्यांचे लक्ष तिथेच होते. कुत्र्यांनाही ते माहीत होते. कोणीही कोणाला शोधत बसले नाही. ते गुपचुप निघाले आणि सावल्या बराच काळ त्यांचा पाठलाग करता होत्या, असे त्यांना वाटले. दरवाजाजवळ आणि गुहेच्या तोंडाशी आल्यावर रोमोचकाला जाणवले की, सगळे जण त्याला आतमध्ये जायला खुणावत होते. 'जा! जा! जा!' प्रत्येक जण जणू हाच संदेश त्याला देत होता. तो उडी मारून दरवाजातून आत शिरला आणि मॅमोचका व गोल्डन बीचने तोंड बाहेर केले, कान टवकारले आणि दात कराकरा वाजवत ते अंधारात उभे राहिले.

रोमोचकानंतर बाकी सर्व जण पटापट आत शिरले. त्या महाकाय सावल्या आता गुहेवर नाचत होत्या.

आत आल्यावर सर्वांना धाप लागली होती आणि भीतीने ते थकून गेले होते. तरीही गुहेत आल्यावर त्यांना थोडी ऊब मिळाली आणि त्यांची भीती कमी झाली होती. त्या अंधारात सर्वांनी त्या गुहेतील तोंडाजवळ एकच गर्दी केली. परक्या प्राण्यांचा वास गुहेत, बाहेर, त्यांच्या बिछान्यावर सर्वदूर फिरत होता.

पण नंतर काहीच घडले नाही. परक्या प्राण्याचा तो उग्र दर्प हवेत विरघळून गेला. बाहेरच्या मोकळ्या हवेचा श्वास बिचकतच घेऊन ते बाहेर पडले. त्यांच्या पाऊलखुणा त्या महाकाय प्राण्यांच्या पाऊलखुणांपेक्षा खूप वेगळ्या दिसत होत्या. त्या परक्या प्राण्यांना बहुधा रोमोचकाच्या लघवीच्या जागेने बावचळून टाकले होते आणि दुसरीकडेच नेले होते. मॅमोचकाने दीर्घ श्वास घेत प्रत्येक उच्छ्वासाबरोबर त्या प्राण्यांचे अस्तित्व जणू तिच्यातून घालवून टाकले.

परत दुसऱ्या रात्री ते तिघेही गुहेजवळ आले. काही दिवसांनी पाच जण एकत्र आले. आता दिवस कमी होऊ लागले. थंडीच्या अक्राळविक्राळ जबड्यात अख्खे शहर सापडले. ती सातही कुत्री एकमेकांना बिलगून झोपायची. रोमोचका त्यांच्या मधोमध झोपायचा. ते महाकाय प्राणी त्याच्या स्वप्नात यायचे.

रोमोचकाला अंधारातदेखील मॅमोचका दिसायची. डोके वर करून ती हळू आवाजात काहीतरी बोलल्यावर सगळे जण लगेच उठायचे आणि चालू लागायचे. आता सगळे जण एकत्र होते. कोणाहीमध्ये दुरावा नव्हता. कोणीच एकेकटे शिकारीला जात नव्हते. ती गुहा त्यामुळे आनंदी मधमाश्यांच्या पोळ्यासारखी भासत होती.

त्यांच्या गुहेच्या बाहेर ते महाकाय प्राणी घुटमळत असले, तर रोमोचकाला लगेच जाणवायचे. त्याला लगेच त्यांचा वासही यायचा आणि प्रचंड भेदरून तो मॅमोचकाकडे आशेने पहायचा. मॅमोचकाकडे त्याला घट्ट धरून प्रेमाने चाटेल, असे त्याला वाटायचे.

जेव्हा मॅमोचका या सर्व गोष्टींना थोडी सरावली, तेव्हा गुहेतील ताण थोडा हलका झाला. रोमोचका जिथे नेहमी लघवीला जायचा तेथे सर्व जण कोंडाळे करून उभे रहायचे. त्याच्या वासामुळे परके प्राणी गुहेपासून दूरच रहायचे. पहाट झाल्यावर सगळे मिळून डोंगरावर शिकारीसाठी जायचे.

भुकेल्या प्राण्यांना ते गुहेत होते हे माहीत असायचे, तरीही त्यांना गुहेतच सुरक्षित वाटायचे. डोंगरावर ते फक्त दिवसाउजेडीच चढायचे. डोंगरावरचे आणि जंगलातले कुत्रे गायब झाले होते. कदाचित शहरात गेल्यावर त्यांना मारले गेले असावे किंवा कोणा श्वापदांनी गिळून टाकले असावे. रोमोचकाला काही थोडे जे शिल्लक होते,

ते लगेच ओळखू आले. दुसऱ्या जमातीची पिल्ले होती ती! आता ती शेकोटीच्या जवळपास घुटमळायची, तेथील माणसांच्या जवळजवळ करायची. रोमोचकाच्या कुटुंबीयांनादेखील शेकोटीजवळ शिकार करण्याची सवय करून घ्यावी लागली. मोकळ्या बर्फाळ मैदानातून ती सगळी खेड्यात येत. झोपड्यांच्या अवतीभवती एकेकटी फिरत आणि गुहेत परत जाण्यासाठी एकत्र येत. जर त्या महाकाय प्राण्यांचा वास त्यांना आला, तर ते खेड्यातच दडून राहात. दिवसाउजेडीच गुहेत परतण्याचा मात्र त्यांचा नियम कायम होता. त्यामुळे त्यांना तसे पाहिले, तर फारच थोडा वेळ मिळे. गोडाऊन्स, बिनशेडचे गाळे यांमधून रस्ता काढत ते गुहेत परत येत.

हिवाळ्याचा मध्य आला होता. उन्हाळ्याची खोल, काळीमिट्ट रात्र हिवाळ्यात कशी असणार? दिवसारात्री भगभगीत भगव्या रंगाने विणलेले आकाश सर्व दिशांना पसरलेले असायचे. दिवसा तर करड्या रंगाच्या वेगवेगळ्या छटा आकाशात पसरायच्या. दिवसाच्या मध्यावरच त्या थंड आणि अंधाऱ्या गुहेत रोमोचकाला आपल्या सवंगड्यांचे डोळे लुकलुकताना दिसायचे. इतर वेळेस त्याला कोणीच दिसायचे नाही, पण तो स्पर्शेंद्रियांनी मात्र सगळ्यांना ओळखू शकायचा. ते परके प्राणी पूर्ण वेळ बांधकामांच्या रिकाम्या जागांवर असायचे. जेव्हा त्यांना डोंगराकडे जाण्याची संधी मिळायची, तेव्हा रोमोचका जाणाऱ्या येणाऱ्या गाड्यांकडे लक्ष ठेवून असायचा. त्यातून काही अन्न सांडले आहे का, हे बघायचा. आठवडाभरचे अन्न जमविण्याचा तो प्रयत्न करायचा, पण त्याच्याकडे अन्न जमल्यावर दुसरी कुत्री आणि माणसे हल्ला करायची. त्यामुळे रोमोचकाचे सतत संरक्षण करावे लागायचे. अन्न जमल्यावर ते गुहेकडे पळतच निघायचे. हो! त्या परक्या प्राण्यांचीही भीती असायचीच ना! ग्रे ब्रदर सर्वात धष्टपुष्ट होता, म्हणून रोमोचका त्याच्या खांद्याला पिशवी अडकवून त्याच्याबरोबर सुसाट धावत होता. कधी त्याला चापटी मारून, कधी दटावून त्याच्या वेगावर तो व्यवस्थित नियंत्रण ठेवत असे. परक्या प्राण्यांची धास्ती त्याला वाटायची. पण त्याच्या संरक्षणाची काळजी त्याने मॅमोचका आणि गोल्डन बीचवर सोडली होती. पळताना त्याचे लक्ष फक्त ग्रे ब्रदरच्या खांद्यावरील पिशवीकडे असायचे. ग्रे ब्रदरला एक-दोनदा गुहेपर्यंत अन्न आणल्यावर व्यवस्थित धावणे जमले आणि त्यामुळे आता जास्त लवकर ते गुहेपर्यंत अन्न आणू लागले. पहाटेच्या अंधुक प्रकाशात रोमोचकाला दिसले की, प्रत्येक जण बारीक झाला होता. मॅमोचकालादेखील त्यांच्या अंगावरची चरबी कशी गेली, कळलेदखील नव्हते! त्याच्या अंगाचा हाडांचा सापळा झाला होता. त्यांना आता शिकारीनंतरचे ताजे मांस क्वचितच मिळू लागले होते. डोंगरावरील भटकंतीच्या कष्टाचे फळ त्यांना मिळायचे,

पण ते पुरेसे नव्हते.

रोमोचका अजूनही त्याच्या आईचे दूध प्यायचा. तो कधी तोंड भरून घेऊन पिल्लांच्या 'आ' वासलेल्या तोंडात टाकायचा. तो दूध पीत असताना पिल्ले आजूबाजूला अपेक्षेने घुटमळायची. पण तो कधीतरी त्यांनाही पिऊ द्यायचा. बऱ्याचदा तो स्वत: खूप भुकेला आणि रागावलेला असायचा.

ती परकी जनावरेही चर्चच्या भग्न अवशेषांमधून भुकेली फिरत होती.

रोमोचका आता त्याच्याजवळ उपलब्ध असणाऱ्या सामग्रीमधून शस्त्रे बनवायला लागला. त्याला एक धातूचा पाईप, खिळे अशा सगळ्या गोष्टी मिळाल्या. सपाट लाकूडही मिळाले. 'त्या प्राण्यांना धोपटण्यासाठी याचा चांगला उपयोग होईल!' मनोमन तो खुष झाला. पण थंडी एवढी कडाक्याची होती की, त्याचे हात काकडून त्या धातूच्या फळीला चिकटून बसायचे. त्याच्या गरमसर लघवीनेच ते चिकटलेले हात दूर व्हायचे. त्याची बोटेही खूप दुखायची, म्हणून त्याने त्या धातूच्या पट्टीला जाडसर कापड गुंडाळले आणि हातांवरही भरपूर मोजे चढवले. मॅमोचका त्याचे हात चाटायची आणि तिच्या पोटाखाली उबदार त्वचेवर चोळायची. तिच्याशिवाय तो हातांना ऊब आणूच शकायचा नाही. ग्रे ब्रदरचे दात सर्वात तीक्ष्ण होते. त्या तीक्ष्ण दातांनी रोमोचका त्याला हँडल चावायला सांगायचा. जर जास्तच चावले, तर चांगला चोप द्यायचा! त्याने वेगवेगळ्या प्रकारचे खिळे, तीक्ष्ण धारदार तुकडे गुहेच्या एका भिंतीलगत ठेवले होते. हे खिळे जणू त्याचे दातच होते! तो मनोमन खूश झाला. 'आता येऊ दे त्या प्राण्यांना, अस्सा चोप देईन!' असा विचार करून त्याच्या अंगात एकदम शक्ती संचारली.

रोमोचकाला कधीकधी अनावर झोप यायची. आताही तो डोळे बंद ठेवूनच झोपेतून उठला. स्तब्ध गुहेला जणू भीतीच्या भिंती घट्ट बसल्या होत्या. त्याला माहीत नव्हते, पण त्याच्या सवंगड्यांना माहीत होते; त्या परक्या प्राण्यांना माहिती होते. वारा बदलला होता.

उत्तरेकडून कोणताही गंध येत नव्हता. पण सर्वांनी कान टवकारले होते. तो त्याच्या छोट्याशा शस्त्रागाराजवळ उभा राहिला. तेव्हा त्याला कळले की, त्याचे सर्व सवंगडी त्यांच्या स्थानावर सज्ज झाले होते. ब्लॅक डॉग आणि ग्रे ब्रदर सर्वांत धष्टपुष्ट होते. ते गुहेच्या दाराशी उभे राहिले. त्यांच्या मागे गोल्डन बीच, मॅमोचका, ब्लॅक सिस्टर आणि ब्राऊन ब्रदर. त्याच्या समोर व्हाईट सिस्टर ओणवी होऊन, कान टवकारून आणि दात विचकून बसली होती. तिचे भीतीने धपापणारे ऊर त्याला

दिसत होते. रोमोचका कुठे होता, ते सर्वांनाच माहिती होते. तो त्याच्या शस्त्रांशी खेळत असेल, हेही त्यांना माहीत होते. सर्व जण त्याला संरक्षण देण्यासाठी पुढे सरसावले होते.

कोणताही वास येत नव्हता. पण त्यांची गुरगुर वाढली आणि वातावरणातला तणाव वाढलेला रोमोचकाला लगेच जाणवला. मात्र अजूनही वास कुठूनच येत नव्हता. त्याने त्याचे डोळे समोरच्या थंड काळोखाच्या भीतीने घट्ट मिटून घेतले. प्रत्येक श्वासागणिक जणू तो शरीरात भीतीच घेत होता.

थोड्या वेळाने त्या परक्या प्राण्यांचा वास गुहेतील वाऱ्यात घुसळत गेला आणि त्याच्या सवंगड्यांची गुरगुर वाढतच गेली. त्यानंतर प्रचंड गोंगाट, एकमेकांना ढकलाढकली, महाभयंकर गोंधळ, तुफान आक्रोश! त्याला ग्रे ब्रदरचे विव्हळणे ऐकू आले. सर्वशक्तिनिशी तो दरवाजाजवळ शत्रूंचा प्रतिकार करत होता. व्हाईट सिस्टर त्याच्या मदतीला धावून गेली. आता दरवाजाजवळ दोन लढवय्ये शत्रूंना जोरदार टक्कर देत होते. विचित्र किंचाळ्या, विव्हळणारे श्वास आणि गुहेच्या तोंडावर अक्षरशः मृत्यूशी झुंज! त्याला मॅमोचकाचे दात विचकून रागारागाने गुरगुरणे ऐकू येत होते. त्या परक्या शत्रूंशी विलक्षण ताकदीनिशी मॅमोचका झुंज देत होती. प्रत्येक हिसक्यागणिक त्या प्राण्यांचे विव्हळत ओरडणे ऐकू येत होते. त्याला कळले की, सर्वांनी मिळून एकजुटीने शेवटचा घाव घातला होता. अखेरचा घुसमटणारा, घोगरा आवाज.... सर्वांची त्याच्याभोवती जवळ जाण्याची लगबग, त्याचा विझत जाणारा घोगरा श्वास, मंदावत जाणारी धडपड... आणि शेवटी सगळे काही संपले होते...फक्त उरली होती ती भीषण शांतता! काही वेळाने सर्व जण भानावर आले. थोडी विश्रांती घेऊ लागले. त्याची शस्त्रे त्याने खाली ठेवली. त्याचे सर्वांग भीतीने थरथरत होते. मॅमोचका आणि गोल्डन बीचने त्या मेलेल्या प्राण्याला ओढत आत आणले. कोणीही बाहेर गेले नाही. ग्रे ब्रदर लंगडत येरझाऱ्या घालत होता आणि तोंडातून विचित्र आवाज बाहेर काढत होता.

बाहेर त्याचे सवंगडी आक्रोश करत होते आणि आत सगळे जण त्या मेलेल्या प्राण्याच्या कातडीवर तीक्ष्ण दात खुपसत होते. सर्व जण परत मॅमोचकाबरोबर दारापाशी गेले. व्हाईट सिस्टर अजूनही तिथे सपाट पडलेली होती आणि त्याला जाणवले की त्याच्या आणि दाराच्या मध्ये फक्त तीच होती. त्याचा अणकुचीदार खिळ्यांचा बोर्ड त्याने समोर धरला होता.

आता आपल्या खाण्यासाठी मेन्यू म्हणजे आपण स्वतः आहोत.' अचानक त्याच्या पहिल्या आईचा चेहरा त्याला आठवला, तिचे विमनस्क भाव आणि घराच्या एका कोपऱ्यातील तिचे हसूही त्याला आठवले. तिचा चेहरा त्याला अलीकडे लवकर आठवत नव्हता. किती सुंदर चेहरा होता तो! गरम, मऊ, उबदार आणि

सुंदर! पहिल्या आईचे दातही छोटे आणि पांढरेशुभ्र होते. त्याला आठवले, ती परक्या व्यक्तींना त्याच्यापासून दूरच ठेवत असे. तिला कुत्री आणि परकी माणसे अजिबात आवडत नसत.

आता जर ती असती, तर कुत्र्यांना आणि परक्या प्राण्यांना तिने फटकारून हाकलले असते. डोके खाली घालून आणि शेपटी सरळ करून ते चालते झाले असते. त्याने त्याच्या बिछान्यावरचे ऊबदार पांघरूण अंगभर लपेटले असते.

त्याची आई तिच्या लालसर लोभस गाऊनमध्ये त्याच्याजवळ आली असती आणि शिकारीला जाण्यापूर्वी गरम दूध आणि बिस्किटे खाऊ घालूनच तिने त्याला बाहेर पाठवले असते. आहा! किती छान!

त्याच वेळी त्याला जाणवले की, तो परका प्राणी हळूहळू बर्फाच्या छिद्रातून आत शिरत होता. क्षणभर तो थांबला. मॅमोचकाच्या आजूबाजूला सगळी कुत्री बिनधास्त पसरली होती. व्हाईट सिस्टरला पहिल्यांदा सुगावा लागला. ती जोरजोरात भुंकू लागली. त्या बर्फाच्या छिद्रापासून त्याच्यापर्यंत हवा चेपली जाऊन त्या परक्या प्राण्याचे अस्तित्व हळूहळू अंगावर येत होते. त्याला त्या प्राण्याच्या मागच्या मजबूत पायांचा दबाव जाणवू लागला. सगळे कसे मंदावल्यासारखे झाले. तो प्राणी तोंडातून कोणतेच आवाज काढत नव्हता. हवेतूनच झेपावून व्हाईट सिस्टरवरून तो एकदम त्याच्यावर आदळला.

रोमोचकाने सर्वशक्तिनिशी जोरात उडी मारली. तो भिंतीलगतच पडला. त्याचा खिळ्यांचा बोर्ड खचकन कुठेतरी खुपसल्याचा आवाज आला. व्हाईट सिस्टरचे जोरदार केकाटणे, जाडसर, मांसल कातडीवर आदळल्याने सर्वदूर घुमले नाही. त्याला आतडे फुटल्याचा वास आला. व्हाईट सिस्टर आणि तो परका प्राणी एकाच वेळी त्याच्यासमोर आदळले आणि आर्त किंकाळ्यांनी गुहा भरून गेली.

ते बर्फाचे छिद्र अजून खाली गडगडत आले आणि केकाटण्याचा जणू स्फोट झाला. त्या छिद्राजवळ रक्षण करण्याकरता कोणीच नव्हते. गुहेच्या दुसऱ्या टोकाजवळ लढाई सुरू होती. त्याला वाटले, त्या छिद्रातून आता दुसरा प्राणी येत होता...तो पाहा तिसरा...चौथा! पण तो आभास होता. थोड्या वेळाने तो शांत होत गेला. त्याच्या हाताला त्याने बनवलेले शस्त्र लागले होते. व्हाईट सिस्टर त्याच्या जवळच होती. प्राण्याला आवळण्याचे भेसूर आवाज त्याच्या कानावर येत होते. त्याला सर्वत्र रक्ताचा वास येत होता आणि त्याबरोबर मृत्यूचाही! सगळ्यांचे आवाज ऐकण्यासाठी त्याने कानात जीव ओतला. त्याला मॅमोचका आणि गोल्डन बीचचा त्या प्राण्याभोवती घुटमळलेला आवाज ऐकू आला. ब्लॅक डॉग त्या छिद्राजवळ जाऊन जोरजोरात भुंकत होता. व्हाईट सिस्टरने त्या प्राण्याला आवळून ठेवले होते, पण तिचा श्वासोच्छ्वास आता धीमा झाला होता. ब्लॅक सिस्टरचाही आवाज त्याने ऐकला. ग्रे

ब्रदरच्या विव्हळण्याचा आवाज त्याला ऐकू आला. पण ब्राऊन ब्रदर... त्याने कानात प्राण आणून मागोवा घेतला...पण काही म्हणजे काहीच ऐकू आले नाही.

हळूहळू गुहेतील तणाव कमी होत गेला. आता त्याला ओळखीचे श्वासोच्छ्वास ऐकू येऊ लागले. हालचालीही रोजच्यासारख्या होऊ लागल्या. पण त्याच्या छातीवर विलक्षण दडपण आल्यासारखे वाटू लागले. तो अडखळत पुढे गेला, पण त्याला दिशाहीन वाटू लागले. व्हाईट सिस्टर त्याच्याबरोबर आली आणि त्याला सगळ्यांमध्ये घेऊन गेली.

सर्व कुत्र्यांनी जोरजोरात हुंगले आणि ब्राऊन ब्रदरची अखेरची ऊब त्यांच्या रंध्रारंध्रात ओढून घेतली. नंतर मात्र एखाद्या परक्या प्राण्याकडे जशी पाठ फिरवतात, तशी त्यांनी त्याच्याकडे पाठ फिरवली.

रोमोचकाला मात्र ब्राऊन ब्रदरला एकटे सोडवले नाही. त्याच्या जखमांवरून प्रेमाने बोटे फिरवत तो त्याच्याजवळ उभा राहिला. त्याच्या रक्ताळलेल्या चेहऱ्याला तो चाटू लागला. ब्राऊन ब्रदरला नेहमीसारखे त्याने कवटाळून घेतले. व्हाईट सिस्टरही जवळ आली नाही, जेव्हा तो रडत होता. पण रडण्यामुळे त्याच्या मनातली पोकळी थोडीशी भरून निघत होती, त्याला थोडे शांत वाटत होते.

मेलेली जनावरे थंडीने थिजून गेली. रोमोचका ऊब शोधत इतर कुत्र्यांजवळ गेला.

रोमोचका सोडून बाकी सर्व जण जखमी झाले होते. सगळ्यात जास्त मार ग्रे ब्रदरला बसला होता. त्याच्या पुढच्या पायाला जबर जखम झाली होती. तो लंगडतच होता. तेथील सांध्यांवरचे मांस निघाले होते आणि रक्त साकळले होते. त्या प्राण्याच्या जबर धडकेने व्हाईट सिस्टरच्या बगलेला खोल जखम झाली होती. मॅमोचकाचा सुंदर, मऊ कान उपटला गेला होता. ब्लॅक सिस्टरच्या चेहऱ्यावर एक खोल चीर गेली होती. त्यामुळे ती जास्तच भीतिदायक दिसत होती. बाकी कुत्र्यांच्या मानेवर आणि खांद्यांवर जखमा दिसत होत्या.

एकमेकांजवळ बसून प्रत्येक जण इतरांच्या जखमा साफ करत होता. आता मेलेली जनावरे दगडासारखी टणक झाली होती.

मेलेल्या प्राण्यांनी त्यांना वाचवले. ते मांस त्यांना वसंत ऋतू येईपर्यंत पुरले. बर्फामधूनदेखील वसंत ऋतूचा गंध त्यांच्यापर्यंत पोहचला. दिवस मोठा होत गेला आणि माणसांनी जंगलांमधून, डोंगरांमधून आणि माळरानांमधून परक्या प्राण्यांना हाकलून लावले.

कुत्री मात्र गुहेतच राहिली. सावकाशपणे एकमेकांच्या जखमा ती साफ करत होती. जरा दम खाऊन पुन्हा बलवान होऊ पहात होती. ग्रे ब्रदरला हळूहळू आराम पडला. रोमोचका छोटे छोटे मांसाचे तुकडे त्याला भरवायचा. त्याच्याजवळच

झोपायचा. जर कोणी ब्राऊन ब्रदरच्या प्रेताजवळ आले, की लाथ मारून रोमोचका त्यांना हुसकावून लावायचा. पण नंतर तोही ते विसरला आणि त्या प्रेताकडे त्रयस्थ पद्धतीने पाहू लागला.

या हल्ल्यानंतर मात्र कोणाही प्राण्याने परत गुहेवर आक्रमण केले नाही आणि वसंत ऋतूत माणसांनी सगळ्या रस्त्यावरच्या कुत्र्यांना हाकलून लावल्यावर ती कुत्रीही त्यांना कोणालाच दिसली नाही.

सूर्यकिरणांनी गच्च भरलेल्या दिवसांनी आणि उबदार हवेने त्यांना गुहेच्या बाहेर आणले. जिथे बांधकाम चालले होते, त्याच्यासमोर रोमोचका उभा राहिला. हवेतील सर्व ऊब आपल्या श्वासाने तो आत ओढून घेत होता. अजूनही बर्फ जागोजागी दिसत होता. फक्त उघडीबोडकी झाडे आता बर्फाच्या भाराने वाकली नव्हती. झाडावर हिरवी पोपटी कळी अस्फुटदेखील उमटली नव्हती. पण तरी निष्पर्ण असूनही झाडांमुळे वातावरणात वेगळाच टवटवीतपणा आला होता. बर्फाने झाडांच्या बुंध्याचा आधार घेतला होता, पण सूर्यकिरणांमुळे पांढराशुभ्र बर्फ काहीसा मलूल वाटत होता. आता तो वितळत जात होता. हिवाळ्यातल्या कुजलेल्या पानगळीचा आणि जमिनीत उगवायला उत्सुक असणाऱ्या भूछत्र्यांचा गंध त्यांच्या नाकात दरवळत होता. जमीन कधी दिसणार? चिखल कधी खेळायला मिळणार? तो वाट पाहत होता. ढगांच्या पुंजक्याच्या मधोमध करड्या रंगाचे ठिपके दिसत होते. या ढगांमधून आता कधीच हिमवृष्टी होणार नाही. वसंत ऋतूतल्या या ढगांचा त्याला कोण आनंद झाला! जागच्याजागी त्याने उड्या मारल्या. लवकरच ते सर्व हिरव्याधुंद माळरानांवर लोळणार, बागडणार होते! सर्व जग आता सुंदर होणार होते! मरगळलेले, मेलेले आता हिवाळ्याबरोबर दूर जाणार होते आणि पुन्हा उत्साहाने रसरसलेले नवीन गाणे पृथ्वी गाणार होती.

त्या रात्री रोमोचकाने सगळ्यांना बाहेरचे काहीतरी गरम, चमचमीत खाण्याचा आग्रह केला. थंडगार अन्नाचा वासही आता त्याला सहन होत नव्हता. थंडगार मांसाचे तुकडे चावताना त्याला केवढे कष्ट पडत होते.

२

सहा वर्षांचा लहानगा एका घनदाट जंगलातून जात होता. ओक आणि बर्चच्या घट्ट विणीमधून तो मार्ग काढत होता. निसर्ग कसा फुलून आला होता! झाडांचे आता धष्टपुष्ट झालेले बुंधे सूर्यकिरणांनी चमकत होते. पांढऱ्याशुभ्र फांद्या आणि वाऱ्याने झुलणारी पाने वसंतऋतूची साक्ष देत होती. पक्ष्यांच्या गाण्यांनी आणि त्यांच्या प्रणयाने हवा धुंद झाली. दऱ्याखोऱ्यात पांढऱ्या, पिवळ्या, गुलाबी, लाल रंगाच्या फुलांची पखरण झाली होती. लिंडेनच्या फुलांचा मोहक वास वाऱ्यामुळे सगळीकडे पसरला होता. मधमाश्यांचे गुणगुणणे पक्ष्यांच्या मधुर आवाजात मिसळून गेले होते! आणि त्याबरोबर विजेच्या तारांच्या घर्षणाचा आवाज आणि लांबवरच्या रस्त्यावरील रहदारीचादेखील आवाज येत होता.

ही जागा मॉस्कोमधील जुनी जागा होती. येथूनच जंगल सुरू होते आणि शहराच्या रहदारीचे आवाज अस्पष्ट होत जातात. या शहराचे हे शेवटचे टोक होते. निर्मनुष्य, रानटी झाडाझुडपांनी भरलेली जमीन कधीकधी शहराच्या अस्पष्ट खुणा दाखवत होती. शहरानंतर पिकांनी भरलेली शेते, खेडी आणि त्यानंतर उत्तरेकडे जाणारे मोकाट माळरान!

काही मोकळ्या जागांवर जुन्या आणि नव्या इमारतींची विचित्र सरमिसळ झाली होती. परेस्ट्रोईकामध्ये या मोकळ्या गवताळ जागांवर ज्या उत्साहाने बांधकामाला सुरुवात झाली होती, तो उत्साह शेवटपर्यंत अर्थात टिकला नव्हता. बांधकाम अर्धवट पडले होते. गंजलेल्या तारांचे कुंपण या मोकळ्या जागांवर कसेबसे टिकून होते. विजेच्या तारा बऱ्याच खाली येऊन लोंबकळत होत्या.

बराच वेळ तो पाय घसटत चालला होता. त्याच्या पायाला काही तरी लागले होते, त्यालाच तो पुढे ढकलत जात होता.

त्या गचाळ डोंगरात आणि जंगलात राहाणारे लोक त्याच्याकडे दुर्लक्षच करत.

त्याचे काळेभोर केस सर्वप्रथम नजरेत भरत. त्याच्या कपाळावरून आलेली केसांची ही गुंतावळ थेट पाठीपर्यंत आली होती. तेथील अजागळ लोकांसारखेच त्याचे कपडे होते– वास येणारे आणि अंगाभोवती कसेबसे गुंडाळलेले. पण त्या लोकांच्या मुलांपेक्षा तो जास्त ताकदवान होता. एका सामान्य मुलापेक्षा त्याचे शरीर टणक आणि जास्त चपळ होते. पाठीच्या मणक्यातून तो जास्त लवकर वाकू शकत होता आणि दमदारपणे पळू शकत होता. त्याचा ओबडधोबड दंडुका तो उजव्या हाताने सहज हाताने सहज फिरवू शकत होता. त्याला कोणतेच शब्द बोलता येत नव्हते. पण त्याच्या नाकातून आणि तोंडातून विचित्र चित्कार बाहेर पडत होते.

तो कोण होता, कोठून आला होता, हे त्याला पाहिल्यावर नक्की समजत नसे. एवढे मात्र समजायचे की, तो काळ्याभोर डोळ्यांचा, किंचित रासवट आणि खसाखसा घासून अंग साफ केले, तर फिक्कट कांतीचा प्राणी होता. तो नाकी-डोळी छान होता, त्याचे दात मजबूत आणि जिवणी लांबट होती. पण एक मात्र खरे, की त्याला पाहून प्रसन्न वाटत नव्हते.

जर एखाद्या वेळी त्याच्याशी नजरानजर झालीच, तर त्याचे काळेभोर डोळे लहान मुलाला न शोभणारे भाबडे शत्रुत्व दाखवून समोरच्याला सराईत नजरेने जोखत. तो दुरून जरी गेला, तरी भयंकर दुर्गंधी पसरे. पण लोकांनी त्याला नाकारायचे हे कारण नव्हते. डोंगरात असे अनेक तऱ्हेवाईक लोक होते आणि लूटमार करणाऱ्यांची संख्याही कमी नव्हती. अशा लोकांना तर त्याचा उपयोगच झाला असता.

लोक त्याच्या जवळ जात नव्हते, कारण तो कधीच एकटा नसे.

त्याच्याबद्दल नेहमीच अशी कुजबुज सुरू असे की, त्याचे कुत्रे कोठूनही येऊ शकतात आणि ते वीसपेक्षा जास्त होते. ते कुत्रे नेहमीच्या कुत्र्यांपेक्षा जास्त मोठे आणि मजबूत होते. त्याच्या स्वतःच्या नखांना लांडग्याच्या पंजाएवढे बळ होते. कोणी म्हणत, तो लहान मुलाच्या रूपात फिरणारा राक्षस होता. तो राक्षस माणसांना ओढून न्यायचा आणि नरभक्षण करायचा. कोणी म्हणत की, एका अतिगुप्त संशोधन केंद्रातून पळून आलेला हा अनुवंशकीय बदल झालेला प्राणी होता. तो दिसला रे दिसला की, माणसे दरवाजे पटापटा लावून घेत आणि फटीतून त्याला न्याहाळत. त्यांची कुत्रीही त्याचा वास आल्यावर अस्वस्थपणे गुरगुर करत. कुत्रीही त्याला घाबरतात, म्हटल्यावर त्याची साहजिकच जबरदस्त दहशत निर्माण झाली होती.

वसंत ऋतूत डोंगरात आणि जंगलाच्या कडेने राहाणारी कुत्री आणि माणसे एकमेकांना एकटी सोडत. जास्त काळजी करत नसत. नाहीतर इतर वेळी सगळी संकटे सर्व जण एकत्र झेलत.

'मिलीट्झा' रशियन आर्मीचा एक भाग त्या डोंगरावर आणि जंगलाच्या कडेकडेने गस्त घालायचा. रोगराई आणि गुन्हे कमी करण्याचा त्यांचा आटोकाट प्रयत्न चालायचा. झोपड्या उद्ध्वस्त करून पाळलेल्या कुत्र्यांना मालकाच्या समोरच ते ठार मारायचे. आदल्या वर्षी शरद ऋतूत 'साफसफाई मोहीम' अतिशय निग्रहाने करण्यात आली होती. मॉस्कोच्या इतिहासात पहिल्यांदाच बेघर लोकांना शहराच्या मध्यावरून हटविण्यात आले होते. भटक्या कुत्र्यांना मारण्यात आले होते. सरकारी दूरचित्रवाणीने जाहीर केले की मॉस्कोला सुंदर बनवायचे! रस्ते झाडूनपुसून लख्ख केले गेले. कालवे मोठमोठ्या पडावांनी स्वच्छ केले गेले. जनगणना केली गेली. कुत्र्यांचीही संख्या कशीबशी मोजली गेली. घरांचे परवाने तपासले गेले. भटकी कुत्री आणि माणसे मॉस्कोमधून हाकलून लावली गेली.

हिवाळ्यात परिस्थिती वेगळी असते. मिलीट्झाची गरज संपलेली असते. जे लोक एवढ्या खडतर परिस्थितीत काम करून किंवा भीक मागून वाचलेले असतात, ते गिरण्यांमध्ये काम करण्यासाठी मिलीट्झाला विनवण्या करत असतात आणि त्याबरोबरच भिकारी संरक्षण कायद्यानुसार थोडे पूरक पैसेही मागत असतात. रानटी कुत्र्यांचे आणि या लोकांचे (ज्यांना बोम्झी म्हणतात) शत्रुत्व हिवाळ्यातच जास्त वाढते. ही रानटी कुत्री कोणत्याही झोपडीत शिरून तेथे बर्फाखाली जपून ठेवलेल्या मांसावर जोरदार हल्ला चढवतात. जर लोकांना कळले, तर जळत्या मशाली घेऊन आरडाओरडा करून हा हल्ला ते परतवून लावतात. पण प्रत्येक वेळी हल्ला यशस्वी होतोच, असे नाही. कधी शेजाऱ्यांना दुसऱ्या दिवशी पहाटे थंडीने ताठर झालेले प्रेत त्या झोपडीत दिसते.

जेव्हा वसंत ऋतूत बर्फ वितळू लागतो, तेव्हा या ओसाड मृतांच्या प्रदेशात एकेक प्रेत नजरेत येऊ लागते. मिलीट्झाने या वेळी तीनशेहून जास्त प्रेते गोळा केली होती.

वसंत ऋतूत आयुष्य काही अंशाने सुरळीत होते. माणसे आणि कुत्र्यांचा वैरभाव संपतो, असे नाही. पण तेवढासा तो जागृत नसतो. हवा प्रसन्न असते. शहरात आणि जंगलात खाण्याचा तुटवडा नसतो.

❦

पालापाचोळा तुडवून रोमोचका पुढे जातच होता. व्हाईट सिस्टर, ग्रे ब्रदर आणि ब्लॅक डॉग त्याच्यासोबत होते. ब्लॅक डॉग नदीसमोर टाकून दिलेल्या वस्तूंमधून काहीतरी हुडकण्याचा नेहमीप्रमाणे प्रयत्न करत होता. ग्रे ब्रदर आणि व्हाईट सिस्टर त्याच्या उजव्या दिशेच्या जंगलात होते. दूर असले, तरी कान मात्र रोमोचकाकडे

लागले होते. रोमोचका कधी एकदा आत आत जंगलाच्या पोटात शिरतो, असे त्यांना झाले होते. रोमोचकाला त्यांच्या असण्यानेच केवढी ताकद मिळत होती.

आजकाल तो जंगलाच्या कडेकडेने हिंडत बसायचा. ही त्याची आता सवयच झाली होती. सुरुवातीला त्याच्या भावंडांबरोबर फिरायला त्याला मज्जा यायची. पण आता ही निरुद्देश भटकंती त्याला आवडू लागली होती. माणसांच्या कुजबुजीकडे त्याचे आपसूक लक्ष वेधले जात असे. डोक्यात त्यांचे संभाषण साठवून घेत त्याचे अर्थ शोधण्याचा त्याचा केविलवाणा प्रयत्न चालत असे. जर त्याने माणसे आणि त्यातली लहान मुले बघितली, तर बर्च झाडाचा बुंधा त्याच्या दंडुक्याने तो पुरता वाकवून टाकायचा. नंतर परत निरुद्देश भटकंती. तो आता झोपड्यांच्या जवळ येऊ लागला. ते अजागळ खेडे त्याला आवडू लागले. अनेक बर्चच्या झाडांवर त्याने आपल्या दंडुक्याने वळ उमटवले होते.

त्या दिवशी त्याने कोणालाच पाहिले नव्हते. आजकाल दोन बंदूकधारी माणसे त्या खेड्यात येत होती. त्यांचे कपडे स्वच्छ होते, पण त्यांच्या केशरचनेमुळे ते मिलीट्झासारखे दिसायचे. त्यांना घरात वापरतो त्या तेलाचा, साबणाचा वास यायचा. माणसे, बायका आणि मुलांना ते रांगेत उभे करायचे. लुळे-पांगळे, व्रण असलेली माणसे ते निवडायचे. आयांना मुलांपासून दूर लोटायचे. छोटी मुलेही त्यांच्या कचाट्यातून सुटायची नाहीत. निवडलेल्या माणसांना छोट्या व्हॅनमध्ये कोंबून ते दूर घेऊन जायचे. रात्री परत आणून सोडल्यानंतर लहान मुले आयांना बिलगून चटाचटा दूध प्यायची.

झोपडीच्या बाहेर असणाऱ्या रिकाम्या बाटल्या रोमोचकाने त्याच्या दंडुक्याने एकाच फटक्यात फोडल्या, पण कोणीच आतून आले नाही. त्याला माहीत होते की, आत लहान मुले दडून बसली होती, पण अगोदर हजेरीपटाच्या आणि नंतर त्याच्या भीतीने कोणीच बाहेर पडले नव्हते. त्याला माहीत होते की, आतल्या फटींमधून ती सर्व त्याला निरखत होती. व्हाईट सिस्टर आणि ग्रे ब्रदरही आता येऊन मिळाले. मागच्या दरवाजाकडे तो टक लावून पहात होता. पण काहीच घडले नाही. झोपडीवर खिळ्यांनी प्लॅस्टिकचे आवरण ठोकले होते. त्याला वाटले त्याचे तुकडे-तुकडे करावेत, म्हणजे तरी कोणी चिडून बाहेर येईल, पण त्याने नंतर विचार बदलला. त्याला झोपडीबद्दल मनातून खूप अप्रूप होते. तिला कशाला हात लावायचा? अस्वस्थ होऊन तो परत जंगलात शिरला. एका फटीतून त्याने झोपडीत असलेली सुंदर लेस पाहिली होती. त्याला क्षणभर ती घेण्याचा मोह झाला होता.

त्याची ती गाणारी बाई कुठे गायब झाली होती कोण जाणे, 'तिची झोपडी नष्ट झाली होती. त्याला वाटले, तिने परत त्याच्या समोर यावे. 'जर त्याने परत तिला आणि तिच्या मुलीला बघितले, तर आता नक्कीच बोलायचे!' एका बारक्या झाडाला

बघून तो उद्गारला, "हॅलो! तू कसा आहेस?" ब्लॅक डॉग एकदम बिचकला, पुढे जाऊन त्याच्या तोंडाला त्याने चाटले आणि परत मागे येऊन व्हाईट सिस्टर आणि ग्रे ब्रदरबरोबर तो चालू लागला. ती सर्व जण दुडक्या चालीने जंगलात शिरू लागली.

जेव्हा तो कुत्र्यांबरोबर असायचा, तेव्हा त्यांना माणसांना घाबरण्यासारखे काहीच नव्हते. पण तो अलीकडे त्यांच्याबद्दल जास्त विचार करू लागला होता हे मात्र खरे! त्यांच्या घरांशिवाय आणि शेकोटीच्या जागांशिवाय त्यांनी स्वत:साठी कधीच सीमारेषा आखल्या नव्हत्या आणि त्यामुळेच रोमोचकाला या माणसांची थोडी भीती वाटायची. कधीकधी त्याला ते आजारी आणि भटक्या कुत्र्यांसारखेच भासायचे. पण ते कधी धोकादायक बनतील, याचा अंदाज यायचा नाही. काही माणसांना त्याच्याशीच काय, पण एकमेकांशीही कसे वागायचे तेही कळत नसे. अन्नावरून त्यांची एकमेकांशी प्रचंड भांडणे होत. एकमेकांच्या झोपड्यांमध्ये शिरून ते चोऱ्यामाऱ्या तर करतच, पण त्यासाठी एकमेकांचे जीवही घेत. आपल्या जोडीदाराची इच्छा नसतानाही त्याच्यापासून सुख ओरबाडत. पण कधीकधी एकदुसऱ्यांना एवढे हळुवारपणे कुरवाळत, की तो अचंब्याने पाहातच राही.

रोमोचकाला माहीत होते की, त्याला पहिल्यांदा पाहून, त्याचा वास घेऊन तिऱ्हाईत लोकांना तो दिशाहीन, बेघर बोम्झी वाटत असावा. त्यात त्याला कुठेतरी सुप्त समाधानही वाटत होते. पण आता परत तो आपल्या नेहमीच्या दैनंदिन कार्यक्रमात गुंतला. शिकारीत रस घेणे त्याने परत सुरू केले. गुहेतही तो वेळेवर परतू लागला.

वसंतऋतूत सबंध जंगल फुललेले असायचे. अस्वलाच्या पिल्लासारखा तो अंडी टाकलेल्या घरट्यांवर धाड टाकायचा. ब्लॅक डॉग भुसभुशीत जमिनीला त्याच्या समोरच्या पायांनी जोरजोरात खोदायचा. पण एखाद्या वेळी एखादी चिचुंद्री हाती लागायची. ठिपक्यांची कातडी असलेल्या हरणांच्या मागे ते धावायचे. पण मोठ्या जातीच्या हरणाच्या मागे मात्र ते कधीच जात नव्हते. कारण त्यांची आई भलतीच चलाख आणि ताकदवान असायची. जंगलात अनेक छोटी छोटी तळी होती. त्यातील बदकांना पकडण्यातही त्यांना मजा यायची.

रोमोचकाला पोहताही येत नव्हते आणि ओले होणे आवडतही नव्हते. पण पाण्याच्या अखंड स्रोतातून, त्या लखलखत्या रंगीबेरंगी चैतन्याला पकडणे सगळ्यांनाच आवडत होते. ब्लॅक सिस्टर सगळ्यात चपळ होती. त्यामुळे तिलाच मासा पकडण्यात यश मिळायचे. ती खांदाभर पाण्यात उभी राहून मधूनच डोके पाण्यात नेऊन डुबुक डुबुक करायची. एकदा तर तिने मोठा चंदेरी मासा पकडला. त्यामुळे सगळ्यांचाच उत्साह दुणावला.

त्या दिवशी मात्र रोमोचका मूडमध्ये नव्हता आणि कोणालाच काही मिळालेही नव्हते.

❦

ग्रे ब्रदर उड्या मारतच त्या दिवशी बाहेर पडला. चौकटीबाहेर शिकार शोधायची त्याला भारी हौस होती. एका पायाने तो अजूनही थोडासा लंगडायचा, पण एकदम कळून यायचे नाही. रोमोचकाला वाटले बहुधा पहिल्यांदाच तो एकटा त्याच्याबरोबर चाललाय म्हणून जास्त आनंदी वाटत होता! रोमोचकाही त्याच्याबरोबर असल्याने आनंदी होता. 'आज शिकार मस्त होणार', त्याला मनोमन वाटले. ग्रे ब्रदर शिकार खूप छान करायचा. जरी त्याच्या पायामुळे आधीसारखा वेगात तो पळू शकत नसे, तरी त्याच्या साहसी वृत्तीमुळे त्याच्याबरोबर शिकारीची खूप मजा यायची. त्याला दुसऱ्या कुत्र्यांशी भांडायला खूप आवडायचे, त्यांनी आखलेल्या सीमेच्या आत घुसायला त्याला खूप आवडायचे. तो बहुधा ब्लॅक सिस्टरबरोबर शिकारीला यायचा. दोघे परत येताना वेगवेगळ्या ठिकाणांहून एकेकटी यायची. एकदा तो पूर्ण दिवस गायब होता आणि जेव्हा आला, तेव्हा अनेक अनोळखी कुत्र्यांचे वास येत होते.

ग्रे ब्रदरने शेवटच्या भेटण्याच्या जागेवर खूण केली आणि का कोण जाणे, तो थरथरत उभा राहिला. त्याने डोंगराकडे पाहिले आणि विचार बदलला. रोमोचका डोंगराकडेच निघणार होता, पण ग्रे ब्रदरचा विचार बदलल्याचे त्याच्या लगेच लक्षात आले. ग्रे ब्रदर डोंगराच्या विरुद्ध दिशेने निघाला. रोमोचकाही त्याच्या मागे उड्या मारत निघाला. तो कधीच या दिशेने गेला नव्हता.

ग्रे ब्रदर मस्त खोड्या काढण्याच्या मूडमध्ये होता. ते मोठमोठ्या इमारतींलगतच्या हिरवळीवरून मस्त हुंदडत होते. जेथे रहदारी होती, तेथे मात्र जात नव्हते. रोमोचकालाही बऱ्याच दिवसांनंतर असे धाडस करायला मिळत होते, त्यामुळे तो खूश होता. नंतर ते शहराच्या तोंडाशी आले. मोठमोठ्या काचेच्या इमारती, त्याभोवतालची हिरवळ, त्या हिरवळीवर झोपलेली माणसे, त्यांच्याभोवती घुटमळणारे त्यांचे कुत्रे, आजूबाजूला फिरणारे भिकारी...त्याला हे वातावरण परिचित होते. त्याला वाटले त्यांनाही लोकांनी ओळखले होते.

रोमोचकाचा उत्साह हळूहळू निवळत होता. ग्रे ब्रदरला ही जागा खूप छान माहिती होती. या जागेतूनच त्याला मोठमोठे केक, ब्रेड आणि अर्धवट खाऊन फेकलेले अन्नाचे पाकीट मिळायचे.

रोमोचकाच्या कपाळावर आठ्या पडल्या. सगळ्यांनी शहरामध्ये शिकार केली होती. फक्त रोमोचकालाच तोपर्यंत कोणी नेले नव्हते.

ग्रे ब्रदरला रोमोचकाचा बदललेला मूड लगेच कळला. आता त्याला हसवायचे कसे, याचा तो विचार करू लागला. एका म्हाताऱ्या बुवाला घाबरवण्याचा तो प्रयत्न करू लागला. रोमोचका आता तरी हसेल, पण कुठचे काय! रोमोचका खोल विचारात गढला होता, ग्रे ब्रदरच्या पाठीमागे तो जात होता, इतकेच! एका मांजरीचा त्यांनी अर्धवट पाठलाग केला. रोमोचकाला वाटले, त्याच्या संपूर्ण कुटुंबानेच त्याच्याशी खोटारडेपणा केला. सगळे जण शहरात यायचे जायचे, फक्त त्याला मात्र कोणी नेले नव्हते. कुत्रे एकमेकांशी कधी खोटे बोलत नाहीत. मग त्याच्याशीच खोटे का वागले? डोंगरावरची माणसेदेखील शहरात जात येत असायची. मग त्याला कधी का जाऊ दिले नाही?

परत मोकळ्या जागेवर येईपर्यंत ग्रे ब्रदर त्याचा हात प्रेमाने चाटत होता. खरे तर ग्रे ब्रदर कधीच आपले प्रेम एवढ्या हळुवारपणे व्यक्त करत नव्हता. तो चांगलाच धसमुसळा होता. तो त्याला सोडून अचानक दुसरीकडे गेला नाही. रोमोचकाला भरून आले.

गुहेत आल्यावर तो मुद्दाम सगळ्यांच्या पासून दूर बसला. त्याने सर्वांशी 'गट्टी फू' केली होती. मॅमोचकाचा त्याच्या शिकारकौशल्यावर विश्वास नव्हता. त्या दिवशी त्याने ठरवले, शहरातच शिकार करायची. सगळ्यांकडे त्याने रागारागाने पाहिले. मॅमोचका मस्त लोळत होती. तिला काय माहीत, रोमोचकाच्या मनात काय चालले होते! गोल्डन बीच मात्र डोळे बारीक करून रोखून त्याच्याकडे पहात होती. "मला तुम्ही कोणी थांबवू शकत नाही! आता दाखवतोच सगळ्यांना मज्जा!" रोमोचका मनाशीच पुटपुटला.

रोमोचका, व्हाईट सिस्टर आणि ग्रे ब्रदर आनंदात घरी परतले. त्याची शिकार त्याने एक मोठ्या प्लॅस्टिक बॅगमध्ये टाकून ती बॅग खांद्याला लटकवली होती. थोड्या थोड्या वेळाने विश्रांती घेण्यासाठी तो पिशवी खाली ठेवून फतकल मारायचा. व्हाईट सिस्टर आणि ग्रे ब्रदर तोंडात पाणी आणून, शेपटी हलवत त्याला हुंगायचे. कुंपणाजवळच्या भेटीच्या शेवटच्या जागेवर ते आले. ती पिशवी बोटात धरून दिमाखाने त्याने फिरवली. ही माझी पिशवी आहे, असेच जणू त्याला सांगायचे होते आणि हो, कारणही तसेच होते. पहिल्यांदाच शहरामधून रोमोचकाने काही आणले होते. ग्रे ब्रदर त्याचे हात चाटून त्याची मर्जी राखत होता. हो! कारण रोमोचकाच्या हातात आज शिकार होती ना! रोमोचकाने तेथे स्वत:ची खूण म्हणून लघवी केली.

आता प्रत्येकाला कळेल की त्याने शिकार केली आणि मस्त शिकार केली!

कोणीही त्या भेटीच्या ठिकाणी येवो, प्रत्येकाला कळेल की रोमोचका याच कुटुंबाचा घटक होता. प्रत्येक श्वासामध्ये तो आनंद भरून घेत होता. गुहेत येताना आणि शहर सोडताना त्याचा उत्साह ओसंडून वहात होता. तो मनाशीच खुदुखुदु हसू लागला. त्याचे कान अजूनही अधीरतेने जळजळत होते. आज त्याने केवढे मोठे काम केले होते! त्याचा स्वतःचाच विश्वास बसत नव्हता.

रोमोचका, व्हाईट सिस्टर आणि ग्रे ब्रदर दुकानांभोवती, घरांभोवती आणि मेट्रो स्टेशनभोवती खूप वेळ घुटमळत होते. पण त्यांना काहीच मिळाले नव्हते. एका मांजरीच्या पाठीमागे ते धावत पाठलाग करत होते. पण तिने पळून जाण्यासाठी रोमोचकाच्या दिशेने उडी मारली. रोमोचकाला तिला पकडता आले नाही.

व्हाईट सिस्टर आणि ग्रे ब्रदरने ज्या प्रकारे नाक वरती केले, त्यावरून रोमोचकाला लगेच कळले की, समोरून येणाऱ्या बाईजवळ खमंग खाऊ होता. त्याने कोणताच विचार केला नाही. त्याच्याजवळ असलेल्या दंडुक्याने तिच्या गुडघ्यावर जोरात प्रहार केला. कुत्र्यांना या अचानक हल्ल्याची काहीच कल्पना नव्हती.

पण तो तडाखा तिच्या गुडघ्यांवर बसला नाही. ती बाई दोन पावले मागे सरकली, तिच्या पिशव्या तिने जमिनीवर फेकल्या आणि त्याच्या डोक्यावर जोरात थप्पड मारली, तो हेलकावत मागे गेला.

''घाणेरडा! बोम्झ्! गचाळ प्राणी!!'' ती किंचाळली आणि त्याला मारण्यास पुढे सरसावली. पण ती पुढे जाऊ शकली नाही. कारण दोन्ही कुत्री तिच्यावर धावून गेली होती. व्हाईट सिस्टरचे काळेभोर डोळे त्या बाईवर आग ओकत होते. जीभ वळवळत होती, दात विचकत त्या बाईचा चेहरा ओरबाडायला ती सज्ज होती. ग्रे ब्रदरने गोल गोल फिरत तिच्याभोवती कडेच केले होते. भीतीने जोरात किंचाळत ती मदतीची याचना करत होती. रोमोचकाने दोन्ही पिशव्या उचलल्या आणि पळत पळत रस्त्यावर नेल्या. रस्त्याच्या टोकाला एक मोठा पुठ्ठ्याचा डबा होता. रोमोचका त्या पिशवीसकट आत जाऊन बसला. भीतीने त्याचे सर्वांग थरथरत होते. ती बाई जोरजोरात ओरडत होती. पण त्या किंचाळण्यावरून रोमोचकाला हे कळत होते, की आता व्हाईट सिस्टर आणि ग्रे ब्रदर तिच्याजवळ नव्हते. त्या किंचाळ्या भीतीपोटी आलेल्या आर्त किंचाळ्या नव्हत्या, तर कोणीतरी लुबाडून नेल्यानंतरच्या तक्रारीच्या होत्या. त्याची धडधड आता कमी झाली होती. पण त्याचे डोके हातोडा मारल्यासारखे भणाणत होते.

त्याने त्या पिशव्यांमध्ये आत डोकावून पाहिले. मांसाचे दोन मोठ्ठे तुकडे होते. त्याला पिसे नव्हती आणि चीज! चीजचा एक मोठ्ठा गोळा होता. सॉस होते! सॅलेरी, गाजर, कांदे असा भरपूर माल होता, काकड्या होत्या, कोबी होता. कोंबडीचे

'लीव्हर'ही होते. कोपऱ्यावर माणसांचा घोळका उभा होता आणि ती बाई अजूनही जोरजोरात ओरडत होती. तिचे ओरडणे बंद होईपर्यंत तो थांबला. त्या पिशव्या त्याने हातात गच्च पकडल्या होत्या. व्हाईट सिस्टर आणि ग्रे ब्रदर खूप दूर नसतील. त्याला खात्री होती की, ते त्याला शोधून काढतील. त्यांची गरज त्याला लागणारच होती, कारण मोठी कुत्री किंवा मुले त्याची शिकार हिसकावू शकत होती.

जसजसा तो विचार करू लागला, तसे त्याला वाईट वाटू लागले. त्याने त्याच्या दुंडक्याने केलेला वार त्याला आठवू लागला. 'गचाळ! बोम्झ! घाणेरडा प्राणी!!' त्याच्या पहिल्या आईला हे शब्द ऐकून केवढा राग आला असता!

'गचाळ! बोम्झ! घाणेरडा प्राणी!!' तो परतपरत ते शब्द जोरात म्हणू लागला. त्या भीषण अंधारात त्याचा स्वत:चाच आवाज त्याला भीतिदायक वाटू लागला. अचानक त्याच्यामधील आणि माणसांमधील अदृश्य भिंत कोसळून पडली. माणसे त्याला कुत्र्यांप्रमाणेच भीतिदायक वाटायची. आपण आजारी कुत्र्यांकडे करतो, तसे दुर्लक्ष तो माणसांकडे करायचा. तो स्फुंदून रडू लागला.

त्याला कळले की, ती दोघे त्याला शोधत होती. ग्रे ब्रदरने शेवटी त्या पुठ्ठ्याच्या डब्यात नाक खुपसलेच! रोमोचका खुदकन हसला आणि भावनावेगाने ग्रे बदरचे आत आलेले डोके चाटू लागला. त्याचा ओला चेहरा त्याच्या केसाळ त्वचेवर त्याने पुसला.

त्या डब्यातून बाहेर पडून नंतर त्या पिशव्याही त्याने बाहेर काढल्या. मांसाला, लिव्हरला त्याने दोघांनाही हुंगू दिले. दोघेही आनंदाने उड्या मारू लागले. त्यांचा आनंद पाहून रोमोचकाचा ऊर भरून आला. त्याने सामान आता एकाच पिशवीत टाकले आणि ते परत निघाले.

यानंतर रोमोचका आणि तीन कुत्र्यांनी माणसांनाच लक्ष्य केले. यासाठी हल्ल्याचे परिक्षेत्रही त्यांनी वाढवले. आता त्यांनी हल्ला करण्याची पद्धत ठरवली होती. प्रत्येक वेळी रोमोचकाच पहिल्यांदा हल्ला करेल, असे काही नव्हते. पण जो काही हल्ला व्हायचा तो फारच रोमहर्षक असायचा. आधी ते एका माणसाला हेरायचे, ज्याच्याजवळ दुकानातल्या प्लॅस्टिकच्या पिशव्या असायच्या आणि जो एकटाच एखाद्या एकाकी रस्त्यावरून जात असायचा, त्याच्या मागे हळूच ते जायचे. मागून गेल्यामुळे त्या माणसाला ते शिकारी कुत्रे होते याची कल्पनाही यायची नाही. योग्य क्षणी तो बाकी कुत्र्यांना साद घालायचा. व्हाईट सिस्टर, ग्रे ब्रदर आणि ब्लॅक सिस्टर हळूच अंधारातून बाहेर यायचे आणि त्या माणसाचे बखोटे धरायचे. त्यांनी बखोटे धरल्याबरोबर रोमोचका धावत आत घुसायचा आणि पिशव्या घेऊन सुरक्षित जागी जायचा. तो तिथे पोहचेपर्यंत हे तिन्ही कुत्रे त्या भेदरलेल्या माणसाला सोडायचेच नाहीत. नंतर ते सर्व जण अंधारात गुडुप व्हायचे.

रोमोचका त्याच ठिकाणी परत हल्ला चढवायचा नाही. जर परत तेथे हल्ला केला, तर लोक माफ करणार नाहीत, हे त्याला माहीत होते. पण अशी शिकार त्याच्या अभिमानाचा आणि प्रतिष्ठेचा विषय होता. प्राण्यांना, पक्ष्यांना जसा तो न्याहाळायचा; त्याचप्रमाणे तो आता माणसांना न्याहाळू लागला होता. त्याला हेही जाणवले होते की, प्रत्येक कुत्र्याचे माणसांबाबत एक वेगळे निरीक्षण होते. ग्रे ब्रदर नेहमीच त्यांच्यापासून दूर राहाणे पसंत करायचा. गोल्डन बीच आणि ब्लॅक डॉग नेहमी गंमत म्हणून लहान मुलांच्या मागे धावायचे. जेव्हा ते सर्व जण एकत्र असायचे, तेव्हा मोठ्या माणसांनाही ते घाबरायचे. दारुड्या किंवा आजारी माणसांना घाबरवण्यात त्यांना जास्त मजा यायची. त्यांना पाहून रोमोचकाला त्याच्या काकाची आठवण यायची आणि त्यामुळे अशा लोकांच्या मागे जाताना त्याला पोटातून गुदगुल्या व्हायच्या.

मॅमोचका माणसांपासून दूरच राहायची आणि इतर पिल्लांनाही तिने माणसांना घाबरण्यासच शिकवले होते. पण तरीही मनाने मात्र त्यांच्याशी जवळीक साधण्याचा तिचा प्रयत्न असायचा. तिला 'कुत्रा' हा शब्दही माहीत होता. तिने कधीच मुद्दाम लोकांना डिवचण्याचा प्रयत्न केला नव्हता. तिला, रोमोचकाला आणि इतर पिल्लांना संरक्षण मिळवण्यासाठी ती फक्त त्यांच्यावर गुरगुर करत असे. तिला मनुष्यप्राण्याबद्दल मनस्वी आदर आणि प्रेम होते, असे त्याच्या लक्षात आले होते.

कदाचित तिच्यासमोर त्यांच्याकडून खाऊ मिळविण्याचा कुठला मार्ग नसेल.

माणसेही कुत्र्यांशी बाकी प्राण्यांच्या तुलनेत चांगली वागतात, असे त्याच्या लक्षात आले. त्याने व्हाईट सिस्टर आणि ग्रे ब्रदरला रस्त्यावर त्याच्याजवळ बसवले. जर त्यांनी थोडी जरी गुरगुर केली किंवा कोणाकडे पाहून ओठ जरी वळवळले तरी तो त्यांच्याकडे तिरपा कटाक्ष टाकायचा. ती दोघेही बिच्चारी काय करणार? रोमोचकाच्या हट्टापायी कान पाडून, मान खाली घालून बसून राहात असे. बसून राहाणे त्यांना फार मानहानिकारक वाटत असे.

मेट्रो स्टेशनच्या बाहेर प्लॅस्टिक बॅग घेऊन तो येणाऱ्या-जाणाऱ्या प्रत्येकाला हटकत असे. त्याने एक वाक्य पाठही करून ठेवले होते. "कृपया, या सुंदर कुत्र्यांसाठी...खायला द्या...ते भुकेले आहेत."

लोक त्याच्याकडे आणि कुत्र्यांकडे पाहून हसायचे. एक पांढराशुभ्र, एक सोनेरी आणि एक करड्या रंगाचा...तिघे मिळून दिसायचे खरोखरीच सुंदर!

"तुला माझ्याकडून काय पाहिजे, बाळा?"

"या भुकेल्या कुत्र्यांसाठी अन्न पाहिजे. तुमचं खाऊन झाल्यावर उरलेलं." पाठ केलेले वाक्य तो परत म्हणायचा. बरेच लोक खाऊन उरलेले अन्न त्याच्या पिशवीत टाकायचे. कधी तेथील कामगारही उरलेले अन्न पिशवीत टाकायचे. तो तेथे जास्त

लोकप्रिय झाला, कारण दिलेले पैसे तो घेत नसे. त्याने कितीदा जरी मान हलवली, तरी काही लोक नाणी टाकतच. गुहेच्या एका कोपऱ्यात ती नाणी तो जमवून ठेवत असे.

जर कुत्र्यांना कोणी थोपटायचा प्रयत्न केला, तर मात्र परिस्थिती हाताबाहेर जात असे. रानटी, शिकारी कुत्री ती! त्यांना प्रेमाचा स्पर्श काय कळणार? व्हाईट सिस्टर आणि ग्रे ब्रदर ज्या वस्तूंशी खेळत असत, त्या वस्तूंवरचे त्यांचे नियंत्रण जाई आणि ते रागाने फुरफुर करत. त्यांना एवढा राग येई की ते पळून जाण्याचा प्रयत्न करत. रोमोचका त्यांच्यासमोर उभा राहून त्यांची कशीबशी समजूत घालत असे. तो हे प्रसंग टळावेत, म्हणून कुत्र्यांसमोरच उभा राही आणि लोकांचे हात आवरते घेई. मान हलवून तो सांगे, ''ते खूपच भुकेले आहेत. तुम्हाला चावतील ते...खूप जोरात...सांभाळून...''

जेव्हा पिशवी भरत यायची, तेव्हा तिघेही आवरते घ्यायचे. रोमोचका उड्या मारत परतीच्या वाटेवर लागायचा. कुत्रेही आपली शेपटी हलवत त्याच्या मागे मागे जायचे. शहर मागे पडल्यानंतर पिशवीतला खाऊ बाहेर काढून ते बघत. सगळ्या कुत्र्यांचे त्यांना थोपटून, कुरवाळून, त्यांचे पापे घेऊन तो भरपूर कौतुक करत असे.

अशा शिकारीमध्ये खूप मजा नसायची, पण खाऊ आरामात मिळाल्याने त्याला छान वाटायचे. एक जाडजूड पिशवी घेऊन घरी आल्यावर सगळेजण यथेच्छ ताव मारत. त्याला खात्री होती की, मॅमोचकाला हे आवडले असते. तो त्याच्या आजूबाजूच्या भिकाऱ्यांकडे बघून नवीन वाक्ये शिकायचा. ''येशूच्या प्रेमाखातर....द्या काहीतरी.'' जे धंदेवाईक भिकारी होते, त्यांना त्याच्या असण्याने काहीच फरक पडायचा नाही. कोणी त्याच्याकडे पाहून ओळखीचे हसायचे देखील! शहरात सगळीकडे पसरले होते की हा कुत्र्याचा मुलगा पैसे घेत नाही आणि निरुपद्रवी आहे. त्यामुळे भिकारी लोकांचे मालक त्याच्याकडे जात नसत.

शहरी शिकारीमध्ये रोमोचकाचा आत्मविश्वास दिवसेंदिवस वाढतच होता. शहरामध्ये आत्मविश्वास वाढला, त्याचा परिणाम जंगलाच्या शिकारींवरही झाला. भावंडांबरोबर तो जास्त चांगल्या पद्धतीने शिकार करू लागला. कुत्र्यांनाही आता त्याचा वापर कसा करता येतो, ते कळले! तो इतरांपेक्षा जास्त कल्पक असल्याने त्याचे नियोजन छान होते. त्याच्या नेतृत्वामुळे दररोज घरात चांगले अन्न येऊ लागले. ती सगळी जण आता त्याचे ऐकू लागली होती.

त्या दिवशी शहरात दिवसाढवळ्या शिकार करायची होती. एक भला मोठा ब्रेडचा

तुकडा त्यांनी पिशवीत टाकलादेखील! आता एका गुबगुबीत मांजरीवर त्यांना डल्ला मारायचा होता. आपला दंडुका पुढे सरसावून तो खाली वाकला. ग्रे ब्रदरही पाय ताणत खाली वाकला. आता मांजरीच्या हालचालीकडे सर्वांचे लक्ष होते. मांजरींना पाहिल्यापाहिल्या रोमोचका आणि त्याची भावंडे त्यांच्या मागे लागत असत. त्या दांडगट मांजरींच्या मागे लागल्यावर त्यांची धडपड, त्यांचा होणारा उद्रेक त्यांना खूप आवडायचा. पण त्या मांजरीही एवढ्या चपळ असत, की सहसा हाती लागत नसत.

ही मांजर निश्चल होती. तिने त्यांना बघून कमान केली होती आणि तिची झुपकेदार शेपटी वर उचलली होती. तिची शेपटी रोमोचकाच्या दंडाएवढी बळकट होती. त्यांच्याकडे पाहून दोनदा तिने दात विचकले. रोमोचका ते पाहून जोरजोरात हसला. तिचा दांडगटपणा पाहून ग्रे ब्रदरही मनातून थोडा बिचकलाच होता. पण रोमोचका होता, म्हणून त्याला हायसे वाटत होते. रोमोचकाने मांजरीकडे पाहून गोट्या फेकल्या. त्याला वाटले, तिचे चित्त आता तिकडे जाईल, पण तिची नजर ढळत नव्हती. ती देखणी मांजर त्यांच्यामुळे चांगलीच फसली होती, हे मात्र खरे!

जेव्हा ती मांजर पळू लागली, तेव्हा तिने रोमोचकाच्या दिशेने पळणे पसंत केले. बहुतांशी मांजरी अशाच करायच्या. तो त्याच्या दंडुक्यासकट तयारच होता. मांजरीने रिकाम्या जागेत उलटी लोळण घेतली आणि भिंतीच्या एका टोकाला ती पिळदारपणे ताठ उभी राहिली. तेथे ती त्यांना आव्हान देऊ लागली. त्यांना हुलकावणी दिल्यावर त्यांच्या प्रतिसादाचा वेळ जास्त कसा होईल, हे चाचपू लागली. रोमोचका तिथे डावपेच जोखत होता आणि त्यामुळेच त्याने ग्रे ब्रदरला मागे बोलावून स्तब्ध उभे केले. या वेळेस तिने ग्रे ब्रदरला धडक मारली. त्याच्या भल्यामोठ्या शरीरावर ती सरळ चाल करून आली. त्याच्या जबड्याखालून गेल्यानंतर परत तिने उलटी उसळी मारली आणि तिच्या सळसळत्या दातांनी क्षणार्धात त्याच्या विस्फारलेल्या जबड्यावर जोरदार हल्ला केला.

ग्रे ब्रदर अस्फुट किंचाळला, त्याचे पाय हडबडले आणि त्या जबरदस्त हल्ल्याने डोळे एका बाजूचे दुसऱ्या बाजूकडे हलले. मांजरीने क्षणार्धात तिचे दात त्याच्या कपाळात रुतवले होते. त्याला फक्त तिची गुबगुबीत फरची कातडी दिसत होती. रोमोचकाच्या हातातील दंडुका गळून पडला. तो धावत ग्रे ब्रदरजवळ गेला. दोन्ही हातांनी त्याने तिला घट्ट धरले आणि जोरात खेचण्याचा प्रयत्न केला.

मांजरीने ज्या गतीने ग्रे ब्रदरच्या कपाळावर दात रोवले होते, त्याच गतीने तिने काढून घेतले. क्षणार्धात तिने शरीराला वळसा दिला आणि रोमोचकाच्या चेहऱ्यावर जोरदार तडाखा दिला. त्याने तिला सोडून दिले, पण चेहऱ्यावर ओघळणाऱ्या रक्ताबरोबरच त्याचा राग जोरात उफाळून आला आणि त्याने तिला लाथाडायला

सुरुवात केली. ग्रे ब्रदरचा तोल सुटला होता आणि त्यालाही तिचे रक्तच आता पाहिजे होते. शेवटी त्याच्या पंज्यांमध्ये ती सापडली. त्याचा जबडा तिच्या टोकदार दातांवर स्थिरावला. ती आक्रोश करत होती, त्याच्यापासून दूर जाण्याची धडपड करत होती. मात्र ती पुरती अडकली होती आणि आता तर रोमोचकाही तयार होता. हो! ती शिकार त्याची होती.

ती खरे तर फार थकून गेली होती, पण तरीही एवढ्या आक्रमकपणे अजूनही लढत होती की, रोमोचकाला वाटले, की ती मरूच नये! त्याला तिला घरी आणायला आवडले असते. पण त्याने केलेल्या मस्तकावरील शेवटच्या जोरदार तडाख्याने ती अचानक मेली. तरी एक गुबगुबीत मांजर जेवणासाठी घरी घेऊन जाताना त्याला आनंदच झाला होता.

ती फार शूर मांजर होती. त्यामुळे जास्तच चविष्ट लागली. त्याने ठरवून टाकले की, शूर आणि सुंदर प्राण्यांना खाण्यातच जास्त मजा आहे. त्याच्या संग्रहित गोष्टींमध्ये तिचे झुबकेदार शेपूट आता दिमाखात बसले. रोमोचका आणि ग्रे ब्रदरनी पहिल्यांदाच एवढी मोठी शिकार घरी आणली होती आणि या शिकारीमुळेच रोमोचकाचे 'शिकारी' म्हणून घरातले स्थान बळकट झाले.

❦

रोमा हॉटेलच्या मागील दारात रोमोचकाने तेथील स्वयंपाकीणबाईशी मैत्री जमवली. मॅमोचकाला ते माहीत होते. त्याबद्दलची तिची भीती आणि उत्कंठा हे दोन्ही रोमोचकाला कळत होते. त्याची आई तिने आणलेल्या मांसाच्या प्लेटस् लपालप खाताना पाहून त्याचे हृदय विरघळायचे. ती स्वयंपाकीण हळुवार बोलायची, त्यांच्या शब्दांकडे मॅमोचका कान आडवे करून बारीक लक्ष द्यायची.

पुढच्या वेळी ती दोघे गोल्डन बीच आणि ब्लॅक डॉगला बरोबर घेऊन गेली. ती दोघेही एका बोळकांडीत थांबली आणि रोमोचका मॅमोचकासमवेत 'रोमाच्या' मागील दारी वाट पाहात थांबला. मॅमोचकाने एकदाच थोडेसे भू भू केले आणि शेपटी हलवत अपेक्षेने ती उभी राहिली. ती स्वयंपाकीण बाहेर आली आणि रोमोचकाकडे पाहात जागीच थांबली.

"छान कुत्रे. छोट्या आईनं इथे मला आणलं." रोमोचका लगेच बोलला. मॅमोचकाला त्याचा आवाज ऐकून आश्चर्य वाटले. त्याचे हात चाटत आणि शेपटी हलवत ती उभी राहिली.

"मला वाटलं ही बेवारशी कुत्री आहे." कपाळाला आठ्या पाडत ती बोलली.

"मीही तसाच आहे आणि हे चार कुत्रेही." त्याने गोल्डन बीच आणि ब्लॅक

डॉगलाही त्या बोळकांडीमधून बाहेर बोलावले. ते तेथे अस्वस्थपणे उभे राहिले. त्याने प्रत्येकाकडे बोट दाखवून शेवटी स्वत:कडे बोट नेले आणि म्हणाला, ''चार कुत्रे, कृपया....''

ती स्वयंपाकीण दिलखुलास हसली. तिचे हसणे मधाळ, रसाळ आणि आकर्षक होते. ब्लॅक डॉग आणि गोल्डन बीच पळालेच असते, पण मॅमोचका आणि रोमोचकाने त्यांना दिलासा दिला.

'ठिकाय. चार जणांसाठी जेवण!' स्वयंपाकीण अजूनही हसतच होती. हसतच ती आत गेली. थोड्या वेळाने चार जणांसाठी गरमागरम रेविओली ती घेऊन आली. रोमोचकाला वाटले हे कुत्र्यांचेच अन्न असावे, त्याने पहिल्यांदा सर्वांना थाळ्या दिल्या मग शेवटी स्वत:ची घेतली.

''तुझा स्वभाव खूपच छान आहे, पोरा. काटाचमचा पाहिजे?'' तिने विचारले. त्याने 'नाही.' म्हणून डोके हलवले आणि ते गरमागरम अन्न तोंडात टाकले.

रोमोचका, मॅमोचका, ब्लॅक डॉग आणि गोल्डन बीच परत धोकादायक, वळवळणांचा प्रवास करून गुहेत आले. गरमागरम अन्नाने त्यांची पोटे उबदार आणि भरलेली होती. त्यांच्या समोरच्या बोळीतून एक मांजर जाताना दिसले, पण त्याचा पाठलागही त्यांनी केला नाही. मिलिटरीचा भोंगा ऐकून मात्र ते जोरात केकाटले. गुहेच्या बाहेरच्या आवारात पाठशिवीचा खेळ खेळूनच ते आत गेले.

'रोमा' आज उशिरा उघडले गेले. असंख्य शत्रूंशी लढा देत तेथे पोहचता येई. पण थंडीच्या कडाक्यात तर अनेक चकमकींना तोंड देत, भुकेल्या पोटी मैलोंनमैल चालावे लागे. त्यापेक्षा हे बरे होते. जर त्या दिवशी ते नशीबवान असले तर, तिथे लवकर पोहचत, नाही तर तिथे पोहचपर्यंत अर्धी रात्र निघून जाई. लॉरेन्शिया मध्यरात्रीनंतर त्यांना उरलेसुरले सगळे खाऊ घालत असे. पहाट होण्याअगोदरच ते गुहेत पोहोचत आणि स्वस्थ मनाने ताणून देत.

रोमोचका जेव्हा पहिल्यांदा सगळ्यांना घेऊन आला, तेव्हा तिचा विश्वासच बसत नव्हता.

''बाळा, तुझ्या घरात एकूण किती जण आहेत?''

''हे सर्वच!'' त्याने सांगितले.

तो त्या सर्वांना अगोदर खाऊ घाले, विशेषकरून जे लाजाळू कुत्रे होते, त्यांना अगोदर थाळ्या देई आणि नंतर स्वत: घेई. ती त्याचे बारकाईने निरीक्षण करत असे. तिला त्याचा हा ममताळू स्वभाव खूप आवडे. यथेच्छ खाऊन झाल्यावर तो सर्व थाळ्या तिच्याकडे देत असे. तिच्या हाताचा पुसटसा उबदार स्पर्श त्याला सुखावून जाई.

त्याला लॉरेन्शिया मनापासून आवडायची. त्यालाही ती 'स्पेशल' थाळी द्यायची.

ती गरमागरम आणि ताजी थाळी खाण्यात त्याला फार समाधान वाटायचे.

"माझ्या रानपाखरा, तू कुठे राहातोस?" तिने विचारले. त्याला तिचे बोलणे म्हणजे अनोळखी भाषेतले गाणे गुणगुणणे वाटले. रोमोचकाने तिच्याकडे रोखून पाहिले. तो उत्तर देता देता थबकला. त्याला काळजी वाटू लागली. मॅमोचका जरी बोलू शकत असली, तरी तिने आपले गुपित कोणाला सांगितले नसते. 'ब्लॅक डॉग थोडा मूर्ख आहे, पण तोही सांगणार नाही.' त्याला वाटले लॉरेन्शियाला सर्व सांगून जीव हलका करावा. त्याने मोठ्ठाले डोळे करून तिच्याकडे रोखून पाहिले, "जागा नाही." त्याने हळूच उत्तर दिले.

"हिवाळ्यात तुला ऊब कशी मिळते, पोरा?"

"मिळते ऊब. ढेकणासारखा मुडपून बसतो." त्याने नजर खाली वळवली. त्याला स्वत:चाच राग आला होता. 'तिच्याशी खोटे बोलण्याची काय गरज होती? तिला हे समजल्यावर काय वाटेल? ती बोलणार नाही?' डोके खाली घालून तो हताशपणे कण्हू लागला. आता परतीची वेळ ठेपली होती. लॉरेन्शियाला 'सॉरी' म्हणावे का? त्याने वर पाहिले.

"माझं नाव रोमोचका आहे." लॉरेन्शिया त्याच्याकडे पाहून दिलखुलास हसली आणि तिचा दणकट हात तिने समोर केला. "ये!"

मॅमोचकाने थोडी गुरगुर केली आणि बाकी कुत्र्यांनीही तिची 'री' ओढली. त्यांनी खाण्यात गढलेली डोकी बाहेर काढून ती सर्व रोमोचकाच्या दिशेने चालू लागली.

'शूऽऽऽ' लॉरेन्शियाने त्यांना चुचकारले.

"तुम्ही शहाणी कुत्री आहात ना! मी तुमच्या लाडक्या राजकुमाराला बिलकुल इजा पोहचवणार नाही हं!" रोमोचकाच्या पुढे केलेला तिचा हात तिने तसाच ठेवला होता.

रोमोचका गोड हसला. सहसा तो एवढा गोड कधी हसायचा नाही. तिच्या हातात त्याचा हात मिसळल्यावर तो लाजून चूर झाला. तिने त्याला आत नेले. एका पॅसेजमधून आत नेल्यावर तिच्या खोलीचा दिवा तिने लावला. एका बाजूला लॉरेन्शियाचा पलंग तिने लावला होता. त्या पलंगाला लॉरेन्शियाचा गंध येत होता. दुसऱ्या बाजूला एकीकडे हॉट प्लेट ठेवली होती आणि दोन-तीन अर्धवट भरलेल्या बाटल्या होत्या. एका टेबलावर ब्रेडही दिसत होता.

त्याला ब्रेडची बाहेरची कडक कडा आणि आतला लुसलुशीत भाग ओळखू येत होता. सगळे कसे खूपच सुखदायी वाटत होते. त्याचा विश्वासच बसत नव्हता की, लॉरेन्शियाने त्याला बोलावले होते. तिचा पलंग, गादी सगळे कोरडे होते. सगळे स्वप्नवत सुंदर सजवले होते आणि अन्नही भरपूर होते.

एक विटलेले फिक्कट चित्र भिंतीला टांगलेले दिसत होते. निळेभोर आकाश

आणि सोनेरी सूर्यकिरणांनी न्हाऊन निघालेले शहर! लॉरेन्शियाने नि:श्वास टाकला, ''त्या नराधमांना धडा शिकवूनच मी इथून जाईन.''

बिस्किटांच्या मोठ्या डब्यात हात टाकत तिने रोमोचकाला चार बिस्किटे दिली. 'जा आता. नाही तर ते पकडतील मला!'

रोमोचका उल्हसित होऊन बाहेर पळाला. मॅमोचकाने त्याला सर्व बाजूंनी प्रेमाने हुंगले. त्याने त्याच्या हातांचा वास घेतला. एका तळहातावर त्या बिस्किटांवर तरळणाऱ्या तेलाचा वास येत होता. दुसऱ्या हातावर लॉरेन्शियाचा उबदार गंध येत होता. शिजवलेल्या अन्नाचा सुगंध, घामाचा वास, बाईच्या शरीराचा गंध...आणि या सर्वांच्यात भिनलेला एक फिक्कट जळका वास, जसे काही करपलेल्या घामाची राखरांगोळी व्हावी....आणि तो वासही त्या सर्वांच्यात मिसळावा तसे!

लॉरेन्शिया आणि मॅमोचकाच्या आदरापोटी रोमोचकाने लुटारू धंदे सोडले. व्हाईट सिस्टर आणि ग्रे ब्रदरच्या मदतीने त्याने वेगवेगळ्या प्रकारे भीक मात्र मागितली. क्वचित त्याला ब्राऊन ब्रदरचीही आठवण यायची. त्याच्याबरोबर टंगळमंगळ करण्यात त्याला मजा वाटायची. 'ब्राऊन ब्रदर असता, तर किती छान झाले असते!' ग्रे ब्रदरला भीक मागायला लाज वाटायची नाही. पण रोमोचकाला त्याच्यावर सतत लक्ष ठेवावे लागायचे. ब्लॅक सिस्टर खूप आक्रमक होती. त्यामुळे धंद्यासाठी ती योग्य नव्हती. तिच्या चेहऱ्यावरचा खडूसपणा तो कधीच पुसू शकत नव्हता.

त्याच्या भयंकर अवताराकडे पाहून न पाहिल्यासारखे करत लोक ये-जा करत. लोक शांतपणे, न हसता-बोलता त्याच्या आजूबाजूने निघून जात. या शहरात जी मुले छानछान कपडे घालत, सुंदर दिसत, त्यांच्याकडे लोक लक्ष देत आणि इतर गबाळ्या मुलांच्या अस्तित्वाची दखल घेतली जात नसे. अशी हरवलेली, घाणेरडी मुले शहरात भरपूर होती आणि त्या सर्वांची काळजी कोण घेणार होते?

काही लोक या मुलांना अन्न द्यायचेही, पण न बोलता, मुकाटपणे. त्यांना थोडेफार अन्न देणे हे जणू त्यांचे दैनंदिन कर्तव्यच होते; एखाद्या नाटकाला जाण्यासारखे!

तो मेट्रोचा परिसर रोमोचकाला खूपच ओळखीचा झाला होता. नेहमीच्या गिऱ्हाईकांच्या नजरा झेलण्यासाठी तो तिथेच घुटमळत उभा असायचा. व्हाईट सिस्टर आणि ग्रे ब्रदरलाही आता तेथील लोकांची ओळख झाली होती. एक सडपातळ मुलगी सुंदर कपडे घालून यायची, तेव्हा ते त्यांची शेपटी हळूच हलवायचे. युद्धाच्या वस्तूसंग्रहालयातल्या माणसाच्या अंगाला दारूचा वास येत

असे. तो वासही त्यांना ओळखीचा झाला होता. व्हाईट सिस्टर आणि ग्रे ब्रदर ही आडदांड कुत्री होती. त्यांचे लांबलचक पाय आणि झुपकेदार शेपट्या एकमेकांशी मिळत्याजुळत्या होत्या. त्या दोघांचेही डोळे मोठे, काळेभोर आणि बदामी आकाराचे होते. त्यांच्या जिभा लालभडक रंगाच्या आणि कान लांडग्यासारखे तीक्ष्ण, टोकदार होते. या ऐटबाज कुत्र्यांनी आपल्याला ओळखल्यावर माणसे आपोआपच खूश होत असत.

रोमोचका त्यांना खूशही ठेवायचा आणि एका मर्यादेतही ठेवायचा. तो त्यांचा छोटा मालक होता, नाही का! तो कधीच त्यांना हुंगायचा नाही, चाटायचा नाही, त्यांच्यावर ओरडायचाही नाही. 'कुत्र्यांसाठी खाऊ मागणारा मुलगा' अशी आता त्याची ओळख बनली होती. काही लोक त्याला स्वखुशीने ब्रेड, मांसाचे तुकडे, केक देत. त्याने एवढे छान पदार्थ त्यांच्यासाठी जमा करून खाल्ले होते की, सर्व कुत्री धष्टपुष्ट झाली होती. त्यांची कातडी चमकदार दिसत होती. इतर रानटी कुत्र्यांपेक्षा ही कुत्री निश्चितच देखणी दिसत होती.

कुत्र्यांनी डोंगराच्या कड्याकपारीत सडलेले अन्न खाणे आता त्याला आवडेनासे झाले. त्यानेही आता कचऱ्याच्या ट्रकच्या मागे जाणे बंद केले होते.

शहरात त्यांना जास्त सुरक्षित वाटत होते. तेथील पोलीस हे युद्धात जायबंदी झालेले सैनिक होते. जरा कमी लोकसंख्या असलेल्या जागा या इतर बेवारस मुले आणि काही टोळ्यांची मक्तेदारी होती. जेव्हा रोमोचका जंगलातील नेहमीच्या लोकांना इथे भीक मागताना पाहात असे, तेव्हा त्याला आतून उमळून येत असे. ते आपल्याच जातकुळीतले होते, हे त्याला समजत असे. त्यांनाही तो माहीत होता. एकमेकांबद्दल त्यांना अविश्वासही वाटायचा. जर एकाच्या हद्दीत दुसरा आला तर... पण एक अगम्य असा दुवा त्यांच्यात होता. पण हा दुवा शहरातच होता. जर ते जंगलात किंवा डोंगरावर असते तर...तर नक्कीच ते एकमेकांचे शत्रू झाले असते. या बोम्झी टोळ्या रोमोचकाला साशंकतेने न्याहाळायच्या. त्यांना डोंगरावरचा रानटी रोमोचका चांगलाच माहिती होता आणि हेही माहिती होते की, या दोन सुंदर, लोभस कुत्र्यांहून जास्त कुत्रे रोमोचकाच्या एका इशाऱ्यासरशी सैरावैरा अंगावर धावत येत होते.

❦

मॅमोचका आणि गोल्डन बीचची शिकार पाहून रोमोचका रोमांचित झाला. त्या कुत्र्यांचा हर्षोल्लास बघण्यासारखा होता. तो एक चमकदार निळे पंख असलेला, लांबलचक निळी मान असलेला, निळा-हिरवा झुपकेदार तुरा असलेला भलामोठा

पक्षी होता. तो त्याच्या पाठीवर पडला होता. त्याचे तपकिरी पंख अस्ताव्यस्त विखुरलेले होते. सर्व कुत्र्यांनी त्यांची पोटे जमिनीला लावली आणि मॅमोचका आणि गोल्डन बीचकडे ती सगळी आशेने पाहू लागली. दोघेही त्या महाकाय पक्ष्याच्या आजूबाजूने अभिमानाने फिरत होते. बाकी सर्व त्याच्या पिसांना हुंगत होते. आतमध्ये ताजे लुसलुशीत मांस होते, ही जाणीव नक्कीच होती.

रोमोचकानेही त्या पक्ष्याच्या पंखांमध्ये त्याचे नाक खुपसले. 'मरणालाही एक ताजा वास असतो!' अजूनही तो पक्षी उबदार होता. त्याने त्याच्या झुपकेदार पंखांना हळुवार थोपटले. त्याच्या उंचीएवढेच त्याचे पीस होते. कपड्यांच्या जाडजूड गठ्ठ्याएवढेच त्याचे पीस जाड होते. तो त्या पक्ष्याच्या जवळ गेला आणि त्याने त्याचे मिटलेले पंख उघडायचा प्रयत्न केला. बाप रे! केवढे जडजूड होते ते! घरापर्यंत त्याला कसे घेऊन आले होते ते दोघे? रोमोचकाला पक्ष्याचे हे विराट दर्शन पाहून फारच आनंद झाला होता. त्याने पक्ष्याला होता त्या स्थितीत पिसाऱ्यावर झोपवले आणि इतर कुत्र्यांसारखाच आशाळभूतपणे तो जेवणाची वाट पाहू लागला. पिसे तर शेवटी त्याचीच होणार होती.

रोमोचकाचा हात पक्ष्याच्या जबड्यामधून वळवळला. केवढे लुसलुशीत होते ते मांसाचे तुकडे! तो नर पक्षी होता. तो मनातून खट्टू झाला, पण आश्चर्यचकित झाला नाही. नर पक्षी बहुतकरून रंगीबेरंगी असतात. त्याला मादी पक्षिणी आवडायच्या. मांसल आवरणाखाली असलेले, वरचा कडक पृष्ठभाग नसलेले अंड्यांचे बलक हे त्याचे सर्वाधिक आवडते अन्न होते. थंड पडत चाललेल्या त्या पक्ष्याच्या अंतर्गत अवयवांकडे त्याचा हात खोल रुतत गेला. त्याचे हृदय, फुप्फुसांच्या नळ्या सगळे त्याच्या हाताला लागले. त्याच्या बरगड्यांना फोडून ते लुसलुशीत हृदय बाहेर काढण्याची त्याची धडपड सुरू झाली. तीन-चारदा त्याच्या हातून ते सटकले, पण शेवटी मात्र त्याच्या हातात आले. ते अख्खेच्या अख्खे तोंडात कोंबल्याने त्याचे तोंड बंदही होत नव्हते! कसाबसा धडपडत तो त्याचा जबडा त्याच्याभोवती आवळून घेण्याचा प्रयत्न करत होता. त्याच्या तीक्ष्ण दातांनी त्याने कचाकच घास तोडले. हाताने फुप्फुसांना वेगळे ओढण्याच्या नादात त्याला स्वत:चाच विसर पडला होता. त्याच्या थोडी खाली सरकून बसलेली व्हाईट सिस्टर पंखाचे आतडे बाहेर ओढत होती. अचानक दुसरे रसरशीत आतडे रोमोचकाच्या हाती लागले. त्याच्या मानेजवळील कपड्यांच्या आत त्याने ते लपवून ठेवले आणि आता यकृत मिळविण्यासाठी त्याची धडपड सुरू झाली. त्याच्या कोपरांसकट त्याचे हात आत आत शिरत गेले आणि सरतेशेवटी ते निसटते यकृत त्याच्या तावडीत सापडलेच.

स्वत:वर खूश होऊन आता तो आरामात बसला होता. यकृताच्या खालच्या भागातच त्याला गॉल ब्लॅडर मिळाले आणि त्याने अतिशय कौशल्याने हळुवारपणे

ते जमिनीवर टाकले. यकृतही त्याने त्याच्या मानेभोवती गुंडाळलेल्या कपड्यांत टाकले. त्याच्या तोंडातले हृदयाचे तुकडे अजूनही पूर्णपणे विरघळले नव्हते. आता त्याने ते दुसरे आतडे काढले आणि तो एका बाजूने चावू लागला. एवढे चमचमीत भोजन करून तो खरेच तृप्त झाला होता. इतरांसारखी गुरगुर करण्याऐवजी तो गाणे गुणगुणत होता.

खाता खाता तो त्याच्या भावंडांकडेही लक्ष ठेवून होता. सर्व जण आपापल्या पोटांवर उताणे पडून समोरच्या पंज्यांनी अन्न घेत होते. मोठी कुत्री लहानांवर सतत गुरगुरत होती. तरी लहान कुत्री त्यांच्या दणकट पंज्यांनी त्यांना जे घ्यायचे, ते घेत होतीच. मॅमोचका नेहमीप्रमाणे रोमोचकाजवळ होती. कोणी आततायीपणा केला तर, ती लगेच गुरकावून त्याला थोपवून ठेवत होती. रोमोचकाची तंद्री मात्र तिने भंग केली नाही. रोमोचकाने त्याचे अन्न संरक्षित करून ठेवले होते. ब्लॅक डॉगच्या अन्नाला हात लावायलादेखील कोणी धजावत नसे. त्यामुळे कोणाचाच पंजा त्याच्या अन्नाकडे जात नसे.

नंतर प्रत्येक जण त्याच्या अंगावरचे मांस ओढून घेत ते चघळत बसला होता. रोमोचकानेही त्याच्या पिसाऱ्यातील अद्भुत पिसे ओढून घेतली आणि गुहेत मांडून ठेवली. गोल्डन बीचने त्याचे तुर्रेबाज डोके तोंडात धरले होते आणि त्याच्या कवटीचा मऊसर भाग रोमोचकाबरोबर खायला ती तयार होती. पण त्याने मांडून ठेवलेल्या पिसांवर ती अडखळली, त्यामुळे त्याचा रोष तिने ओढवून घेतला. तिच्यामागे तो धावून गेला, त्याची बोटे त्याने तिच्या तोंडात अडकवली. त्याला ते तुर्रेबाज डोके पाहिजे होते. तिच्या कानाला चावत, तिच्या मानेभोवती हातांचा विळखा घालत त्याने शेवटी ते हिसकावून घेतलेच.

त्याने त्या डोक्याला एक हिसडा देऊन तो झुपकेदार तुरा काढून घेतला आणि डोके गोल्डन बीचला दिले. तो तुरा त्याच्या विशेष जागेवर लपवून ठेवला. त्या ठिकाणी त्याने भरपूर चोची, पंजे आणि अशा अनेक गमतीशीर गोष्टी लपविल्या होत्या. त्याला माहीत होते की, या गोष्टींमध्ये कोणालाही रस वाटणार नव्हता.

तो मऊशार पिसाऱ्यावर बसून इतर कुत्र्यांकडे आता टकमक पहात होता. कोणी पाय पंज्यांखाली दाबून ठेवले होते, तर कोणी बरगड्या तोडत होते. त्याने जुन्या हाडांची चळत काढून छातीच्या पिंजऱ्याचा आकार बनवणे सुरू केले. मोठी हाडे व्यवस्थित मांडून, नंतर छोट्या हाडांना इकडेतिकडे बसवणे सुरू केले. हे करण्यातच त्याचा वेळ कसा गेला, तो त्यालाही कळले नव्हते.

नंतर त्याने छोटी हाडे जमवली आणि त्याच्या खास जागेत दडवली. ब्राऊन ब्रदरची कवटी सगळ्यात समोर ठेवली. त्याने गुप्त जागेत दडवलेला तुराही बाहेर काढला आणि त्याच्या कवटीजवळ ठेवला. या सर्व कलाकुसरीमध्ये तो जाऊन

बसला. त्याला वाटले की, तो महाकाय प्राणी होता आणि गुहेला संरक्षण देत होता. तो बिचारा खेळून खेळून हेच खेळणार होता ना? बरेच दिवस त्याचे दुसरीकडे लक्षच नव्हते.

उन्हाळा सरला आणि शरद ऋतूची सोनेरी चाहूल लागली. गुहेत आता पिल्लावळ उरली नव्हती. थंडीची शिरशिरी अंगावर आली, तरी रोमोचकाने सगळ्यांबरोबर शिकारीला जाणे सोडले नव्हते. काळ्याकुट्ट, लांब रात्री आता विस्मृतीत गेल्या होत्या. या वेळचा हिवाळा निराळा होता. त्याला या वेळी जास्त थंडी वाजत होती. इतरांसमवेत बसून तो कशीबशी ऊब मिळवत होता. शिकारीला बाहेर पडताना तर त्याला हुडहुडीच भरत असे. आता जास्त कपड्यांची खरे तर जरूर होती. कोणी गरम अन्न दिले तर? या विचारानेही त्याच्या तोंडाला पाणी सुटले. एका रात्री तो मॅमोचकाजवळ गेला. पण काय करणार? तिच्याजवळ आताशी दूध थोडेच होते!

दुधाशिवाय जाणारा हा पहिलाच हिवाळा होता.

जोरदार हिमवर्षाव सुरू झाला आणि शहरात आलेले सर्व बोम्झी नाहीसे झाले. रोमोचका आणि त्याचे सवंगडी इमारतीच्या आत, कधी पायऱ्यांवर, तर कधी दाराच्या आत बसून ऊब शोधू लागले.

त्याला या अवाढव्य शहराची भीती वाटेनाशी झाली होती. त्याच्या आईचा हात घट्ट पकडून ट्रेनमध्ये चढण्याची पुसटशी आठवण त्याला होती. 'आताही आपण आगगाडीत चढू शकू. पण मिलीट्झाने पकडला तर? नकोच ती कटकट!'

त्या गोडाऊनच्या कुंपणाजवळ रोमोचकाला दोन लहान मुलांचे मृतदेह दिसले. जवळच फवारणीचे डबे होते, डिंक होता. पण त्यांच्या पिशव्यांमध्ये अन्न नव्हते. बाजूला एक तान्हे बाळ वर्तमानपत्रात लपेटून ठेवलेले होते. गारठून त्याचा दगड झाला होता. मॅमोचका यांना खाणार नाही, मग मीही नाही. त्याने तान्ह्याला परत गुंडाळून ठेवले. दुसऱ्या दिवशी ते सगळे बर्फात गाडले गेले होते.

गारठा एवढा तीव्र होता की, रोमोचकाला ऊब मिळवण्यासाठी सतत फिरत राहावे लागत होते. जर तो कुठे बसला, तर मॅमोचका किंवा दुसरे कोणी त्याला उठवण्यासाठी नाना क्लृप्त्या शोधून काढत. त्यांनाही माहीत होते की, त्याच्या अंगात ऊब येण्यासाठी त्याला सतत फिरावे लागत होते.

त्याच्या चेहऱ्याभोवती त्याने जाडसर फडके गुंडाळले आणि डोक्यावर दोन लोकरीच्या टोप्या घातल्या, पण तरीही नाकातोंडात झोंबरा वारा शिरत होताच.

त्याच्याजवळ भरपूर कपडे होते, पण सगळ्या सवंगड्यांच्या ऊबेत आणि भरल्या पोटाने झोपल्यावरच त्याची थंडी पळायची. त्याचे उघडे हात गारढोण व्हायचे. त्यामुळे नेहमी तो हात काखेत दुमडून ठेवायचा. एके दिवशी थंडीने तो एवढा आखडला की, त्याला फिरणेच जमेना! व्हाईट सिस्टर आणि ग्रे ब्रदरला त्याच्या या अवस्थेकडे पाहून काळजी वाटू लागली. तो कसाबसा शहरात शिरला आणि एका इमारतीच्या आत ऊब येण्यासाठी दडून बसला. बरोबर व्हाईट सिस्टर आणि ग्रे ब्रदर होतेच. कोणीही त्यांच्याकडे लक्ष दिले नाही.

जिन्याच्या वरच्या पायरीवरच्या मोकळ्या जागेत एक बोम्झी बसला होता. खाली कोण भिकारी आला असला, की त्याला लगेच कळायचे. त्या इमारतीतील माणसे त्याच्याकडे लक्ष न देता यायची-जायची. खाली उतरताना त्यांचे हातमोजे आणि रुमाल ते काढून ठेवायचे. पण रोमोचकाकडे मात्र त्यांचे लक्ष जायचे नाही. एका काचेच्या खोलीतला गणवेशधारी माणूसही त्याला बघून न बघितल्यासारखे करत असे.

रोमोचका जिना उतरून तळघरात गेला. डोक्यावरून रुमाल काढत त्याने तेथील उबदार हवा त्याच्या डोक्यापर्यंत पोहचू दिली. त्याच्या गारठलेल्या चेहऱ्याला त्या ऊबेने जरा बरे वाटले. त्याची कवटी सणसण करत होती. एका बोम्झीजवळ बसायला अंधारी जागाही सापडली. बाजूच्या गल्लीतल्या काचेच्या दुकानांपासून थोडी दूर अशीच ती जागा होती.

तो दोन कुत्र्यांबरोबर बसला. टोपी काढल्यानंतर त्याला कधी गाढ झोप लागली, ते त्याला कळलेही नाही. तो झोपायचा, तेव्हा या दोन कुत्र्यांना जागता पहारा असायचा. पण या वेळी व्हाईट सिस्टर आणि ग्रे ब्रदर दोघेही एवढे थकले होते की त्यांनाही गाढ झोप लागली. त्यांनाही एवढ्या परक्या जागेत रोमोचकाचाच आधार वाटत होता. कदाचित तेथील उबेने त्यांना आधार दिला असेल, म्हणून त्यांना जबरदस्त झोप आली असेल. पण कधी नव्हे ते तिघेही एकाच वेळी झोपले, हे मात्र खरे! लोक त्यांच्या समोरून, मागून जात-येत होते. एक माणूस त्यांना बघून थबकला आणि त्याच्या मोबाईलवरून त्याने त्यांचा फोटो काढला. त्या उजेडाने व्हाईट सिस्टरला जाग आली आणि ग्रे ब्रदर-रोमोचकाला तिने गुरकावत उठवले. रोमोचका दचकून उठला. जे समोरून जात होते, त्यांच्यावर गुरकावून, कान टवकारून ग्रे ब्रदर बसला. माणसांची नदी मात्र तशीच वाहात होती.

त्यांना हवी तेवढी ऊब मिळाली होती, पण सगळेच खूप भुकेले होते. रोमोचकाने प्लॅस्टिकची मळकट पिशवी काढली आणि तो भीक मागू लागला. येथे लोक फार काही खात नव्हते. पण त्यांना थोडेफार मिळत गेले. माणसांनीही त्यांच्या अवतारावरून ओळखले की, हा मुलगा, कुत्री आणि प्लॅस्टिकची बॅग... म्हणजे हा

भिकारी असणार! रोमोचकाला विनवण्या करण्याचीही जरूर पडली नाही. काही लोकांना तर हे नेहमीचे त्रिकूट पाहून थोडेसे हलकेही वाटले. त्या प्लॅस्टिकच्या बॅगमध्ये अर्धवट खाल्लेला वाट्टेल तो कचरा पडत होता. लोक भीड न बाळगता काहीही टाकत होते. स्टार डॉग्ज, पिरोझ्रो, स्लोइका काहीही! उरलेसुरले आणि खाऊन त्यांना नकोसे झालेले सगळे काही ते त्यांना देत होते.

ते बराच वेळ थांबले, तरीही त्यांना पोटभर अन्न मिळाले नव्हते. रोमोचकाची चिडचिड वाढू लागली. इतरांबद्दल तो काळजी करू लागला. 'घरी परतताना सगळ्यांनाच केवढी थंडी वाजेल!' तो किती वेळ झोपला होता, याची त्याला आठवण नव्हती. त्याला हवामानाचाही अंदाज येत नव्हता. त्याला कसेतरीच होऊ लागले. त्याच्या शर्टाच्या आत त्याने अन्न दडवून ठेवले. हो! नाहीतर जातानाच ते गारठून गेले असते. ग्रे ब्रदर आणि व्हाईट सिस्टर दोघांनाही त्याने स्टारडॉग खाऊ घातले. परतताना त्यांच्याही अंगात ताकद पाहिजे होतीच की!

❦

रोमोचकाने शिकारीसाठी शहर पिंजून काढले. तो रेल्वे स्टेशनवर गेला. जिथे जिथे लोक खाऊन कचरा फेकण्याची शक्यता होती, तेथे सर्व जागांवर त्याने डल्ला मारला. त्याची पिशवी भिकेमुळे, मिळालेल्या अन्नाने आणि चोरून डल्ला मारलेल्या अन्नाने भरून गेली. बहुतकरून त्याच्याबरोबर त्याने व्हाईट सिस्टरला घेतले होते, कारण बर्फात ती दिसायची नाही. त्याच्या बाजूने घाबरत घाबरत पण निष्ठेने ती बिचारी सतत उभी रहायची. पण इमारतींच्या आत तो एकटाच जायचा आणि नंतर काम झाल्यावर त्यांच्या ठरलेल्या ठिकाणी ते परत भेटायचे. त्याला आता लोकांच्या खाण्याच्या क्षमतेचाही अंदाज येऊ लागला होता. नेहमीच्या जेवणाच्या वेळेच्या शेवटी शेवटी गेले, तर जास्त अन्न मिळते, असा त्याचा होरा होता. मेट्रो स्टेशनच्या बाहेर मिळालेले अन्न खाऊन तो पुढच्या शिकारीच्या मागे धावायचा. एकदा का त्याची पिशवी पूर्ण फुगली की मगच तो घरी जायचा आणि लॉरेन्शिया तर होतीच त्याला मदत करण्यासाठी! पण जसजसा बर्फ पडू लागला, तसे त्याला 'रोमा'मध्ये जाणे कठीण जाऊ लागले. गुहेपासून रोमापर्यंत जाण्यात अख्खी रात्र जायची. असंख्य माणसे, कुत्री ओलांडून रोमापर्यंत पोहचणे ही तारेवरची कसरत असे. मधूनमधून रहदारीही लागे, बर्फ हटविणारे कामगारही मध्येच येत आणि मग त्यांची गती कमी होत असे. परतताना दुखरे पाय ओढत ओढत, बोचरी थंडी सहन करत त्यांचा जीव कासावीस होई. बर्फ खूप खोलवर आणि भुसभुशीत असे, त्यामुळे बर्फ खणून साफ केलेल्या रस्त्यांवर जाणेच ते पसंत करत. रेल्वेचे रूळ, अर्धवट

बांधकामे केलेल्या इमारती येथे जाणेच ते अधिक पसंत करत. कारखान्यांच्या भिंतींवर बर्फाचा जाडसर थर जमला होता. एकदा तर बर्फाच्या एका ओघळाबरोबर रोमोचका वाहून जात होता. व्हाईट सिस्टरने त्याचा शर्ट कसाबसा खेचत त्याला वाचवले होते.

लॉरेन्शियाने त्याला खूप वस्तू दिल्या होत्या. मऊशा मेंढ्याच्या लोकरीचे जोडेही तिने त्याला दिले. पांघरायला रजया दिल्या. सगळे घेताना त्याला खूप संकोच वाटला. तिने जेव्हा नवा, कोरा करकरीत कोट दिला, तेव्हा मात्र त्याला गहिवरून आले. हाताला आणि मानेला गरम कोट त्याला फारच आवडला. त्याला खिसेही होते. मॅमोचका, ब्लॅक डॉग, गोल्डन बीच सगळ्यांनाच त्याचा वास घ्यायचा होता. पण त्याने मुद्दामच तो त्यांना लवकर दिला नाही.

त्या सर्वांनी त्यांची ओलसर नाके खुपसून कोटाचा वास घेतलाच! ब्लॅक डॉग तर त्या वासापायी वेडाच झाला. तो सारखा कोट चावू लागला. रोमोचकाने टपली मारल्यावर तो शुद्धीवर आला.

त्या कोटाकडेच ब्लॅक डॉगची सारखी नजर जायची. त्यामुळे रोमोचका जेव्हा तो कोट घालायचा नाही, तेव्हा उंचावर टांगून ठेवायचा. या कोटामुळे त्याचा हिवाळा खूपच सुसह्य झाला आणि तो भीक मागायला स्टेशनवर जायचा, तेव्हा लोकांचे लक्ष आपोआप वेधले जाऊ लागले. लोकही फरचे कोट घालायचे. कोट घालणाऱ्यांबद्दल त्याला आपोआपच आस्था वाटायची. जेव्हा दिवसाढवळ्या त्याने कोट पाहिला, तेव्हा त्याला कळले, की तो आकाशी रंगाचा होता. नाहीतर गुहेत त्याचा रंग त्याला कळला नव्हता.

थंडीचा कडाका वाढला. आता त्या निळ्या कोटानेही त्याची थंडी जाईनाशी झाली. थंडीने आजारी पडण्याची वेळ आली. शहरात थोडी ऊब होती, पण नंतर गुहेत परतणे त्याला असह्य होत असे. त्याला पुरेसे अन्नही मिळेनासे झाले होते. भुकेमुळे त्याचे आशाळभूत डोळे येणाऱ्या-जाणाऱ्यांच्या हातात असणाऱ्या खाऊवर खिळून राहात असत. 'रोमा'मध्ये जाणे आता खूपच कठीण झाले होते. लॉरेन्शियाने पुरवलेल्या कपड्यांची ऊब त्याला जगण्याची आशा देत होती.

सगळे कपडे गुंडाळून तो कुत्र्यांसोबत गुहेत दडून बसत असे. हे सगळे कपडे एकावर एक घालून आणि वरून रजई पांघरून तो शहरात कसाबसा पोहचायचा. परत गुहेपर्यंत येताना त्याला खूप हुडहुडी भरायची. जो सगळ्यात उबदार कुत्रा दिसे, त्याला घट्ट कवेत धरून त्याची थंडी घालवण्याचा तो प्रयत्न करत असे. रोमोचकाने जे काही वेचून आणले असेल, ते ती सर्व कुत्री गिळायची. तो त्यांनी झोपण्यासाठी जवळ येण्यासाठी ओरडायचा. ते सगळे त्याच्याजवळ येऊन घोळका

करायचे आणि त्याला ऊब द्यायचे.

रोमोचका शहरातच खूप वेळ घोटाळायचा. जेव्हा त्याची पिशवी पूर्ण भरायची, तेव्हाच तो परत यायचा. त्याच्या ओळखीचे लोक आता त्याला मदत करू लागले होते. ती हडकुळी बाई त्याला शिळा केक द्यायची. एकदा तर तिने एक टोपीही त्याला दिली.

एके दिवशी जेव्हा सगळे आटोपून तो घराकडे जात होता, तेव्हा नेहमीचा परिचित वास त्याच्या अवतीभवती रेंगाळला.

रोमोचकाला पाहून लॉरेन्शिया रडू लागली. रोमोचकाची थाळी गरम गरम पदार्थांनी ती परत परत भरू लागली. ''केवढा बारीक झालास रे तू!'' तिने त्याला कळवळून विचारले. तिने सगळ्यांना गाऊन दाखवले. बऱ्याच दिवसांनी तिचे मनसोक्त हसणे रोमोचकाने पाहिले. मिलीट्झा आणि टोळ्यांबद्दल रोमोचकाने विचारले. ''एक दिवस सगळं धडाधड संपेल.'' रोमोचकाला तिचे बोलणे समजले नव्हते. जाताना तिने रोमोचकाला घट्ट मिठी मारली. रोमोचका आतून फार सुखावला.

❦

शहरातील त्याच्या शिकारीच्या कक्षा आता खूप विस्तारल्या होत्या. उगवत्या सूर्याजवळील एक मोठा रस्ता सततच्या रहदारीने गजबजलेला असे. उगवत्या आणि मावळत्या सूर्यामध्ये दक्षिणेकडे एक मोठी तपकिरी रंगाची नदी होती. ती एवढी दूर होती की, उगवतीला तिची वाट धरली, की तिथपर्यंत पोहचेपर्यंत सूर्य मावळतीला यायचा. उगवती आणि मोठ्या नदीच्या मध्यावर 'रोमा' होते. उत्तरेकडे घनदाट जंगल होते. मॅमोचकाला त्या जंगलाची खूप भीती वाटत असे.

रोमोचकाच्या शिकारीच्या टप्प्यात बरीच रेल्वेस्टेशन्स् होती. ती सर्व आता त्याच्या ओळखीची झाली होती. वसंत ऋतू आणि उन्हाळ्यात बरेच बदल होत. पण तरीही रोमोचकाला आता त्याचे नावीन्य काही उरले नव्हते. पोलिसांचे मागे लागणेही त्याच्या सवयीचे झाले होते. तो दिसला, की लोक नाक दाबून चेहरा वाकडातिकडा करत. त्यालाही तो सरावला होता.

स्टेशनला आता फक्त ऊब मिळविण्यासाठी तो जात नव्हता. माणसे न्याहाळायचा त्याला आता छंद जडला होता. गाड्यांनादेखील तो ओळखू लागला होता. फलाटावर गाड्या येताना त्यांचा वास त्याला येत असे. आता तो त्यांना आठवूही शकत असे. आता शहरात तो जास्त बारकाईने बघू लागला. दुकानांसमोरून तो दुकाने न्याहाळत फिरू लागला. फिरत्या जिन्यांवरून लोकांची ये-जा सुरू असे. चक्रदारातून लोकांना

तिकीट काढून जाताना तो पहात होता. अगोदर त्यांचे पाय, मग कमरेकडचा भाग आणि नंतर डोके दिसेनासे होत असे. मग परत शेवटी टप्प्याटप्प्याने डोके, कमरेकडचा भाग आणि न हलणारे पाय दिसत. त्याला फार गंमत वाटे.

आता तो खिशात थोडी नाणीही ठेवू लागला. एक दिवस हिमतीने कॅशिअरच्या बुथवर जाऊन त्याने काही नाणी त्याच्यापुढे ठेवली. काचेच्या खिडकीजवळ नाणी ठेवून न बोलता उभे राहायचे, हे त्याला माहीत झाले होते. त्याचे हृदय धडधडत होते. पण शेवटी त्याला ते जमले. कॅशिअरने कंटाळवाण्या चेहऱ्याने त्याला तिकीट दिले आणि दोन नाणी परत केली. वाटेत येताना पहिले तिकीट तो हरवून बसला.

पण आता त्याला कॅशिअरकडे जाऊन तिकीट विकत घेण्याची सवय लागली. जर कॅशिअरने वाट पाहिली किंवा त्याच्यावर ओरडला, तर तो पटकन दुसरे नाणे पुढे करायचा. कधी पहिल्याच वेळी त्याला तिकीट मिळे. या देवाणघेवाणीत त्याला अतिशय गूढता वाटत होती. या सर्व गोष्टी तो कुत्र्यांना कशा सांगणार होता?

काही दिवसांनी तिकीट मिळणे सवयीचे झाल्यावर त्याला वाटू लागले की, आपणही चक्रदारात घुसावे. त्याने त्याचाही बारकाईने अभ्यास केला. त्याला स्वत:चे तिकीट द्यावे लागणार होते. मशिनमधून परत ते तिकीट घ्यावे लागणार होते. तिकिटाशिवाय त्या चक्रदाराचा दांडा जोरात पायावर आपटे. काही तरुण मुले त्या दांड्यावरून उड्या मारून जात आणि कुत्री त्याच्या खालून जात. व्हाईट सिस्टरलापण पोटावर थोडेसे सरपटून जायला शिकवणे आवश्यक होते.

तो तासन्‌तास बसून सगळे न्याहाळत असे. कल्पनेत एवढ्यांदा तो चढला उतरला होता की, जेव्हा खरेच त्याने मशिनमध्ये तिकीट टाकले, तेव्हा त्याला वाटले की, आपण स्वप्नातच आहोत.

तो फिरता जिना न संपणारा होता. व्हाईट सिस्टर तिचे शरीर आक्रसून घेत गुडघ्यांवर पूर्ण भार देत उभी होती. त्या दांड्यामुळे तिला फार भीती वाटली होती आणि त्याला कळत होते की, तो फिरता जिना तिच्यासाठी खूपच भारी होता. त्याचेही पाय चळाचळा कापत होते. त्याला भीती वाटत होती, पण नवे जग पाहण्याची प्रचंड उत्सुकता त्याच्या मनात होती. एका नव्या अनामिक प्रदेशात जाण्याची गोड हुरहूर मनात होतीच.

सरतेशेवटी प्लॅटफॉर्मवर पोहचल्यावर त्याने ‘आ’च वासला. त्याने एवढी सुंदर जागा कधीच पाहिली नव्हती. दोन्ही भिंतींवर खूप छान छान चित्रे लावली होती. तो सर्व वैभव न्याहाळत उभाच राहिला. एकाएकी जोरदार आवाज आला, हवा थबकल्यासारखी वाटली. व्हाईट सिस्टरला त्याने घट्ट पकडून ठेवले. त्याला कळत होते की; फक्त शारीरिक ताकदीनिशी नाही, तर संपूर्ण इच्छाशक्ती पणाला लावून

तिला पकडून ठेवणे गरजेचे होते. ती फारच भेदरली होती. कर्कश आवाजात ट्रेन फलाटावर आली. आता गाडीचा आवाज थोडा कमी झाला होता. रोमोचका आणि व्हाईट सिस्टर त्या फिरत्या जिन्याच्या तोंडाशी उभे राहिल्याने पाठीमागून येणाऱ्या माणसांची पंचाईत होत होती. पुन्हा एकदा गाडीचा कर्कश आवाज झाला आणि जंगलातला साप जेवढ्या चपळाईने पळून जावा, तेवढ्याच गतीने ती फलाटावरून पळूनही गेली. व्हाईट सिस्टर त्याला घट्ट बिलगून बसली होती. तिचे सर्वांग थरथरत होते. पण तिलाही कळत होते की, या माणसांच्या समुद्रात आता परत फिरणे नव्हते.

त्याने तिला एका बाजूला घेतले आणि कचऱ्याची टोपली व सुंदर नक्षीकाम केलेल्या बाकड्याच्या मधोमध ती दोघे बसली. बाकड्यावर बसलेल्या माणसांचे चेहरे लांब झाले. दुर्गंधीमुळे ते त्यांच्याकडे घृणेने पाहू लागले आणि नंतर दूर जाऊन बसले. त्याने व्हाईट सिस्टरच्या कानाजवळ जाऊन कुजबुज केली. परत दुसऱ्या प्लॅटफॉर्मवर नवीन गाडी आली आणि कर्कश्श आवाज करत थांबली. परत जाताना तिच्या आवाजाने जणू त्या संपूर्ण जागेचा ताबा घेतला.

हळूहळू व्हाईट सिस्टरला या कर्कश्श गाड्यांची सवय होऊ लागली. त्या राक्षसी गाड्या एवढ्यांदा फलाटावर आल्या की, आता ती त्या गाड्यांच्या आवाजाला फारशी घाबरेनाशी झाली. ती अजूनही थोडी घाबरत होतीच, पण अगोदरचे 'भेदरणे' आणि आत्ताचे हे 'घाबरणे' यांत बराच फरक होता. रोमोचका आनंदाने हसला आणि आता कुठे इकडेतिकडे पाहू लागला. भिंतीवर सुरेख स्त्री पुरुषांचे चेहरे कोरलेले होते. एक पुरुष लाल ट्रॅक्टर चालवत होता, एक सुंदर बाई गव्हाची पेरणी करत होती, कोणी विटांच्या कारखान्यात काम करत होते. काही माणसे बंदुका रोखून उभी होती. सगळे जण चित्रांमध्ये सूर्यप्रकाशात न्हाऊन निघाले होते. पण बाहेरचे खरे आकाश नदीच्या पाण्यासारखेच निळे दिसत होते. सूर्यकिरण लपून बसले होते.

त्याला भिंतीत कोरलेले स्त्री-पुरुष फार आवडले. त्याच्या खरखरीत पंज्यांनी त्या चित्रांवरून त्याने हळुवार हात फिरवला. त्याच लोकांनी आपल्याला गावकुसाबाहेरची वागणूक दिली हे तो विसरला होता.

लोकांचे जथ्थे फलाटाच्या काठावर गाडीची वाट पाहात उभे होते. ते अनोळखी असले तरी, एकमेकांना खेटून उभे होते. लोकांची ती एकत्र झुंड नव्हती, हे नक्की! गाडीसाठी आपले व्यक्तिस्वातंत्र्य काही वेळेसाठी बाजूला ठेवण्याचा त्यांच्यात बहुधा अलिखित करार असावा. त्यांच्या नजरा फलाटावरच जखडलेल्या असायच्या. तिथे बोम्झीही होते. ते मात्र तिथे जथ्थ्याने उभे असायचे. भिंतीला लागून किंवा सामानाने भरलेल्या छोट्या गाड्यांजवळ ते गाडीची वाट पहात उभे असायचे. बेघर मुलेही तिथे होती. हो! आणि टोळीत सामील झालेली मुलेही तिथे दिसली. काही जण

तेथील प्रवाशांकडे नाणी मागत हिंडत होती.

रोमोचकाच्या मनात जुन्या आठवणींची गर्दी उसळली. त्याच्या मानेवरचे केस ताठ झाले. त्याला आठवले की, त्याचा घामाने भिजलेला एक हात आईने घट्ट पकडला होता. दुसऱ्या हातात त्याने तिकीट गच्च पकडले होते. आईशी तो गप्पा मारत होता. कोणी आजूबाजूला होते, याचे भान त्याला नव्हते. त्याला तीव्रतेने वाटले, जावे आणि आईचा शोध घ्यावा. तिचा हात गच्च पकडून ठेवावा. तिच्याशी बोबड्या भाषेत हट्ट धरावा. परत खूप लहान व्हावे. व्हाईट सिस्टरने चुळबुळ सुरू केली. त्याला वाटले, आता बस्स झाले. लोकांचा समुद्र पाहून त्याचेही डोळे थकले होते. भिंतीवरची सुंदर चित्रे आता नकोशी वाटू लागली. ती चित्रे पाहून आता त्याचे डोळे दुखू लागले. त्याचे रिकामे पोटही गुरगुर आवाज करत होते. अनामिक धोक्याचे सावटही त्याला जाणवू लागले होते. व्हाईट सिस्टर तोपर्यंत त्याच्यावर विसंबून होती, कारण तो मजेत होता. पण त्याच्या मनातल्या भीतीच्या सूक्ष्म छटा तिलाही जाणवल्या आणि ती लगेच जागेवरून उठली. दोघांनी त्या फिरत्या जिन्यावरून परतीचा प्रवास केला.

उरलेला अर्धा दिवस तो घरीच होता. नंतर परत जाण्याचे वेध त्याला लागले.

ते सर्व दुपारीच उठून बसले. मॅमोचका, गोल्डन बीच आणि ब्लॅक डॉग यांनी एकसुरात ओरडणे सुरू केले. त्या तिघांचा भेसूर आवाज वातावरण अधिकच भेसूर करत होता. प्रत्येकाच्या अंगावरचे केस उभे राहिले. रोमोचकाच्या मानेतून कळ शिरली आणि कण्यापर्यंत सरसरत गेली. आजूबाजूच्या ढिगाऱ्यांमधून कोणीतरी धडपडत होते. त्यांना दोन माणसांचे आवाज ऐकू आले. ढिगाऱ्यांवर दोन माणसे चढून बसली होती. रोमोचकाही एका लाकडाच्या ढिगाऱ्यावर चढला. कुत्रे घाबरले होते, पण सावध होते. त्याला जनावराचे पिवळसर कातड्याचे जोडे दिसले. नंतर पाय दिसले. रोमोचकाने हळू आवाजात सर्वांना इशारा दिला आणि कुत्र्यांनी त्यांचे आवाज कमी केले. त्याच्या मागोमाग तेही निघाले. ते एवढ्या विश्वासाने त्याच्याकडे पहात होते की, त्याला क्षणभर भरून आले. परत त्याने अतिशय हळू आवाज़ात इशारा केला आणि तो बाहेरील आवाज ऐकू लागला. दुसऱ्या माणसाचा आवाज गुहेच्या पल्याड गेला आणि रोमोचका एकदम सावध झाला. रोमोचकाला असे पाहून मॅमोचकाने सगळ्यांना चूप केले. फरचे जोडे घातलेला एक माणूस दुसऱ्याला म्हणाला, ''खूप छान जागा आहे ही. तो मूर्ख का 'नाही' म्हणतो?''

दुसरा माणूस त्याच्या कानात न समजेल, असे अस्पष्ट कुजबुजला. ''मला

काही पर्वा नाही. बघ आजूबाजूला. आपण इथे छानसं घर बनवू शकतो. जर कोणी घाबरत असेल, तर त्यानं घाबरावं. मी एकटा येऊन राहीन.''

रोमोचका मटकन खालीच बसला. कुत्री घाबरून येरझारा मारू लागली. ती दोन माणसे वरती असणाऱ्या गोष्टींची हलवाहलव करू लागली. मॅमोचका त्याच्याजवळ येऊन त्याला प्रेमाने चाटू लागली. एवढ्या मायेने तिने आतापर्यंत कोणालाच वागवले नसणार. आता रोमोचका पुढे काय करायला सांगतो, याची ती वाट पाहात होती.

रात्र झाली, पण त्या रात्रीत शांतता नव्हती. त्या माणसांनी ढिगाऱ्यांवरच शेकोट्या पेटवल्या. मिळालेल्या मांसाच्या तुकड्यांबद्दल ते बोलत होते. त्या शेकोटीच्या उजेडात गुहा छोटी वाटू लागली.

रोमोचका परत त्या लाकडाच्या ढिगाऱ्यावर चढला आणि त्याने त्याच्या सवंगड्यांकडे पाहिले. सगळे त्याच्याकडे पाहात होते. ती माणसे आत येत होती, हे त्यांना समजत होते.

मॅमोचकाने शांतपणे त्याच्याकडे पाहिले. गोल्डन बीच गुहेच्या तोंडाशी बसली होती. अचानक मॅमोचकाकडे ती झेपावली. तिचे डोके वर उचलून, कान लांब करून रोमोचकाकडे ती एकाग्रतेने पाहू लागली. तिच्या चेहऱ्यावर कोणतेही वादळ दिसत नव्हते. तिची शेपटी ती हलवत होती. या वेळी ती ब्लॅक डॉगसारखी दिसली— उतावीळ आणि उत्सुक! आणि पुढे येणाऱ्या संकटांसाठी तयार!

त्याने क्षणार्धात निर्णय घेतला, माणसांना हाकलून लावायचे!

उत्साहाने रोमोचकाचे शरीर थरथरत होते. त्याच्यामागून त्याचे सवंगडी जोमाने वर आले. चंद्राचा प्रकाश सगळीकडे पसरला होता. त्यांच्या शेकोटीच्या ज्वालांनी वातावरण गंभीर झाले होते. रोमोचका त्याच्या ओळखीच्या दगडांवरून चालत चालत गेला आणि जवळच्या भिंतीवर चढला. कुत्री त्याच्या आजूबाजूलाच सावल्यांमध्ये थांबली आणि रोमोचकाने त्याचे डोके भिंतीबाहेर काढले. त्याच्या घशातून जोरदार चित्कार बाहेर पडला. सर्व कुत्र्यांनी त्याला उस्फूर्त प्रतिसाद दिला. नंतर शांतता पसरली.

दोन्ही माणसे उठून उभी राहिली आणि शेकोटीपासून थोडी दूर जात आवाजाचा मागोवा घेऊ लागली.

''अल्योशा, ते काय होतं?''

''कुत्री? शांत राहा, युरी, शेकोटीजवळ येण्याची हिंमत ते करणार नाहीत.''

रोमोचकाने भिंतीवरून त्यांना खाली पाहिले. त्याला आज खूप शक्तिमान असल्यासारखे वाटत होते. त्याला शेकोटीची अजिबात भीती वाटत नव्हती. परत त्याने जोरात शीळ घातली आणि दोन्ही माणसे थबकली. मॅमोचका तिच्या सगळ्या

कुत्र्यांसह मागे उभी होतीच. आता कोणी गुरकावत नव्हते, रोमोचकासह ती सर्व वेगळाच सूर आळवू लागली.

"अल्योशा, हे काय आहे?" युरीला आता रोमोचका दिसला.

"छोट्या सिंहाचा पुतळा आहे हा."

"तो हलला. शपथ!"

"हा! मूर्ख!! दगड कधी हलतो का?-

युरीचा भीतीने थरकाप उडाला.

रोमोचका जसा परत भिंतीवर उभा राहिला, तशा दोघांनी जोरदार किंचाळ्या मारल्या. रोमोचकाने परत घशातून आवाज काढला, सर्व सवंगड्यांनी त्याला जोरदार प्रतिसाद दिला.

परत क्षणार्धात भिंतीवरून तो खाली उतरला आणि त्यांचे एकसुरात गाणे सुरू झाले. अल्योशा आणि युरीला धाप लागली होती. जेव्हा ते त्याच्या दिशेने पाहायचे, तेव्हा सहा कुत्र्यांचे लुकलुकते डोळे त्यांना भेदून जायचे. रोमोचकाने सर्वांना एकत्र शेकोटीजवळ यायला सांगितले आणि एका सुरात, एका तालावर त्यांनी जोरात ओरडायला सुरुवात केली. तो आवाज शेवटी टिपेला पोहचला.

दोघांनीही भेदरून जोरात किंकाळ्या मारल्या आणि रस्त्याच्या दिशेने धूम ठोकली. कितीतरी वेळ तो टिपेचा आवाज त्यांचा पाठलाग करत होता.

'नेता' म्हणून रोमोचकाची ती पहिलीच रात्र होती. शेकोटीजवळ पडलेले अर्धेकच्चे मांस खाऊन त्या सर्वांनी ती रात्र साजरी केली.

प्रत्येक मेट्रो स्टेशनला तिचे स्वत:चे असे व्यक्तिमत्त्व असते. रोमोचकाने प्रत्येक स्टेशनवर दगडावर कोरलेले असंख्य आकर्षक आविष्कार, सुंदर नक्षीकाम केलेले खांब बघितले, सुंदर पुतळे पाहिले, रंगीत चित्रे पाहिली. हे सर्व बघून त्याला वेगळीच आर्तता जाणवायची, एक अनामिक सुखद हुरहुर जाणवायची. 'ती चित्रातील मुले खूप सुंदर दिसतात आणि पाळीव कुत्रे? किती गोंडस!' मोठमोठे प्राणीही त्याला चित्रांमधून भेटले. कितीदा त्याने त्या चित्रांमधले हिरो बघितले, त्याच्यामागची गर्दी बघितली. ज्यांनी कधी शिकारही केली नव्हती किंवा आपल्यासारख्या घरातही कधी राहिले नव्हते; असे खूप लोक होते. असा विचार करून त्याला खूप आनंद झाला. या चित्रांमध्ये त्याला नेहमी ती आर्त आवाजात गाणारी पिव्हिटझा भेटायची.

तो दिवस निराळा होता. छताकडे किंवा चित्रांकडे त्याने त्या दिवशी पाहिले

नाही. फलाटाच्या कडेला गंभीर चेहरा करून तो उभा राहिला. जगाशी काही देणेघेणे नाही, असा आविर्भाव त्याने अनेकदा लोकांच्या तोंडावर पाहिला होता. असा मख्ख भाव त्याने शहाण्या कुत्र्यांच्या तोंडावरदेखील पाहिला होता. जगाकडे ढुंकून पाहिले नाही की, जगपण आपल्याकडे ढुंकून पाहात नाही. पण त्यामुळे जास्त त्रासही होत नाही.

नाक बंद करून लोक एकमेकांकडे संशयाने बघत होते. पण रोमोचका त्यांच्या नजरेत येत नव्हता. इंजिनाची कर्कश्श शिट्टी वाजली आणि गाडी फलाटावर आली. गाडीची दारे उघडली आणि जनसमुद्राच्या लाटांवर लाटा याव्यात, त्याप्रमाणे असंख्य लोक गाडीत ढकलले गेले. रोमोचका बिचारा त्यांच्यात पार चेपला गेला.

त्या लाटांबरोबरच तोही गाडीच्या आत गेला. त्याला आजूबाजूला मान फिरवायलादेखील जागा नव्हती. 'अरेच्चा! व्हाईट सिस्टर कुठे गेली?' लोक त्याच्या अंगावर कोसळू लागले. त्याला काहीच सुचेना! त्याला वाटले, या लोकांवर तुटून पडावे. पण त्यापैकी काही जण बाकांवर बसले, काही त्याच्यापेक्षा खूपच उंच होते आणि कोणाच्याच चेहऱ्यावर कसलेही भाव नव्हते. त्याच्या अंगाच्या दुर्गंधीमुळे बरेच जण त्याच्यापासून दूर पळून गेले. आता त्याला उभे राहायला थोडीशी जागा मिळाली.

त्या थोड्याशा मोकळ्या जागेतून रोमोचका त्याची मान घुसवून व्हाईट सिस्टरला शोधत होता. गाडीने वेग पकडला आणि त्याचा तोलच गेला. तो सपाटून खाली दाणकन पडला. गाडी झटके देत जोरदार वेगाने रुळांना चिरडत समोर धावू लागली. तो चौघांच्या अंगावर पडला होता. खालचा पत्रा त्याने हाताने घट्ट पकडला आणि त्याच्या आवळलेल्या दातांमधून अस्फुट रडणे ऐकू आले. त्याच्या अंगावर भीतीने काटा उभा राहिला. गाडीच्या खडखडाटात, किंचाळ्या-आरडाओरडीत अखेरीस त्याच्या कानावर एक मुसमुसणारा आवाज पडला. कानात प्राण आणून त्याने तो आवाज ऐकला. होय! ती व्हाईट सिस्टरच होती. त्याच्या समोरच्या जागेतच ती उताणी पडली होती.

तो त्या चार माणसांच्या पायांमधून तिच्यापर्यंत पोहचण्याचा प्रयत्न करू लागला. पण गाडीने हिसका दिला आणि तोल राखण्यासाठी त्याला थांबावेच लागले. लोक त्याच्या अंगावर ओरडत होते. गाडी थांबल्यावर काही माणसे उतरली, पण क्षणार्धात अक्षरशः माणसांचे जंगल गाडीत चढले. व्हाईट सिस्टर अजूनही करुणपणे रडत होती. ती जागची हलत नव्हती. गाडी परत सुरू झाली, लोक रिकाम्या जागांवर बसण्यास गेले आणि त्याला आता तिच्यापर्यंत जाता आले. परत एक थांबा आणि लोकांची ही गर्दी! लोकांच्या लाथा त्याला जोरात बसत होत्या, ट्रेनने धक्का दिला, तर माणसेही एकत्र हिंदोळायची.

गाडी एवढी गच्च भरली होती, की माणसांना त्याच्यापासून दूर पळायला जागाच मिळेना! त्याला शिव्यांचा भडिमार तर सहन करावा लागतच होता, पण लाथाबुक्क्यांची आंघोळही होत होती. परत एकदा ट्रेन थांबली आणि नवीन माणसांचा घोळका चढला. रोमोचका जोरजोरात रडत होता. सगळ्यांचे लचके तोडावे, असे त्याला वाटत होते. तेवढ्यात तोच नेहमीचा गंध आला. व्हाईट सिस्टर प्रेमाने त्याचे तोंड चाटू लागली. ती मागच्याच बाकावर खाली पायांच्या मध्ये चेंबली गेली होती. तो तिच्या चेहऱ्यापर्यंत पोहचला आणि त्याने तिला प्रेमाने कुरवाळले. तो बाकावरचा माणूस त्याच्याकडे पाहून हसला. त्याला जरा बरे वाटले.

त्याने डोळे मिटून अश्रू निपटून टाकले आणि व्हाईट सिस्टरसमवेत दंगामस्ती करणे सुरू केले. जवळच्या लोकांना त्याचा दुर्गंध येत होता. ते डबा सोडून गेले. आता त्यांना जास्त जागा मिळाली. व्हाईट सिस्टरला जवळ ओढून त्याने तिला घट्ट मिठी मारली.

गळणारे नाक आपल्या बाहीवर पुसत ट्रेनमध्ये तो पुरता स्थिरावला. एवढ्या जोरात धावणाऱ्या ट्रेनच्या वेगाशी त्याने चांगले जुळवून घेतले. पण जेव्हा ट्रेन करकचून ब्रेक लावायची, तेव्हा मात्र त्याची फारच फजिती व्हायची. त्याने गाडीतल्या दांड्यावर हात घट्ट पकडला आणि दुसरा हात व्हाईट सिस्टरभोवती टाकला. आता त्याची खात्री झाली की माणसांच्या अक्राळविक्राळ लाटांनी ती दोघे वाहून जाणार नव्हती. माणसे बाकांवर बसायची आणि परत गाडी सुरू व्हायची. ओठ घट्ट आवळून आणि डोळे गच्च मिटून रोमोचका व्हाईट सिस्टरला चिकटून बसायचा.

जेव्हा त्याने डोळे उघडले, तेव्हा त्याला दिसले की, डब्यात अर्ध्याहून जास्त छोटी-मोठी मुले होती. त्यांना पाहिल्यावर त्याला लगेच कळले की, ती 'बोम्झी' मुले होती. घरी राहाणारी मुले वेगळी दिसतात. तो लगेच सरसावून बसला. दांड्याला पकडून त्याने त्यांच्याकडे रागाचा कटाक्ष टाकला. एका मुलाने त्याच्याजवळ येण्याचा प्रयत्न केला, पण त्याने गुरकावून पाहिले. व्हाईट सिस्टरलाही तसेच करण्यास त्याने भाग पाडले. मुले त्याच्याबद्दल बोलत होती, त्याला पाहून हसत होती, पण त्याच्यासमोर येण्यास धजावत नव्हती.

अचानक त्याच्या डोक्यात विचारांचे काहूर माजले. 'आपण कोठून आलो? कोठे जात आहोत?' आतापर्यंत एवढ्या लांबवर तो कधीच आला नव्हता. ट्रेनने दिशा कधीच बदलली नव्हती. फक्त सूर्योदयाच्या दिशेकडून तिने वळण घेतले होते. आता रात्रीच्या अंधारात तिची दिशा कळणेही कठीण होते.

त्याला शंका आली, की 'आपण मेट्रो स्टेशनवरून घेतली होती, ती हीच ट्रेन होती का? की प्रत्येक स्टेशनवर ट्रेन बदलत गेली?' तो जेव्हा खूप लहान मुलगा होता, तेव्हा एकदा ट्रेनमधून उतरला होता.

प्रचंड भीतीने त्याला अंधारी आली. गाडी वेगाने अंतर कापत होती. 'आपल्याला आता घर सापडेल का? आता तर गाडीतून उतरलेच पाहिजे. केवढे दूर आलो आहोत आपण!'

गाडी धडधडत एका स्टेशनवर थांबली. व्हाईट सिस्टरला घेऊन तोही धडपडत खाली उतरला.

हे स्टेशन फलाटांनी आणि त्यांच्यावर धावणाऱ्या गाड्यांनी भरलेले होते. माणसे चढत उतरत होती. त्याला वाटले, कुठेतरी जागा शोधावी आणि झोपावे! व्हाईट सिस्टर कान टवकारून त्याला चिकटूनच बसली होती. त्याला येथेही तो फिरता जिना दिसला.

दिवसाउजेडी जेव्हा त्यांनी शहराचा हा भाग बघितला, तेव्हा त्यांना तो खूपच अनोळखी भासला. ते ज्या शहराच्या भागात रहात होते, तो खूपच वेगळा होता. येथील इमारती खूपच सुंदर होत्या. इथे कचऱ्यांचे ढिगारे नव्हते. सगळे कसे जागच्या जागी आणि सुबक होते.

रोमोचकाचा शिकारीचा अजिबात मूड नव्हता. माणसे जात होती, गाड्या धावत होत्या. आता त्याला झोप पाहिजे होती. झाडाच्या सावलीखाली तो बसला. पार्कच्या एका बाजूने आगगाडी धावत होती आणि दुसऱ्या बाजूने माणसे धावपळ करताना दिसत होती. डोळे मिटल्यावर त्याला बऱ्याच गोष्टी आठवल्या. गाड्यांचे करकचून लागणारे ब्रेक्स, हातगाडीवरचे चमचमीत पदार्थ, हो! आणि व्होडकाचा वासही! एका बाकड्यावर बसलेली बाई आरामात घुटके घेत बसली होती. झाडांची पानगळ सुरू झाली होती आणि जमिनीचा उघडाबोडका धुळीचा गंध त्याच्या नाकात गुदगुल्या करत होता. शेवटी तो व्हाईट सिस्टरच्या भरवशावर झोपी गेला.

संध्याकाळी थंडी वाढली. त्याने व्हाईट सिस्टरला पांघरुणासारखे अंगाशी कवटाळले. सायंकाळच्या फिकट सोनेरी किरणांनी झाडाची पाने किंचित चमकत होती.

या प्रचंड कोलाहलात ती दोघे बेघर होती; पण शांत होती. मूळ मेट्रो स्टेशनवर कसे जायचे? कोणाला विचारायचे? त्याच्या घराचा माणसांना सांगण्याजोगा कोणता पत्ता होता? त्याला काहीच उमजत नव्हते.

व्हाईट सिस्टरसमवेत तो रस्त्यांवरून काळजीपूर्वक फिरत होता. एका दारुड्याला दोघा पोलिसांनी उचलले होते आणि एक मुलगा ट्रॅफिक सिग्नलजवळ गाड्यांच्या काचा साफ करत होता. बोम्झी आणि कुत्रे त्याला दिसले नाहीत. एवढ्या अनोळखी शहरात कुत्र्याला घेऊन एकटे फिरणे फारच अवघड काम होते! त्याचे साथीदार जरी त्याला इथे भेटले असते, तरी डोंगरावरचे बोम्झी वेगळेच! बोम्झींना माहीत होते, की तो त्यांच्यातला नव्हता, कुत्र्यांनाही माहीत होते की, तो वेगळा होता. रस्त्यावरच्या

मुलांना आणि निरुद्देश भटकणाऱ्या टोळ्यांनाही तो त्यांच्यातला नाही, हे समजले होते; पण तरी ते त्याला इजा करत नव्हते. त्यांच्यातले कोणी त्याला इथे भेटले तर मिलिट्झापासून होणारा त्रास वाचला असता. भिकाऱ्यांच्या म्होरक्यांनीसुद्धा त्याला हात लावायची हिंमत केली नसती.

त्याच्या मनात निराशेचे ढग जमत होते. पण व्हाईट सिस्टर त्याच्याकडे शेपटी वर करून आशेने बघत होती. ती भुकेने अत्यंत कासावीस झाली होती. तिची नजर 'शिकार कर...शिकार कर...' हेच त्याला सांगत होती. त्याला भीक मागण्यासाठी पिशवी पाहिजे होती, पण एवढ्या सुंदर जागेत पिशवी कुठे मिळणार होती?

शेवटी त्याला गल्लीच्या टोकाशी एक निळी कचराकुंडी दिसली. त्या कचराकुंडीवर चढून त्याने ते जाडजूड झाकण काढलेच! आणि अहो आश्चर्यम्! प्लॅस्टिकच्या पिशव्या दिसल्या, जुने पाव, कोबी आणि मांस, मटन असे सगळे घबाड त्याच्या हाती लागले. जेवढे शक्य होते, तेवढे त्याने व्हाईट सिस्टरकडे फेकले; आपल्या खिशात दोन प्लॅस्टिकच्या पिशव्या टाकल्या आणि स्वत:साठी ब्रेड, थोडे मांस आणि कोबी घेतली. बऱ्याच दिवसांनी त्याला कोबी बघून खूप आनंद झाला.

व्हाईट सिस्टर गुरगुरली आणि त्याच्या हातातले झाकण खाली पडले. त्याच्या हातातला ब्रेडही खाली पडला. दोघे पोलीस त्याला बघत होते. दोघेही अंगाने मजबूत होते. पण त्याच्यातला एक थोडा ठेंगणा होता. व्हाईट सिस्टरने त्यांच्याकडे पाहून दात विचकले. शेपूट वर केले, पण ती तिरपे डोळे करून त्याच्या मनाचा कौल घेत होती. एक क्षण रोमोचकाने त्या दोन माणसांकडे पाहिले. ते शांतपणे उभे होते पण त्यांच्या अविर्भावावरून वाटत होते की, ते रोमोचकाकडे चाल करून येतील आणि नंतर जोरात चकमक होईल.

'ए चोरांनो!'

रोमोचकाला समोरचा रस्ता कुठे जात होता, हे माहीत नव्हते. पण तो तिकडे जोरात पळाला. मिलीट्झा जोरात ओरडले, पण त्याच्यामागे धावत सुटले नाहीत. गल्लीच्या शेवटी खूप जुनी दुकाने होती, एक पाच मजली इमारत होती. तेथील भिंतीवर काळोख्या सावल्यांच्या आडोशाला दोघे उभे राहिले.

त्यांची भटकंती सुरूच होती. रोमोचकाला शहराचा हा भाग खूपच उघडाबोडका वाटला. त्याला इथे काहीच सापडत नव्हते. कानाकोपऱ्यावर कुठेही ढिगारे नव्हते, कचरापट्टी नव्हती, गवतदेखील कापलेले होते. छोट्या किड्यांनादेखील सुखाने जगण्याची सोय नव्हती. कचराकुंड्या होत्या, पण सगळ्या कुलुपबंद! सगळे कसे शिस्तबद्ध आणि काटेकोर! एकही भटका किंवा शिकारी कुत्रा त्याने इथे पाहिला नव्हता किंवा एकही भिकारी, बोम्झी रस्त्यावर फिरताना त्याला दिसला नव्हता. हे कसले शहर होते?

सावल्या लांब होत गेल्या आणि शहर कृत्रिम झगमगाटात न्हाऊन निघाले. भेदरलेले, पळतपळत जाणारे बोम्झी आताशी कुठे दिसू लागले. रोमोचकाने फुटपाथवर एक गोल खड्डा खणलेला बघितला आणि त्या खड्ड्यातून एक गबाळा माणूस बाटल्या घेऊन बाहेर पडला. त्याने त्याचे मोठे डोके हलवत त्या खड्ड्यावर झाकण बसविले आणि तो झपाझप चालू लागला. हे बघून रोमोचकाला भीती तर वाटलीच, पण बरेच काही समजलेसुद्धा! त्याला तिथे जाण्याची हिंमत झाली नाही, कारण त्याने चाणाक्षपणे ओळखले की तिथे गेले, की तो पकडला गेला असता. बोम्झी एवढी पळापळ करायचे, त्यावरूनच कळत होते की, ते तिथे सुरक्षित नव्हते.

ती फारच शुष्क आणि भीतिदायक जागा होती. त्याला थांबून विचार करायला कुठेच वाव मिळत नव्हता. त्याने ठरवले की, ताबडतोब एखादी गुहा शोधून काढायची आणि नंतर खाऊचा विचार करायचा.

दिवसभर पायपीट केल्यावर अखेरीस त्यांना एक उद्ध्वस्त झालेली इमारत सापडली. ती जागा शांत होती, कारण इमारतीला धाडधाड जमीनदोस्त करणारे ते मशीन सध्या बंद होते. विटासिमेंटचा खूप मोठा ढिगारा त्या आवारातच होता. तिथल्या हवेत प्रचंड धूळ होती आणि जेव्हा ते ढिगाऱ्याजवळ एका जागी बसले, तेव्हा त्यांना कळले की, त्यांना प्रचंड तहान लागली होती. व्हाईट सिस्टर तर अक्षरशः धापा टाकत होती.

शहर जणू मुके झाले, पण त्यांना मात्र शांत झोप लागली नाही. अगदी पहाटेच्या प्रहरी दोघेही उठले. आकाश कोरडे होते. आता सूर्य पुन्हा आग ओकू लागणार होता.

रोमोचकाने डोळे चोळत इकडेतिकडे बघितले. रंगीबेरंगी विटांनी तो ढिगारा उठून दिसत होता. त्यात अगदी जाणवण्याएवढा आकाशी, पिवळा रंग होता. त्यांना ढिगाऱ्याजवळच आसरा मिळाला होता. ते तुटके प्लॅस्टर वरून उघडे होते, पण ठीक होते. त्या विराण जागी घरासारखे तर वाटत होते!

समोरचा जाळीचा दरवाजा करकरत उघडला. रोमोचकाला कळले की, त्यांची जाण्याची वेळ झाली होती. ढिगाऱ्यावर चढून कुंपणामधून ते पलीकडच्या अनोळखी गल्लीत गेले. अन्न आणि पाणी या दोनच गोष्टी त्यांना दिसत होत्या. प्रत्येक कचराकुंडीत रोमोचका डोकावून बघत होता. ते झाकण उघडले गेले तर कोणीतरी अंगावर धावून यायचेच! ब्रेड, चिकन आणि कोबी खाऊन आता बराच वेळ झाला होता. व्हाईट सिस्टरचे पोट पार खपाटीला गेले होते. एका छोट्या गल्लीतून ते जात होते, तेव्हा रोमोचकाच्या कानावर संगीताचे मधुर स्वर पडले. त्याही परिस्थितीत डोके उंचावून ते सुंदर स्वर तो कानात साठवू लागला.

त्याने या इमारतींना ओळखले. स्टेशनच्या भिंतींवर असेच सुंदर जर्दाळूच्या आकाराचे घुमट काढले होते. त्याला इमारतींच्या जागांमधून नदीचे मोठे तपकिरी पात्र दिसले. त्याला ते फारच भयंकर वाटले. त्याने डोळे गच्च मिटून घेतले.

ते त्या मोठ्या नदीच्या पलीकडच्या बाजूला आले होते. 'रोमा' उगवत्या आणि मावळत्या सूर्याच्या मधोमध होते. पण आता तेही फारच दूर गेले होते. त्यांना जर घरी जायचे असेल, तर नदी ओलांडावी लागणार होती. नंतर ते जेथे शिकारीसाठी शहराच्या कडेला जात, तेथील ओळखीची नदी त्यांना शोधून काढावी लागली असती. तेथून त्याला उगवत्या आणि मावळत्या सूर्याच्या मधोमध असलेले 'रोमा' शोधावे लागले असते. मग घर आपसूकच सापडले असते.

झाडाच्या खाली बसून तो रडू लागला. तो फिरता जिना केवढा खोलवर गेलेला होता! त्याला वाटले होते, की नदीच्या पात्राला थांग नसतो. पण असे नव्हते. तिच्या पोटातून किती गाड्या धावत होत्या! व्हाईट सिस्टरने त्याला जास्त वेळ रडू दिले नाही. त्याच्या तोंडाला चाटत आशाळभूतपणे ती पहात होती. तिला माहीत होते की, दोघे जण वेगवेगळी शिकार करू शकणार नव्हती आणि तो 'लीडर' होता, त्याच्यामागेच तिला जायचे होते! तिला हेही माहीत होते की शिकार तर त्यांनी केलीच पाहिजे, नाहीतर त्यांना जिवंत राहता येणार नव्हते.

सकाळच्या प्रहरी त्यांना नदीवरचे धरण दिसले. त्यातले पाणीही नदीच्याच दिशेने वाहत होते. नदीच्या जवळ एका ठिकाणी तीव्र उतार होता, पण तरी पाणी प्यायला एवढ्या खोलवर तो जाऊ शकत नव्हता. पाणी भरायला भांडे तरी पाहिजे ना! ते शोधण्यासाठी तो इकडेतिकडे फिरू लागला. व्हाईट सिस्टर पिरपिर करू लागली. या शहरात सगळे होते. गरमागरम ब्रेडचा खमंग वास येत हाता, भरपूर पाणी होते, पण सर्व असून नसल्यासारखे होते. शेवटी ते नदीलगतच्या रस्त्यावर धरणाजवळून गेले. जर एक कटोरी मिळाली तर किती बरे झाले असते! त्याला सारखे वाटत होते. व्हाईट सिस्टर त्याच्यासमोर होती. अचानक तिचे केस उभे राहिले आणि दोन पाय समोर करून, शरीर ताणून ती उभी राहिली. तिने शिताफीने पाणउंदीर पकडला. रोमोचकाला हायसे वाटले.

पाणउंदीर खाऊन त्याला जरा बरे वाटले. व्हाईट सिस्टर त्याच्या चेहऱ्यावर उडालेले रक्त चाटूनपुसून साफ करत होती. जाणारे-येणारे हे दृश्य बघून जोरात किंचाळत आणि बाजूला पळत जात होते. त्याने त्यांच्याकडे संपूर्ण दुर्लक्ष केले. त्याला त्या केस कापलेल्या बायकांकडून आणि गुळगुळीत पुरुषांकडून अजिबात धोका नव्हता. अशी घरंदाज माणसे त्याच्याकडे बघतील तरी कशाला? त्याला कळून चुकले होते की; हे शहर टोळ्या, बोम्झी, बेवारस मुले यांचे नव्हते. तिथे पोलिसांचेच राज्य होते.

त्याला अजूनही प्रचंड तहान लागली होती. व्हाईट सिस्टर धापा टाकत आवंढे गिळत उभी होती. नदी खूप जवळून वाहत होती. तेव्हा ते जिथे उभे होते तिथून ती दिसत नव्हती. एक प्रचंड महाकाय प्राणी दडून बसला होता आणि तो सतत हालचाल करत होता, असेच काहीसे त्याला नदीबद्दल वाटत होते.

धरण पुढे नदीला मिळत होते. तिथल्या कठड्याच्या शेवटी पाण्याच्या काठापर्यंत जाणाऱ्या काही पायऱ्या होत्या. त्या पायऱ्यांवरून खाली उतरून तो मनसोक्त पाणी प्याला आणि त्याने हातपाय स्वच्छ धुतले. पाण्याचे तुषार अंगावर पडल्यावर त्याला बरे वाटले. नदी थोड्या वेळाने परत गंभीर झाली.

त्याला अन्न पाहिजे होते, राहायला हक्काचे घर पाहिजे होते आणि नदी ओलांडून ताबडतोब सुरक्षित ठिकाणी हलायचे होते. नदीवर शहराचे हिरवे, तांबडे, गुलाबी प्रतिबिंब पडले होते. रोमोचकाने त्याचे हात पाण्याच्या जोरात टाकून ते रंग विस्कटून टाकले.

नदीला तरी ओळखीचा गंध येत होता आणि ती दिलासा देत होती, हे त्याला जाणवले होते.

परत संध्याकाळ झाली आणि नाकाला अन्नाचा वास झोंबू लागला, गाणी कानांवर आदळू लागली. येणारे-जाणारे लोक त्याच्याकडे पाहायचे आणि पाहून न पाहिल्यासारखे करायचे. दिव्यांच्या झगमगाटात त्यांना तो दिसतच असणार! इमारतींमधून करुण संगीत पाझरत बाहेरच्या वातावरणात मिसळत होते. गल्लीबोळांतून तो फिरतच होता. व्हाईट सिस्टर एवढी थकली होती, तरीही त्याच्यामागून फरफटत ती जात होती. रस्त्यावरच्या रंगीबेरंगी दिव्यांनी वातावरण धुंद झाले होते. सगळे कसे स्वप्नवत सुंदर होते.

रोमोचकाचे व्हाईट सिस्टरकडे बारीक लक्ष होते. तिची वागणूक पार बदलली होती. सुरुवातीला ती कोणाशी बोलत होती, कोणाला डोळ्यांनी जवळ येण्यास खुणावत होती, कोणाकडे पाहून शेपटी हलवत होती, कान सपाट करत होती, हे त्याला कळत नव्हते. नंतर कळले की, हल्ली ती कोणीही माणूस दिसला, की तशीच वागत होती. अगदी कोणीही माणूस! ती तरी काय करणार बिच्चारी! एवढी भुकेली, थकलेली, भागलेली कुत्री दुसरे काय करणार? रोमोचकाचे सर्व नियम धाब्यावर बसवून बाईसाहेब चक्क भीक मागत होत्या.

त्याला अतिशय संताप आला. केवढी निराशा केली हिने! जेव्हा तिच्या शेजारून जाणाऱ्या माणसाला ती लाडीगोडी लावू लागली, तेव्हा त्याने तिला जोरात लाथ मारली. ती केकाटली आणि कोलमडत खाली पडत परत शेपटी खाली करून उभी राहिली. पण ती बिचारी काय करणार! प्रचंड भुकेने तिच्या पोटाची आग

होत होती. तिला माहीत होते, की माणसे मदत करतात.

जेव्हा तिने परत भीक मागितली, तेव्हा रोमोचका चिडला पण तेवढ्यापुरताच! तिच्यावर अशी वेळ यावी, याचे त्याला फारच दु:ख झाले. शिकारीसाठी चांगली जागा शोधणे आणि राहण्यासाठी सुरक्षित गुहा शोधणे ही तो त्याची जबाबदारी समजत होता.

त्याच्या डोळ्यांतून घळाघळा अश्रू वाहू लागले. त्याला कधीच एवढे दु:खी वाटले नव्हते. तो दिशाहीन भटकत होता.

पुलाच्या मध्यावर ते उभे होते. नदीमुळे हवेत ओलावा होता. त्याने खोल श्वास घेतला. व्हाईट सिस्टर कठड्याला हुंगत होती. खूप जवळून रहदारी जात होती. पण गाडीतल्या गर्दीपेक्षा ती रहदारी बरी होती. त्याने खाली नदीच्या खोल पाण्याकडे पाहिले. या पाण्यावर विश्वास ठेवून आपण घरी जाऊ शकू का? व्हाईट सिस्टरही जोरजोरात हुंगत होती. तिलाही घरी जायची तीव्र ओढ लागली होती. त्याला शांत वाटले. 'होय! आपण नक्कीच घरी जाणार!'

तो सर्व प्रकार एवढ्या लवकर घडला की, रोमोचकाला वाटले, आपण कोणते तरी दु:स्वप्न बघतो आहोत. एका मोकळ्या जागेत ती दोघेही फिरत असताना त्यांच्या अवतीभवती खाडखाड जोडे वाजले. त्यांना पोलिसांनी पुरते घेरले होते. तो जोरात जमिनीवर आदळला. त्याला हातकड्या घालून त्याच्या चेहऱ्याला डांबर फासण्यात आले. व्हाईट सिस्टर त्याच्या पाठीमागून भुंकत होती. कोणीतरी जोराने ओरडले, "गोळी घाला कुत्र्याला." तिला जोड्यांनी ठेचले जात होते. तिला फरफटत ते लोक नेत होते. कोणीतरी जाडजूड माणूस तिच्या जवळ गेला होता. त्याने तिच्या डोक्यावर जोरात दंडुक्याचा प्रहार केला. ती जागच्या जागी कोसळली. रोमोचका जोरात किंचाळला. डांबरावरून ती फरफटत जात होती, डोके वर करण्याचा असाहाय्य प्रयत्न करत होती. त्याला कोणीतरी पोलिसांच्या गाडीत फेकले.

"तू कुत्र्याला मारलं का नाहीस? मी त्याला ठार मारण्याचे आदेश दिले होते, झोलोतुखिन!"

"मला कुत्री आवडतात."

कारागृहाची दारे करकर करत उघडली. एका माणसाच्या भोवती सगळे जमून माहिती देऊ लागले. रोमोचकाला कळले की, ते लोक त्याचे वर्णन करत होते.

त्याच्या अंगावरचे केस, त्याचे विचित्र वागणे, त्याची चपळाई, त्याला येणारा दुर्गंध. त्याला खूप भीती वाटली. ज्या माणसाला ते माहिती देत होते, तो त्यांचा नेता असावा. तो त्याच्या गजांपर्यंत आला आणि त्याला निरखून पाहू लागला. रोमोचकानेही त्याच्याकडे टक लावून पाहिले.

नेता मागे फिरला आणि गंभीर आवाजात म्हणाला ''हे तुम्ही काय बोलताहात? तो एक छोटा मुलगा आहे. त्याच्या हातकड्या ताबडतोब काढा.''

''पण तो चावतो, मेजर चेरनिक.''

''बेड्या काढा!''

सगळे जण हसू लागले. पण मेजरचा चेहरा निर्विकार होता. शेवटी त्यानेच कुलूप उघडले आणि बेड्या काढल्या. रोमोचका एका कोपऱ्यात दडून बसला होता. त्याने क्षणभर थांबून मेजरच्या हाताचा जोरात चावा घेतला. मेजर जोरात किंचाळला आणि जोरात एक हिसका मारून त्याने आपला हात सोडवून घेतला.

तिथे उभे असणाऱ्या माणसांनी रोमोचकाचे डोके धरून ठेवले. रोमोचका जोरात गुरगुरला.

''छोटा मुलगा! खूपच छोटा मुलगा.'' एक जण वेडावून म्हणाला.

मेजरने नि:श्वास टाकत दरवाजा बंद केला.

''खरोखरीच तो लहानसा मुलगाच आहे. देवा, जग कुठे चाललंय.''

''या रानटी मुलांपेक्षा जंगलातली कुत्री बरी! यांना तर संपवलंच पाहिजे.'' रोमोचकाने बंदुका पाहिल्या होत्या. त्याने त्या माणसांवर दातओठ खाल्ले.

मेजर म्हणाला, ''बेलोव्ह, तुलाही छोटी मुलं आहेत. तू याच्या बाबतीत असं कसं बोलू शकतोस?''

''हा लहान मुलगा नाही. याला निसटती संधी जरी मिळाली, तरी तो माझ्या मुलांना ठार करेल,'' बेलोव्ह म्हणाला.

मेजरने त्याला गप्प केले. ''जेवणाच्या वेळी त्याला मोकळं ठेवा आणि त्याचे केस कापू नका. आपल्याला ते उपयोगी पडतील.''

संध्याकाळ झाली, तसे पाच पोलीस त्याच्या कोठडीत आले आणि त्यांनी त्याच्या हातकड्या काढल्या. त्याचे एक मनगट त्यांनी भिंतीतल्या एका कडीत अडकवले. दोघांनी त्याचे पाय सोडवले. त्याच्यासमोर गरमागरम सूप आणि ब्रेडचा मोठा तुकडा ठेवण्यात आला आणि ते निघून गेले. त्याला आश्चर्याचा सुखद धक्का बसला.

दुसऱ्या दिवशी सकाळी त्याला पकडून त्याचे कपडे काढण्यात आले. त्याच्यावर थंड पाणी सोडण्यात आले. तो जोरजोरात ओरडत होता. त्याला तो कोरडा होईस्तोवर तसेच ठेवण्यात आले. नंतर त्याच्या अंगावर ब्लँकेट टाकण्यात आले.

नंतर काही दिवस रोमोचका मिलीट्झमध्ये आकर्षणाचे केंद्र ठरला होता. तो धावतो कसा, चालतो कसा, खातो कसा, याचे प्रात्यक्षिक दाखवले जात होते. रोमोचकाला कधी ढकलले जायचे, कधी प्रेमाने वागवले जायचे, त्याची नक्कल केली जायची. एवढ्या वेगाने हा धावतो कसा, हे बघायलाही मिलीट्झा जमायचे.

रोमोचका असे भासवायचा की तो कुत्राच होता आणि त्याला त्यांचे बोलणे समजत होते, समजते असे तो कधीच दाखवायचा नाही. तो आतल्या आत कुढत होता, त्यांचा तिरस्कार करत होता, त्यांना खरे काहीच माहीत नसल्याबद्दल त्यांना तुच्छ लेखत होता.

असेच दिवस गेले. कुत्रा असण्याच्या आविर्भावात त्याचे आतले विचार, भावना कोमेजून गेल्या. तो कुत्रा होता. त्याच्यासाठी शब्द काय कामाचे होते? होय, तो कुत्राच होता. बोथट दु:ख आणि प्रचंड रासवट आनंद या हिंदोळ्यावर तो झुलत होता. यामध्येच कुठेतरी त्याचा वावर होता. या वेळी जे चालू होते, ते खरे नाही, असे त्याला प्रथम वाटत होते; पण नंतर त्याने परिस्थितीचा स्वीकार केला होता. कसेबसे अन्न गिळून तो जगू लागला. जेव्हा संधी मिळेल, तेव्हा मात्र तो कडाकडा भांडायचा. त्याचा स्वभावही हळूहळू बदलू लागला. चिडचिडेपणा जाऊन आता दु:खाने आतल्याआत कुढण्याची त्याला सवय लागली.

आता मिलीट्झाचे त्याच्याबद्दलचे कुतूहल कमी झाले होते. रोमोचकाही त्यांना जोरजोरात प्रतिसाद देत नव्हता. ''आता दुसरा कुत्रा आणावा, म्हणजे या दोघांची झुंज पाहाता येईल,'' त्यांचा नेता कंटाळून म्हणाला.

रोमोचकाला वाटले की, जर तो खरेच कुत्रा असता, तर त्याला लोकांची मने कळली नसती. त्यांची, त्यांच्या मुलांची नावे कळली नसती. प्रत्येक शब्द आणि त्याचा अर्थ कळला नसता. त्याला फक्त वास कळले असते, खाणे-पिणे समजले असते आणि अंगावर धावून जाणे समजले असते. त्याला वाटले, आपण खरोखरचा कुत्रा का बनलो नाही?

त्याला भांडणांचा खरोखरीच कंटाळा आला होता. तो मख्खपणे शून्यात नजर लावून पहात बसायचा. त्याला कोणी धक्के मारले, लाथा मारल्या, तरी गप्पच बसायचा. त्याला समजेनासे झाले होते की, त्याचा मानवी चेहरा त्याने लपवला तरी त्याची तिथून सुटका झाली असती की नाही! पण तरी कुत्रा म्हणूनच राहणे त्याने पसंत केले. आता त्याला पुन्हा मुलगा होता पण आले नसते म्हणा! पण कधीकधी त्याच्या मनात बालसुलभ आठवणी चमकून जात आणि डोळ्यांना पाझर फुटे. एकदा मॅमोचकाने गोंडस पांढरे सशाचे पिल्लू आणले होते, ब्लॅक डॉगने एकदा त्याच्या पंज्यात त्याचा निळा कोट अडकवला होता. नंतर रोमोचकाने रागावल्यावर केवढेसे तोंड केले होते त्याने! 'व्हाईट सिस्टरने कशी भीक मागितली! वेडी

कुठली! रस्त्यावरून ती कशी फरफटत गेली! बिच्चारी!'

ती परत उभी राहू शकेल का?

मेजर चेरनियाक एक आठवड्यानंतर परत त्याच्याजवळ आले. रोमोचका एका कोपऱ्यात गुडघ्यांमध्ये डोके खुपसून बसला होता.

"हा छोटा मुलगा अजूनही इथे आहे? रडतो आहे तो मूर्खांनो. तुम्ही त्याला व्यवस्थित खाऊ घालता ना?"

"कोणी बालसुधारगृहाला फोन केला का?" प्रत्येकाने दुसऱ्याकडे पाहिले आणि नंतर सर्वांनी माना हलवल्या.

"तो आता इथे नको. त्याला कपडे घाला. त्यांना सांगा की हा चावतोदेखील. आपण आपलं काम केलं. त्याला पकडून आणलं, स्वच्छ केलं. आता पुढे काय करायचं, हा त्यांचा प्रश्न आणि तो गेल्यावर ही खोली स्वच्छ धुवून काढा. हा दुर्गंध फार भयंकर आहे."

दुसऱ्या दिवशी सकाळी त्याच्या अंगावर गबाळे कपडे चढविण्यात आले. त्या कपड्यांना बेलोव्हच्या तंबाखूचा उग्र वास येत होता.

बेलोव्ह हसत बोलला, "त्याला त्या मूर्ख अॅन्टन मॅकेरेनेकडे सुपूर्द करा." विकृत हातवारे करत तो म्हणाला. "या वेड्याचं पुनर्वसन करायला सांगा त्याला."

चेरनियाक इतरांबरोबर हसला. "नेहमीचा नंबर फिरवा. किती लोक आणायचे तो त्यांचा प्रश्न."

रोमोचकाला त्या तुरुंगात जेवण मात्र मस्त मिळत होते. त्यामुळे त्याची शरीरयष्टी आणखी मजबूत झाली होती. त्याला त्यांच्या बोलण्यावरून कळले होते की, ते त्याला दुसरीकडे हलविणार होते. तो फारच खूश झाला. सकाळपासून अगदी आज्ञाधारक बाळासारखा तो वागत होता. त्या दिवशी तो दात विचकून कोणाच्याही अंगावर गेला नाही. नजर खाली ठेवून शांतपणे तो दोन पायांवर उभा होता.

त्याचे असे शहाणपणाचे वागणे त्याच्या पथ्यावरच पडले. एक पांढरीशुभ्र व्हॅन त्याला न्यायला आली. तीन मिलिट्झा आणि दोन बालमानसतज्ज्ञ त्यामधून उतरले. ते त्याच्याशी कनवाळूपणे बोलले. मिलीट्झाने आत बसण्यासाठी दार उघडले, त्या क्षणाला त्याची पँट वर करून तो सुसाट पळत सुटला. त्याच्यामागून सगळेच्या सगळे पळत गेले. पण त्याच्या वेगाशी कोण बरोबरी साधू शकणार होते?

काही वेळाने त्यांच्या जोड्यांचा खाड्खाड् आवाज कमी होत गेला. त्याने भोंग्याचा आवाज ऐकला आणि तो रस्त्याच्या बाजूच्या गल्लीत शिरला. अजूनही तेवढ्याच वेगाने तो धावत होता. गल्लीच्या तोंडाशी एक मोठा रस्ता होता आणि त्यालगत फूटपाथ होता. फूटपाथवर खूप लोक ये-जा करत होते. त्या फूटपाथला

लागून एक गल्ली होती. त्या गल्लीत शिरत त्याने अनेकदा गोल गोल वळसे घेतले. तो वेगाने पळत होता. आता त्याच्या मागे कोणी नव्हते.

त्याने धावण्याचा वेग जसा कमी केला, तसे त्याला त्याचे धडधडणारे हृदय जाणवले. तो नदीजवळ गेला आणि काय आश्चर्य! नदीची ही बाजू त्याच्या घराजवळची होती. तो थोडा थोडा मागे सरकत गेला आणि व्हाईट सिस्टरसोबत शेवटी जिथे आला होता,तिथपर्यंत पोचला. त्या जागेवर पोहचल्यावर त्याच्या अंगावर शहारे आले. त्याने आजूबाजूला बघितले. त्याला पडलेल्या ओरखड्यांची पुसटशी खूणही आता उरली नव्हती. 'व्हाईट सिस्टर कुठे असेल?' त्याचे नाक तर लहानग्या मुलाचे नाक होते. त्याला कसे हुंगून तिला शोधता येणार होते? त्याला परत निराशेने घेरले. या जगात तो एकटा किती वेळ लढणार होता? त्याचे घर नव्हते. त्याचे कुटुंब बेपत्ता होते. बहीण जखमी होती. सगळे त्याच्यामुळेच! त्याला हेही माहीत नव्हते की, घरी कसे परतायचे! त्याच्या डोळ्यांसमोर अंधार पसरला आणि कान बधिर झाले.

तो जेवढ्या अचानकपणे पकडला गेला होता, त्याच अचानकपणे व्हाईट सिस्टर त्याच्या अंगावर चढली. त्याचा चेहरा धसमुसळेपणाने चाटून पुसून त्याच्या पोटावर आणि छातीवर घट्ट रोवून ती बसली. तो तर आनंदाने बेभान होऊन रडूच लागला. त्याने तिला एवढी घट्ट मिठी मारली की, धडपड करूनही तिची सुटका होईना! आनंदाने तिचे डोळे नाचत होते. ती आता एकाच ध्येयाने प्रेरित झाली होती—'या भयावह शहरापासून दूर पळू या!'

तिन्हीसांजा झाल्या आणि रिमझिम पाऊस पडू लागला. इमारतींच्या बाहेरच्या सांडपाण्याच्या पाईपवरून ओघळणारे पाणी फूटपाथवर पडू लागले. त्याने 'आ' वासून तहान भागवली आणि व्हाईट सिस्टरसाठी ओंजळ धरली. त्या संध्याकाळी ते यथेच्छ हुंदडले; अनेक रस्त्यांवरून, गल्ल्यांमधून धावले. पावसामध्ये रस्त्यावरची रहदारी ओलांडताना त्यांना भीती वाटायची. पण व्हाईट सिस्टरला कधी रस्ता ओलांडायचा, याचा अंदाज असायचा. ती आता फारच बारीक झाली होती. पण लोकांच्या मागे लाडीगोडी लावत फिरणे आता तिने सोडले होते. कचराकुंड्या दिसल्या, की दोघेही थांबायचे.

एका भल्या मोठ्या रेल्वेस्टेशनवर ते झोपले. तेथे केवढे तरी बोम्झी झोपले होते. पहाट फुटण्यापूर्वीच दोघेही उठले आणि पावसात बाहेर धावू लागले. रोमोचकाने त्याच्या खिशातून ब्रेड काढला आणि तिला दिला. तो धावता धावताच खात होता.

दुपार होण्यापूर्वी ते 'रोमाच्या' अलीकडच्या कोपऱ्यावर आले. दोघांच्याही

आनंदाला उधाण आले. असे दिवसाढवळ्या ते कधीच आले नव्हते. त्या गल्लीत शुकशुकाट होता आणि हॉटेल बंद होते. व्हाईट सिस्टरला तिच्या घरच्या लोकांचा वास हुंगता आला. ती आनंदाने वेडीपिशीच झाली. रोमोचकाने बंद दरवाजावर खडखड करून पाहिले. आत लॉरेन्शिया नव्हती.

त्यांना भूक लागली होती. पण घरच्या ओढीने त्यांना विसर पडला होता. दुपारी खूप उशिरा ते गुहेत परतले. आशेने ते इकडेतिकडे पाहत होते. गुहेत कोणीच नव्हते. अंग फारच ठणकत होते, म्हणून त्यांनी बिछान्यावर लोळण घेतली. एकमेकांचे चेहरे हळूवार चाटत आपले दुखरे शरीर त्यांनी झोकून दिले. रोमोचकाला एक वेगळेच समाधान जाणवत होते, पण कमालीचा अशक्तपणाही आला होता. व्हाईट सिस्टर तर एवढी हडकुळी झाली होती की बस्स! त्याने तिला थोपटले. केवढ्या दिवसांनंतर असा विरंगुळा नशिबी आला होता.

सगळी कुत्री आली, तेव्हा नुसता जल्लोष झाला! ते सर्व जण रोमोचका, व्हाईट सिस्टरच्या अंगावर चढून त्यांना प्रेमाने कुरवाळू लागले. ब्लॅक सिस्टरही येऊन प्रेमाने त्यांना बिलगली. रोमोचकानेही तिला प्रेमाने मिठीत घेतले आणि तिचा चेहरा चाटला. ती एकदम शहारली. तिनेही त्याचा कान चाटला आणि व्हाईट सिस्टरलाही प्रेमाने कुरवाळले. ब्लॅक डॉग आणि ग्रे ब्रदर गुहेतच एकमेकांच्या मागे पळापळी करू लागले. त्यांचा आनंद गगनात मावत नव्हता. मॅमोचकाला दिवस गेले होते. तिचे टम्म फुगलेले पोट तिने त्याच्यावर ठेवले आणि ती त्याला चाटू लागली. तिचा विश्वासच बसत नव्हता की, ते दोघे आले होते. पुनः पुन्हा चाटून ती खात्री करत होती.

त्यांनी शिकारही केली होती. पण या दोघांना पाहून त्यांना एवढा आनंद झाला होता की, ती शिकार गुहेत आतही आणली नव्हती. सर्व स्थिरस्थावर झाल्यावर त्यांनी मऊ, लुसलुशीत ससा आणि तीन कडक रेवण आत आणले.

❦

रोमोचका शहरापासून खूप दिवस दूर राहू शकत नव्हता. त्याला तेथे पकडल्यामुळे शहराचा धाक वाटायचा, पण त्याबद्दल प्रचंड कुतूहलही होते. तो कुत्र्यांबरोबर शिकारीला जायचा, पण त्याचे कान माणसांच्या बोलण्याकडे लागलेले असायचे. त्याला आश्चर्य वाटले, इथल्याही लोकांना मेजर बेलोव माहीत होता. ''मेजर बेलोव'' एक लंगडा माणूस सांगत होता, ''भिकाऱ्यांचे शेठ, दलाल, लहान मुलांचा धंदा...सगळं एकाच छताखाली. त्याच्याशीच तुम्हाला बोलावं लागेल.''

त्याने नाणी टाकून बरीच तिकिटं जमविली होती. त्या तिकिटांशी तो गुहेत खूप खेळायचा. त्यांना एका रांगेत लावायचा. सगळ्यांना हुंगायला द्यायचा.

परत तो स्टेशनवर खिशात तिकिटे ठेवून जाऊ लागला. त्याला हे कळले होते की, स्टेशनांना नावे होती. त्याच्या स्टेशनचे नाव तो मनातल्या मनात घोळवू लागला. सुरुवातीला तो एका स्टेशनपुरती ट्रेन पकडे आणि मग परत फिरत असे. मग दोन थांबे आणि नंतर तीन. व्हाईट सिस्टर सतत त्याच्या बरोबर असे. आता तीही जमिनीखालच्या प्रवासाला सरावली होती. बाकी कुत्रे मेट्रो स्टेशनपर्यंत त्यांची सोबत करत, पण पुढे नाही. ब्लॅक सिस्टरलाही ते जात म्हणून जास्त काही वावगे वाटत नसे. आता तिकीट काढायला त्याच्याजवळ पैसे उरले नव्हते आणि भिकाऱ्यांच्या म्होरक्यांना 'हा पैसे घेतो' हे कळल्यामुळे त्यांचे आयुष्य फारच धोकादायक झाले होते.

प्रवास केल्यामुळे त्याच्या कानावर पैशांचे अनेक उपयोग येत असत. तो दुकानात प्रवेश करू शकत नसे, हे त्याला चांगलेच माहीत होते. पण रस्त्यावरची बेवारस मुले तर बिनधास्त दुकानात शिरत. त्याला अद्याप का सुचले नव्हते हे? फक्त नाणे समोर धरायचे आणि वस्तूकडे बोट दाखवायचे. जर दुकानदाराने खाणाखुणा केल्या, तर आणखी एक नाणे काढायचे.

त्याने गरमागरम खाऊ विकत घेणे सुरू केले. स्टारडॉग्ज, पिरोझी, चीजब्रेड, बोलिकी, शोरमा आणि बरेच काही...सगळ्यांना एकत्र बसून खाण्यात फार मजा येत असे. जर त्याने खाऊ विकत घेऊन कुत्र्यांकडे बोट दाखवले; तर थोडेफार उष्टे, खरकटेही त्याला मिळत असे. त्याने जमवलेले पैसे लवकर संपून जात.

मॅमोचकाला त्याच्या हाताला लागलेले वंगण आवडत असे. पण तो त्या फिरत्या जिन्याने जाऊ लागला की तिला ते अजिबात आवडत नसे. ती त्याला डोंगरावर जाण्याचा खूप आग्रह करत असे, पण तो आजकाल क्वचितच तेथे जात असे. शहरात त्याला खमंग, तेलकट, रसरशीत अन्न मिळायचे आणि माणसांच्या मोहक दुनियेत तो रमायचा.

मॅमोचका तो जाताना त्याला बारकाईने न्याहाळायची. तिला दुःख व्हायचे, पण ती बोलायची नाही. कधी ती पाय दुमडून पुतळ्यासारखी स्तब्ध बसायची. त्याला सारखी बघायची. तिचे हे असाहाय्य बघणे त्याला अजिबात आवडायचे नाही. तो तिला ढकलायचा, ओढत गुहेत घेऊन जायचा. आत घेऊन गेल्यावर ती त्याला खूप चाटायची, त्याचे लाड पुरवायची आणि मग अचानक थांबायची. दोन पिल्लांना जन्म दिल्यावरदेखील ती काळजीतच होती. त्याने या वेळी तिच्याशी लाडीगोडी लावून कधीच दूध पिण्याचा प्रयत्नसुद्धा केला नाही, की पिल्लांशी खेळला नाही. त्याने तिच्याकडे बघितलेसुद्धा नाही. नेहमी तो शहरातच जायचा. खूप तास बाहेर

राहूनसुद्धा जेव्हा यायचा, तेव्हा तो खायला काही आणेलच, याची शाश्वती नसायची.

एकदा अंधारात पहाटेपूर्वी मॅमोचका गुहेत एक विचित्र वास घेऊन शिरली प्रत्येक जण अंधारातच पाहू लागला. तिच्या पायांच्या हालचाली विचित्र होत्या आणि हालचालींकडे पाहूनच वाटत होते की, तिने काहीतरी जड आणि जिवंत पकडून आणले होते.

ती अडखळली आणि ते ओझे तिने तिथल्या घरट्यात ठेवले. रोमोचका उठून बसला. तिने गुहेत विचित्र वास तर आणलाच होता; पण त्याचबरोबर कपड्यांमध्ये गुंडाळलेले, मुसमुसणारे एक जिवंत तान्हे बाळ होते.

३

तिच्या जबड्यामध्ये ते मावत नव्हते. रोमोचका घशातून ओरडला. खरे तर त्याला अंधारात इतरांहून कमीच दिसायचे आणि धड हुंगताही यायचे नाही. मॅमोचकाने त्याच्याकडे दुर्लक्ष केले, त्या तान्ह्याला चाटू लागली. दोघी छोट्या बहिणी-लिट्ल गोल्ड आणि लिट्ल पॅच त्याच्या आजूबाजूला कौतुकाने फिरू लागल्या. तान्हे बाळ अचानक रडू लागले. सुरुवातीला त्याचा बारीक आवाज आला, नंतर श्वासोच्छ्वासाबरोबर आवाजही वाढला. प्रत्येकाची चिंता वाढली. रोमोचकालाही जाणवले की, अंधारात भीती झिरपत होती.

रोमोचकाला कसेतरीच वाटू लागले. त्याच्या त्वचेला काहीतरी चावत होते. माशा तर नेहमीच्याच रात्रीच्या सोबती! पण आता तो त्यांच्याकडे जास्तच गुरकावून पाहू लागला. ब्लॅक सिस्टरला तर त्याने फटकारलेच, पण व्हाईट सिस्टरलाही जवळ येऊ दिले नाही. पहाटेपर्यंत राग आल्याने त्याची झोपच झाली नाही. मॅमोचकाने एकदाही वळून त्याच्याकडे पाहिले नाही. 'मॅमोचका, त्याला गुहेत आणून काय साध्य केले?' रोमोचकाला तिला जाब विचारावासा वाटत होता. पण अशा दगाबाजीचे ती काय उत्तर देणार होती?

रोमोचकाला त्याचे चटाचट दूध पिणे आणि पान्हा निसटल्यानंतर रडणे ऐकू येत होते. पहाटे त्याने बाळाचे निर्व्याज हसू ऐकले. गुहेत एवढा गोड आवाज पहिल्यांदाच ऐकू येत होता. तो उठला आणि त्याचा हुंदका घेऊन बाहेर पडला. थंडीने त्याचे अंग आखडले होते. ब्लॅक सिस्टर आणि ग्रे ब्रदर लगोलग त्याच्या मागे आले. त्यामुळे त्याला बरे वाटले. तो घुश्श्यातच होता. त्याने ठरवले, आज साहसी शिकार करायची. हिवाळ्यानंतर त्यांनी अशी शिकार केलीच नव्हती.

मॅमोचका आणि तिच्या बाळापासून रोमोचका दूरच राहायचा. तीही त्याच्याकडे दुर्लक्ष करायची.

आज त्याने शिकारीत खूप वेळ घालवला. एका पिशवीवर साहसी डल्ला

मारला. त्याला स्वत:ला फार अभिमान वाटला. मॅमोचकाला स्वत:ला शिकार करावी लागली नाही, याचे बोचरे सुख त्याला मिळाले. त्या पिशवीत भरपूर फळे होती.

दोन रात्री गेल्यानंतर मात्र त्याला मॅमोचकाची खूप आठवण आली. पहाटे रोमोचका मॅमोचकाजवळ सरकला. मॅमोचकाने तिच्या दोन पिल्लांमधून पाहिले आणि ती गुरकावली. तो परत थोडा दूर गेला. त्याने पुढे केलेले हात त्याने आत जांघेजवळ घेतले. डोळे संकोचाने खाली झाले, पण तो तिची वाट पहात होता. थोड्या वेळानंतर तरी ती आपल्याला चाटेल, अशी त्याला आशा होती.

सकाळच्या प्रहरी मॅमोचकाने त्या तान्हुल्याचे तोंड आणि कान साफ केल्यावर तो त्याला जवळून बघू शकला. ते तान्हे बाळ इवलुसे होते. हे बाळ खूपच लहान होते. गुहेत अंधारच होता; पण त्याचा चंद्रासारखा गोल चेहरा, फिकट डोळे, पिंगट केस, इवलुसे नाक सगळे रोमोचकाला दिसले. त्याला कपड्यांमध्ये व्यवस्थित गुंडाळले होते. त्याला घाण वास येत होता पण तो वासही थोडा वेगळाच होता. बहुतेक त्याची शी 'स्पेशल' असावी. त्याला शिकवावे लागणार होते की, आत कोणी शी करत नव्हते, त्यानेही करू नये.

त्याने त्याचे सगळे कपडे काढले. ते तान्हुले बाळ त्याच्याकडे पाहून खुदुखुदु हसत होते. त्याचे खाली आलेले केस जोरात ओढत होते. मॅमोचका त्याचे सबंध शरीर चाटून साफ करत होती. जेव्हा सगळे कपडे काढले, तेव्हा कळले की, ते तान्हुले शीबद्दल अनभिज्ञ होते. मॅमोचकाने सगळी घाण साफ केली. रोमोचकाने त्याचे पाय ओढूनताणून तिला मदत केली. पण पाय वेडेवाकडे ओढले गेल्यावर बाळ जोरात भोंगा पसरायचे. रडायला लागल्यावर त्याची जांभळट त्वचा फार गोजिरवाणी दिसे.

जेव्हा साफसफाई पूर्ण झाली, तेव्हा बाळ थंडीने थरथर कापत रडत होते. पण आता ते फारच सुंदर आणि स्वच्छ दिसत होते. रोमोचकाला स्वत:चा अभिमान वाटला. आता त्याला दुसरे कपडे घालायचे होते. ते शीचे कपडे त्याने प्लॅस्टिक बॅगमध्ये दूर कोपऱ्यात फेकले. बाहेर फेकले असते, तर कोणा तिऱ्हाईताला संशय आला असता. तो छोटा असतानाचा बाबा सूट काढून त्याने बाळाला घातला. या नवीन बाळाच्या अंगावर एकही केस नव्हता. 'बापरे! त्याला केवढी थंडी वाजेल! त्याला अजून कपडे लागतील.' मॅमोचका तिच्या दोन पिल्लांसोबत आणि या तान्हुल्यासोबत लोळत पडली. ते सर्व जण तिचे दूध पित होते. बाळ रोमोचकाच्या कपड्यांमध्ये खूपच मजेशीर दिसत होते. दिसायला त्याच्यासारखेच, पण छोटेसे आणि जरा अशक्त! त्याचे कपडे बाळाला फारच ढगळ होत होते. रोमोचका त्याच्याजवळ बसून त्याचे हात चाटत विचार करत होता. 'या बाळाला नाव ठेवलं

पाहिजे. हे माणसाचं पिल्लू आहे.’

लहानग्या बाळाने आता चांगलेच बाळसे धरले होते. बाहेर शी करायलादेखील तो शिकला. छानसा झुल्यांमध्ये तो लोळायचा. रोमोचकाला उंचीला त्या कमी पडू लागल्या होत्या. जेव्हा सगळी कुत्री बाहेर जात, तेव्हा त्यांचे बोगदे करून तो लिटल गोल्ड आणि लिटल पॅचबरोबर मनसोक्त खेळायचा. रोमोचकासारखा आता तो चालायचा प्रयत्नही करायचा. पण मध्येच धपकन पडायचा.

रोमोचका त्याचे खूप बारकाईने निरीक्षण करत होता. बाळ छोटेसे होते आणि त्याच्यापेक्षा खूपच अशक्त होते हे बघून तो खूश होता. त्या तान्हुल्याला हळुवारपणे तो वागवायचा नाही. त्याला जोरात हिसडा दिल्यावर तो रडू लागायचा आणि मॅमोचकाकडे संरक्षणासाठी पळायचा. तो खूप वेळ मॅमोचकाचे दूध प्यायचा. त्याला त्याचे इतक्या वेळ दूध पिणे अजिबात आवडायचे नाही. तो वाईट वागला, तरी बाळ रात्री सगळे विसरून त्याच्याजवळ आनंदाने जायचे आणि झोपायचे. त्याला याचाही थोडा रागच यायचा पण तो त्याला झिडकारायचा मात्र नाही. त्याच्या डोक्यावर थोडेसे जावळ होते. रोमोचकाला त्याच्या गंधाने अस्वस्थ वाटे. झोपेत तो ‘दादू, बाबा...’ असे काहीसे बोलत असे. कधी कधी झोपेत किंचाळतपण असे. असे झाल्यावर रोमोचका त्याला धरून थोपटायचा.

पण तरी मनातून तो फार अस्वस्थ होता. हळूहळू तो घरचा सदस्य म्हणून बाळाशी वागू, बोलू लागला. त्याच्यासाठी शिकार केली पाहिजे, त्याला खाऊपिऊ घातले पाहिजे, असे त्याला वाटायचे. पण त्याला बघितले रे बघितले, की मनात संतापाची लहर उमटत असे.

लिट्ल पॅच आणि लिट्ल गोल्डशीही तो जरा फटकूनच राहू लागला. कारण त्याला माहीत होते की, त्यांचा त्या लहानग्यावर खूप जीव होता. मनातून त्याला आशा होती की ते लवकर मोठे होऊन कुत्र्यांच्या टोळीत सामील होतील.

एक दिवस गुहेत रोमोचका शिरल्यावर बाळ त्याला कुठे दिसेना! तो जरा नाराजच झाला. इकडेतिकडे शोधले, तरी तो दिसला नाही. इतक्यात दोन पिल्लांनी आणि बाळाने लाकडांच्या फळ्यांमागून जोरदार हल्ला केला. रोमोचकाला हसू आवरता आवरेना. त्याने ठरवले, यांच्याशी अधूनमधून खेळायचे. जेव्हा मनातून वाटेल तेव्हा तर अवश्य खेळायचे.

वादळी वाऱ्याशिवाय गुपचूप बर्फ आला. एक दिवस हवा थंड झाली आणि बर्फ पानापानांत दडून बसला. तो लवकर विरघळणारा बर्फ नव्हता. दुसऱ्या दिवशी मात्र मेणासारखा मऊ, मुलायम आणि अख्ख्या सृष्टीत मऊसूत लोण्यासारखा होऊन तो

विरघळला. खारी सगळीकडे आनंदाने नाचू लागल्या. कोणी त्यांना पकडण्याचा प्रयत्न केला नाही. लाल आणि राखाडी रंगाचे पट्टे अचानक गवतातून वर येत. पण रोमोचकाला माहीत होते, फक्त पिल्ले त्यांच्यामागे पळतील.

"शेनॉक!" रोमोचकाने बाळाला हाक मारली. 'अरेच्चा! याने तर माणसे हाक मारतात, तशीच हाक मारली.' कुत्रे कान वर करून ऐकू लागले. रोमोचका खूश झाला. सगळ्यांना कळेल, आता हा त्यांच्यातला नाही. बाळाने रोमोचकाच्या बोटांना, हातांना, गालांना चाटायला सुरुवात केली. रोमोचकाने त्याला खाली झटकले आणि त्याच्यावर गुरकावला. बाळ आता अचानक थबकला. त्याने डोळे गच्च मिटले आणि रोमोचका जी शिक्षा देईल, ती स्वीकारायला तो तयार झाला. रोमोचकाने मोठा नि:श्वास टाकला आणि त्याच्याशेजारी अंग टाकले. बाळाने त्याचे अंग थोडे सैलसर केले आणि हळू आवाजात तो मुसमुसू लागला. रोमोचकाला वाटले, आपणही जोरात रडावे किंवा ओरडावे तरी! तो बाळाला थोपटत असतानाच ते गाढ झोपी गेले.

रोमोचकाने बाळाचा वास घेणे, त्याला प्रेमाने चाटणे सोडून दिले, पण काही परिणाम झाला नाही. रोमोचकाला कळत होते की, त्या तान्ह्या बाळाचे कुत्र्यामध्ये रूपांतर होत होते आणि त्याला मुलगा बनविण्याच्या प्रयत्नात रोमोचकाही 'मनुष्य' बनत चालला होता.

त्याला कळत होते, की बाळ त्या दोन पिल्लांचे हुबेहुब अनुकरण करायचा. तो फक्त कुत्र्यांचीच भाषा बोलायचा. त्याला हुंगणेही छान जमू लागले. तो प्रत्येक कोपरा हुंगायचा आणि त्याच्या अनुपस्थितीत काय झाले, हे जोखायचा. तो दोन पायांनी नाही, चार पायांनी धावायचा.

बाळाचे वागणे रोमोचकाला सहन होत नव्हते आणि त्याचा परिणाम म्हणून तो सर्वांशीच धसमुसळेपणाने वागू लागला. त्याला हे माहीत होते की, कुत्र्यांना त्याच्यासारखे आवाज काढता येत नाहीत, त्याच्या दातांपेक्षा तो दंडुक्याचा जास्त वापर करतो, खाण्यासाठी त्याच्या हातांचा वापर करतो. शेवटी काय, तो मनुष्ययोनीतलाच होता; त्यांच्यासारखाच दोन पायांनी तो सरळ चालायचा.

त्याचे बोलणे, बोलताना शब्द वापरणे, मजबूत पकड घेणारे त्याचे हात... सगळ्याचेच खूप कौतुक व्हायचे. पण आता त्याला वाटू लागले, हे तर आपले दोष आहेत. आपण त्यांच्यासारखे नाही बनू शकत.

एक दिवस त्याने चार पायांनी धावण्याचा प्रयत्न केला. वर्षभर तो अशा प्रकारे धावलाच नव्हता. पण ते बाळ मात्र कुत्र्यासारखे धावू शकत होते, चालू शकत होते. रोमोचकाला वाटले, 'आपण आपले हात जमिनीवर टाकून नाही चालू शकत असे!'

त्याच्या आईच्या बिछान्यावर निराशेने त्याने अंग टाकले. ती येताच तो रागाने गुरकावला. तिने त्याच्या चेहऱ्याला चाटले आणि ती गुहेच्या तोंडाशी जाऊन बसली.

आज दिवसभर तो अंथरुणावर पडून राहिला. शिकारीला जाणे त्याने टाळले. कोणी जवळ आलेच, तर त्याचा दंडुका फिरवून तो ठोक द्यायचा. जर बाळ जवळ आले असते, तर आज तो नक्कीच जखमी झाला असता. पण तो त्याच्या आईजवळ दाराशीच बसला. रोमोचका त्याला पाहून विचार करत होता, 'तो मुलगा आहे, कुत्रा नाही.'

'मुलगा आहे...कुत्रा नाही! ही गोष्ट आपल्याही बाबतीत खरी आहे. या नाठाळ मुलामुळे केवढा त्रास होतोय!' आता बाळ लिट्ल पॅचबरोबर दंगामस्ती करत होते. दोघे एकमेकांच्या अंगावरून लोळण घेत होते. रोमोचकाला बाळाचे निर्व्याज हसू आठवले. 'आता कुठे गेले त्याचे ते खळखळून हसणे? तोही हल्ली गुरगुर करायला लागलाय.'

'बहुतेक या बाळाचा कुत्राच झालाय!'

रोमोचका भिंतीकडे तोंड करून, पाय दुमडून झोपला. पण त्याला झोप येईना! बाळाचा आवाज त्याच्या कानांवर आदळत होता आणि त्याच्या अंगाचा ताजा गंध नाकातून आत आत झिरपत होता.

या वेळी हिवाळा एवढा खडतर नव्हता. रोमोचकाच्या अगोदरच्या दोन हिवाळ्यांच्या आठवणी पुसट होत गेल्या. जर गुहेत त्या महाकाय प्राण्याचा सांगाडा नसता, तर त्या प्राण्यांनादेखील तो विसरला असता.

रोमोचका आता चांगलाच मोठा आणि समजदार झाला होता. म्हणून हिवाळा जाणवत नव्हता. हिवाळ्याकरता त्याच्यासाठी आणि बाळासाठी भरपूर कपड्यांची चोरी त्याने केली होती. त्याला भीक मागणे आता कठीण झाले, कारण तो येताच लगेच भिकाऱ्यांच्या म्होरक्याला खबर जायची आणि मिलीट्झाही सजग व्हायचे.

पण अन्नाचा काही प्रश्न नव्हता. मॉस्कोमध्ये रेवण पक्ष्यांना बंदुकीने ठार मारण्याचा नवीन हिवाळी खेळ हौशीमौजी लोक खेळायचे. आपल्या गाड्या पार्क करून राखाडी आणि काळ्या पक्ष्यांना मारण्यात त्यांना मजा वाटायची. डोंगरातील आणि जंगलातील प्राणी, पक्षी आणि माणसेदेखील बंदुकीच्या 'ठो ठो' आवाजाने घाबरून लपून बसायची. पण मेलेल्या पक्ष्यांना उचलण्यासाठी शहरातला ओघ आता वाढला होता. जेव्हा त्याला ताज्या रक्ताचा गरम पक्षी मिळे, तेव्हा तो शर्टात टाकून धावत येई आणि तुकडे करून बाळाला भरवी. कुत्रेही एवढे रेवण आणत की गुहेच्या दुसऱ्या बाजूला त्यांच्या पिसांचे छानसे घरच त्याने बनवले, बाळाला ते

घर फार आवडले.

डोंगरात बायका विस्तवावर रेवणचे मांस भाजत. उकळत्या सूपमध्ये टाकत. या वेळी एकही कुत्रा खाण्याची गरज त्यांना भासली नव्हती.

सर्वांनाच बाळ खूप आवडायचे. होय! लोभसच होते ते. सर्व जण त्याला काहीही करू द्यायचे. तो कधीकधी त्यांच्या हातातले अन्न हिसकावून घ्यायचा. बाळ खूपच चतुर आणि खोडकर होते. त्याच्याबरोबर खेळायला खूप मजा यायची.

रोमोचका बाळाला कध्धी गुहेच्या बाहेर जाऊ द्यायचा नाही. हिवाळ्यानंतर त्याच्या छोट्या बहिणी बाहेर जाऊ लागल्या. आता त्याही चांगल्या उंच्यापुऱ्या दिसत होत्या. पण जर बाळाने प्रयत्न केला, तर मात्र त्याला रोमोचकाची छडी मिळायची. जर बहिणींनी त्याला बाहेर नेण्याचा प्रयत्न केला, तर रोमोचका त्यांच्यावर गुरगुरायचा.

रोमोचकाला वाटायचे की केस नाही, शेपटी नाही, बाळ कोणालाही सहजरीत्या ओळखू येईल. कोणीही त्याला पकडून घेऊन जाऊ शकते. मॅमोचकालाही ते पटले होते. त्याला रस्त्यावर फक्त शी सू पुरते आणले जायचे. रोमोचका किंवा मॅमोचका दोघांपैकी कोणीतरी गुहेच्या आसपासच दिवसा घुटमळायचे.

या बंदिस्त गुहेत बाळाला सतत काहीतरी नवीन हवे असायचे. रोमोचकाने वेगळ्या प्रकारची शिकार सुरू केली. गुहा वेगवेगळ्या रंगाच्या फुग्यांनी, तऱ्हेतऱ्हेच्या खेळण्यांनी भरून गेली. बाळ सगळी खेळणी घेऊन तासन्तास बसायचे. खूप तल्लीन होऊन खेळायचे. रोमोचकाला त्याचा खूप अभिमान वाटायचा. त्याला थोपटून तो शाबासकी द्यायचा. ते एकत्र घरे बनवायचे, ढिगारे रचायचे, गाडी चालवायचे. गाडीत बाळ बसायचे आणि रोमोचका गाडी ढकलायचा. बाळाला गाडी वेगात धावल्यावर भीती तर वाटायची, पण तेवढीच मजाही यायची.

रोमोचका लहान मुलांवर लक्ष ठेवू लागला. तो आणि ब्लॅक सिस्टर खेळणी चोरण्यासाठी बाबागाड्यांवर नजर ठेवून असत. रोमोचकाने ब्लॅक सिस्टरला विशेष मोहिमेसाठी निवडले होते. ब्लॅक सिस्टरही दुसऱ्यांना कोणाला तिच्यासोबत येऊ देत नसे.

ती खूप चटपट कामे करायची. तिला फक्त बाबागाडी जवळ यावे लागायचे. जवळ आल्यावर तिचे ओठ वरती करून, तिच्या पांढऱ्याशुभ्र दाढा कराकरा वाजवत ती गुरगुर करायची. बाळांच्या आयांना एवढेच पुरेसे होते. ब्लॅक सिस्टरला पाहून आई बाळाला बाबागाडीतून खेचून घ्यायची आणि जोरात किंकाळ्या मारायची.

रोमोचका गाडीतले आणि खाली पाडलेले खेळणे ओढून घ्यायचा आणि तेथून धूम ठोकायचा. ब्लॅक सिस्टर कधी दाखवायची नाही, पण रोमोचकाला माहीत होते तिला अशी धाडसी शिकार मनापासून आवडायची.

दिवसाढवळ्या शिकार करणे खरे तर धोकादायक असते. थंडी पडू लागली तसे बाळाला नवीन कपडे आणणे गरजेचे झाले आणि कुत्र्यांच्या चाव्यांपासूनही त्याचे रक्षण करणे गरजेचे होते. बाळ त्याच्याजवळ येऊन झोपायचे, तेव्हा त्याची हाडे रोमोचकाला रुतायची. त्याला वाईट वाटायचे. 'बाळाला मऊ कपडेच आणले पाहिजेत, डोंगरावर मिळणाऱ्या घोंगड्या नको', तो मनाशीच म्हणाला.

रोमोचका लहान मुलांवर पाळत ठेवू लागला. ती कुठे राहातात, काय खातात, कशी रहातात, कोणता पोशाख घालतात सगळे त्याला समजून घ्यायचे होते. बाळासाठी कपड्यांची चोरी करणे सगळ्यात कठीण! दुकानांमध्ये छान छान कपडे लटकलेले दिसत. पण दारातून आत जाणे कठीण असे. एवढ्या छान दुकानांमध्ये त्यांना घेणार कोण? त्याने ठरवले, की घरांमध्ये जाऊन चोरी करायची.

इमारतींच्या आत जाण्याचे त्याने ठरवले. बोम्झींना बाहेरून बऱ्याचदा बटन दाबताना त्याने बघितले होते. कोणीतरी दार उघडायचे आणि त्यांना खायला द्यायचे. त्याने एक जुनी इमारत निवडली आणि व्हाईट सिस्टरला बाहेर पाळत ठेवायला सांगितले.

त्याने बऱ्याचदा बटन दाबले, पण काहीच झाले नाही. तेवढ्यात एक माणूस झोकांड्या खात आला. तो बोम्झीसारखाच होता, पण थोडा स्वच्छ होता. रोमोचका मागे आला, पण पळाला नाही. दारुड्यांची त्याला फारशी भीती वाटायची नाही. तो दारुडा शिव्यांची लाखोली वाहत बटने दाबत होता. शेवटी त्याला त्याच्या घराचा कोड मिळाला. इमारतीच्या बाहेरचा दरवाजा उघडला आणि त्याच्यापाठोपाठ रोमोचकाही आत गेला. व्हाईट सिस्टर बाहेरच राहिली. दरवाजा बंद झाला. तो दारुडा लिफ्टजवळ जाऊन बटने दाबत बसला.

लिफ्टने तो माणूस गेल्यावर रोमोचका जिन्याने वर चढून गेला. जिन्यावर निळ्या टाईल्स बसवल्या होत्या. तो दुसऱ्या मजल्यापर्यंत चालत गेला. ही इमारत त्याला अगोदर बघितल्यासारखी वाटली. कॉरिडॉर आणि जिन्याचा मधला दरवाजा सताड उघडा होता. हॉलकडे जाणाऱ्या भागात जुन्या शिजलेल्या अन्नाचा, दारुचा आणि कुबट धुराचा वास येत होता. त्याच्या हृदयाची धडधड वाढली. 'मोठ्या माणसांना कुत्री आवडत असतील, पण लहान मुले? छे! कधीच नाही.'

अंधाऱ्या कॉरिडॉरमधून तो फिरत होता. प्रत्येक घराचा दरवाजा तो तपासत होता. त्याचे हृदय प्रचंड धडधडत होते. तेवढ्यात एक कुत्रा जोरात भुंकला, रोमोचकाने धावत जाऊन पायऱ्यांवरून उडी मारली. सगळ्या घरांना कुलपे होती.

कोणत्या घरातून कुत्रा भो भो करत असेल? 'त्याने परत जाऊन बघितले. एका घराच्या दाराआडून कुत्रा थैमान घालत होता. त्याने दाराच्या फटीतून बघितले आणि त्याच्याचसारखी गुरगुर केली. तो कुत्रा चांगला दणकट दिसत होता. पण केवढा घाबरला होता! पण रोमोचका काय करू शकत होता? तो त्या घाबरलेल्या कुत्र्याला तसाच ठेवून वरच्या मजल्याच्या पायऱ्या चढला. सगळी माणसे कुठे गेली होती? कोण जाणे! एकटा तो एवढा मोठा दांडगट कुत्रा, पण भीतीने आणि एकटेपणाने रडत बसला होता.

लिफ्टच्या दरवाजाचा उघडण्याचा, मिटण्याचा आवाज आला. रोमोचका घाबरून खालच्या दरवाजाजवळ आला. दरवाजा उघडायचा असेल, तर मोठे बटन दाबावे लागते, हे त्याला माहीत झाले होते. बटन दाबून दरवाजा उघडला गेल्यावर तो बाहेर आला. अहाहा! ते स्वच्छ, मोकळे आकाश पाहून त्याला फार आनंद झाला. व्हाईट सिस्टर त्याच्या मागून कचराकुंडीतून धावत आली.

जिने आणि कॉरिडॉर्स धुंडाळल्यामुळे काहीच साध्य होणार नाही. जर त्याला काही पाहिजे असेल, तर घरांमध्ये बाहेरच्या बाजूने शिताफीने घुसावे लागेल, हे त्याच्या लक्षात आले होते.

काही पाच मजली जुन्या इमारतींना बाहेरून पाईप्स् होते. बहुतेक वेळा खिडक्या बंदच असायच्या. पण काही मोठ्या चौकटीच्या खिडक्या नेहमी उघड्या दिसायच्या. पण शेवटी त्याने तीन मजली इमारती पसंत केल्या. त्यांच्या पाईपवरून आरामात वरती चढता येत होते.

एक आठवडाभर त्याची टेहळणी चालू होती. एका इमारतीबद्दल विचार त्याने रद्द केला, कारण दिवसाही तेथे कोणीतरी असायचे. दुसरी इमारत खूपच उघडीवाघडी होती. पाईपवरून वरती चढताना बाहेरच्या लोकांना तो आरामात दिसू शकत होता. तिसरी इमारत दुपारी शांत असायची. संध्याकाळी मुलांचा किलबिलाट ऐकू यायचा. 'जायचं का या इमारतीत आत?' विचार करण्यातच त्याचा एक आठवडा गेला.

रोमोचका पाईपवरून चढत गेला. व्हाईट सिस्टर नेहमीप्रमाणे खाली एकटी राहिली. तिला एकटीलाच खाली ठेवल्यामुळे ती कुरकुर करू लागली. तो खिडक्यांच्या दोन दारांमध्ये स्थिर उभा राहिला आणि मग त्याने व्हाईट सिस्टरकडे खाली प्रेमाने बघितले. तरी तिची पिरपिर सुरूच होती. तिला वाटले की, त्यामुळे तरी तो खाली येईल.

तो थोडा खाली झुकला. रस्त्यावरून तो दिसू शकत होता आणि घराचे पडदे उघडले गेले असते, तर आतूनही खिडक्यांवर चढलेला रोमोचका दिसू शकत होता. आतली खिडकी बंद होती. आतल्या खिडकीच्या फ्रेमवर भेग पडली होती. रोमोचका

त्या भेगेतून आत जाण्यासाठी खुडबुड करत होता. पण त्याला जास्त प्रयत्न करावे लागले नाहीत. अचानक आतली खिडकी उघडली. तो थोडा वेळ थांबला आणि मग त्याने हळूच पडद्यामागून खोलीत धप्पकन उडी मारली.

तो एका छोट्या झोपायच्या खोलीत शिरला. त्या खोलीच्या भिंती पिवळ्या रंगाच्या होत्या आणि वरचे छत पांढऱ्याशुभ्र रंगाचे होते. नदी आणि जंगलाचा एक फोटो भिंतीवर लटकवला होता. त्याने बघितलेल्या नदीसारखी ही नदी नव्हती. या नदीचे पाणी खूप स्वच्छ, नितळ होते. त्याला डोंगरातल्या शिकारीच्या आठवणी आल्या. तेव्हा अन्न हे सर्वस्व होते. त्याच्यासाठी वणवण फिरणे भाग होते. खेळणी आणि कपड्यांची गरज आताशी भासू लागली.

खूप सुंदर गुलाबी, हिरव्या रजया आणि तशाच उशांनी तो पलंग सजवला होता. त्याने इकडेतिकडे हुंगून पाहिले. सगळीकडे अत्तराचा, पावडरीचा सुगंध दरवळत होता. त्याला काळजी वाटू लागली. ‘हे घर जास्त मोठे दिसतेय. ही तर फक्त एकच खोली आपण बघितली.’

काही आवाज न करता तो खोल्यांमध्ये फिरत होता. घर पूर्ण रिकामे होते. कॉरिडॉरच्या बाजूचे तीन दरवाजे घरात होते. रोमोचकाने खाली झुकून एक दरवाजा उघडला. कॉरिडॉरमध्ये खूप लाकडी फर्निचर ठेवले होते. त्याला दूरवर लहान मुलांचे कपडे पाईपवर टांगलेले दिसले. खेळणीही विखुरलेली दिसली. त्याला कुत्र्यांचाही वास आला. जर नंतर कुत्रा आला तर त्याला काय वाटेल? पाळलेल्या कुत्र्यांना हुंगता येते का?

रोमोचका खाली झुकून इकडेतिकडे पहात होता, हुंगत अंदाज घेत होता. तेवढ्यात दुसऱ्या खोलीतून एक छोटा पांढराशुभ्र कुत्रा त्याच्या अंगावर धावत आला. शेवटच्या क्षणी रोमोचकाने तोंड चुकवत हल्ला परतवून लावण्याचा प्रयत्न केला. पण त्याचे तीक्ष्ण दात त्याच्या मानेवर रुतलेच. त्याने त्याचे अंग जोरात घुसळले आणि त्याच्यापासून सुटका करून घेण्यासाठी हातापायांना जोरात हिसडा दिला. कुत्र्याने तरी त्याच्या एका हाताचा जोरात चावा घेतला. तो कळवळून ओरडला. तो लहान मुलांच्या खोलीत गडबडा लोळत गेला. ते कुत्रेही ‘क्याव क्याव’ करत त्याच्यामागे गेले. रोमोचका भीतीने ओरडत होता. त्याचा हात रक्ताने माखला होता. परत कुत्र्याने त्याच्यावर जोरात झडप घातली पण या वेळी रोमोचका तयार होता. त्याने कुत्र्याच्या गळ्याभोवतीच त्याचा मजबूत हात टाकला. पण ते कुत्रे एवढे गुरकावत होते आणि चुळबुळ करत होते की त्याला असे पकडून ठेवणे फार कठीण होऊ लागले. पण त्याने त्याच्या पोटऱ्यांनीदेखील कुत्र्याला घट्ट आवळून धरले होते.

त्याच्या हातांच्या आणि पायांच्या मध्ये त्या कुत्र्याच्या रूपाने जणू वादळ

घोंघावत होते. त्या कुत्र्यालाही तो कोण होता हे कळत नव्हते. रोमोचका त्याला सांगण्याचा प्रयत्न करत होता की, जरी ही त्याची हद्द होती, तरी तो त्याच्या हद्दीत येण्याइतपत ताकदवान होता. त्याने त्याच्या वजनाने कुत्र्याला खाली दाबत त्याचे शरीर हुंगले. पण त्या कुत्र्याने त्याला मात्र बरोबर हुंगले नाही.

माणसांना, माणसांच्या अत्तराला किंवा साबणाला जसे हुंगतात; तसेच त्याने रोमोचकाला हुंगले. रोमोचकाने परत आपले शरीर जवळ नेत त्याला हुंगायला लावले. पण तो अजिबात ऐकत नव्हता. उलट परत जोमाने भांडू लागला.

मॅमोचका अशा भांडकुदळ कुत्र्यांपासून दूरच रहायची. त्या मूर्ख कुत्र्याला एवढेही समजत नव्हते की, रोमोचका धोकादायक होता, रोमोचकापुढे तो क्षुद्र होता आणि रोमोचकाला खिजवून तो स्वत:चा जीव धोक्यात टाकत होता. रोमोचकाला अचानक त्या कुत्र्याचा राग आला आणि त्याने त्याला गदागदा हलवले. त्याची बोटे त्याने त्याच्या घशात घालून बाहेरून मानेवरही दात रोवले. 'या कुत्र्याला कळत कसं नाही की, मी त्याच्याहून मोठा कुत्रा आहे?' रोमोचकाला प्रश्नच पडला होता. पण त्या कुत्र्याने तर थैमान मांडले होते. त्या मांसल गोळ्याचा खातमा करणे रोमोचकाला थोडे कठीणच जात होते. आता त्याने त्या कुत्र्याला चावे घेणे थांबवले आणि त्याच्या केसांना तो हळुवार चापटी मारू लागला. कुत्र्यानेही आता अंगावर चढणे थांबवले आणि तो हतबलपणे रोमोचकाकडे पाहू लागला. त्याच्या मागच्या पायांवर उभा राहून रोमोचका त्याला हिसडे देतच होता. कुत्रा मात्र आता हरलेला दिसत होता.

एवढ्यात त्याने स्वत:ला आरशात बघितले आणि तो त्या कुत्र्याबद्दल सगळे विसरून गेला. त्याला खाली पाडत तो आरशाकडे आ वासून पहायला लागला. कान सपाट करून, डोळे खाली फिरवून तो त्याच्यापासून थोडा दूर बसला होता. मधूनमधून त्याच्या कण्हण्याचे आवाज त्याला ऐकू येत होते.

आरशात त्याला एक खूप घाणेरडा मुलगा दिसला. जाडेभरडे कपडे आणि चित्रविचित्र केस! एवढे घाणेरडे केस आणि असा तऱ्हेवाईक मुलगा तो पहिल्यांदाच बघत होता. त्याच्या डोळ्यांत त्याने पाहिले. काळेभोर डोळे पण रागाने खुनशी झालेले. त्याने कल्पना केली होती, तसा तो नव्हता. त्याचे दात सपाट आणि बाळासारखेच छोटे होते. त्याला एक नवीन दात नुकताच आला होता. तो बाकी कुत्र्यांच्या दातासारखाच तीक्ष्ण, अणकुचीदार व्हावा, अशी त्याची तीव्र इच्छा होती. तो आताही तीक्ष्ण होता, पण माणसांसारखाच होता. कुत्र्यांप्रमाणे त्याला कुठेच केस नव्हते. त्याचे पंजे, हात खुरटे, खुजे आणि खूपच घाणेरडे होते.

तो कुत्रा तर नव्हताच, पण मुलासारखाही दिसत नव्हता. त्याला त्याच्याजवळ पसरलेल्या कुत्र्याचा फारच राग आला. तो कोण होता, हेही त्या कुत्र्याला माहीत

नव्हते. पण तो त्याला मुलगा समजत होता, हे मात्र नक्की!

घर खूपच तापले होते. रोमोचका स्वत:ला आरशातच निरखत होता. त्याच्या अंगावरचे भरपूर कपडे त्याने काढून टाकले.

'माझा छान छान आकु!' तो आरशात ओठांची हालचाल बघत माणसांच्या आवाजात म्हणाला. त्याचा आवाज बुंध्यावर लटकलेल्या कळाहीन शुष्क पानांसारखाच करकरत खोलीभर फिरला.

कुत्र्याने कण्हत कुथत प्रतिसाद दिला, ''छान छान आकु.'' परत तो आरशाकडे पहात बोलला. त्या कुत्र्याकडे तो आरशातून पहात होता. तो जवळ येईपर्यंत रोमोचका त्याला चुचकारत बोलत होता. शेवटी तो कुत्रा त्याच्याजवळ आला. त्याचे डोळे अजूनही खालीच होते आणि शेपटी ताठ होती. रोमोचकाने हळुवारपणे त्याची पाठ थोपटली. त्याच्या हाताला त्या कुत्र्यानेही आता चाटायला सुरुवात केली. अजून त्याची शेपटी सरळ झाली नव्हती. पण आता तो दोन पायांच्यामध्ये त्याची झुपकेदार शेपटी जोरजोरात हलवत होता.

''माझा शूरवीर आकु'' तो पुटपुटला. ''तू एका राक्षसाबरोबर लढाई केलीस. तो केवढा मोठा आणि परका अन् तू केवढा लहान! माझा लाडका आकू ...' शब्दांनी केवढी जादू होते! त्या कुत्र्यावरच नाही तर जागेवरही. शब्दांचा परिणाम झाला. त्याला त्याचे पाय दिसले, लांब आणि मऊ. एका लहान मुलाचे पाय! त्याचे कानही कुत्र्यांसारखे लांबडे आणि केसाळ नव्हते. कोणत्याही कुत्र्याला त्याचे कान वरखाली झालेले दिसणार नाहीत. केसांमुळे झाकून जातात ना ते!

कुत्रा आता त्याच्या मागून आनंदाने उड्या मारत डोळे मोठे करून, शेपटी हलवत इकडून तिकडे जात होता. दिवाणखाना आणि शयनगृहे वेगवेगळी होती. अनेक सुंदर सुंदर गोष्टींनी या खोल्या भरल्या होत्या. तो ताठ मानेने चालून सर्व गोष्टी पहात होता. होय, तो मुलगा होता, कुत्रा नाही!

प्रत्येक खोली लहान मुलांच्या खेळण्यांनी भरपूर भरली होती. ज्या खोलीत त्याचे कुत्र्याशी भांडण झाले होते, तिथे दोन पलंग होते आणि त्यांच्यावर भरपूर खेळणी विखुरलेली होती. नुसती पलंगावरच नाही; तर पेट्यांवर, शेल्फवर सगळीकडे खेळणीच खेळणी होती. ही नक्कीच लहान मुलांची खोली असणार. या पलंगावर दोन लहानगी मुले झोपत असणार. हो, नक्कीच! कारण दोन पलंगांना दोन वेगळे वास येत होते. खेळण्यांना पण दोन वेगवेगळे वास येत होते. त्यांच्या रजईवर एक केशरी रंगाची मनीमाऊ विणलेली होती. तिचे दात मोठाले आणि डोळे पिवळेधमक होते.

'अरेच्चा! हा वाघोबा तर नाही?' वाघोबाची आठवण आल्यावर तो मनोमन सुखावला. डोळे मिटून तो कुत्र्याला 'गुड नाईट' म्हणाला, ''आता झोपशील की

नाही? नाहीतर ठोक देईन तुला!'' तो हसून स्वत:शीच म्हणाला.

पांढऱ्याशुभ्र चादरींवर त्याच्या हातांचे काळपट ठसे उठले. ते माणसांचेच होते. तो दुसऱ्या पलंगावर उडी मारून लोळू लागला. या गादीवरची रजई रंगीबेरंगी होती. पण रोमोचकाला जाणवले की, तो एकाच जागी खूप वेळ स्वस्थ बसू शकत नव्हता! लगेच त्याने उठून शेल्फमध्ये ठेवलेल्या खेळण्यांची उचकाउचकी सुरू केली.

दोन मुले, एक मोठा अन् एक छोटा... दोघे भावंडे...रोमोचका आणि ते बाळ...तो थबकला. 'शेनॉकऽऽ!' खोलीच्या मधोमध उभा राहून तो जोरात बोलला. त्याला त्याचाच आवाज आवडला नाही. बाळाकरता काहीतरी घ्यायलाच हवे. कपडे आणि खेळणी शेल्फमधून काढून तो पाहू लागला. तो सगळेच घेऊन जाऊ शकत नव्हता. त्याला काही गोष्टी निवडून न्याव्या लागणार होत्या.

त्याने सगळी कपाटे, शेल्फ उघडून पाहिजे त्या गोष्टी बॅगेत कोंबल्या, पुन्हा बॅगेतून काढल्या, परत कोंबल्या. एवढे प्रचंड कपडे आणि खेळणी होती की, त्यातून काही निवडणे महाकठीण काम होते. कपड्यांचा वास घेऊन घेऊन त्याला प्रचंड कंटाळा आला होता. त्याला जोरात 'सू'ही लागली होती. पलंगाच्या बाजूलाच त्याने सू केली. नंतर त्याच्या लक्षात आले की, माणसांना अशी सू केलेली आवडत नाही. त्याने कपड्यांनी तिला झाकण्याचा प्रयत्न केला. पण तिचे शिंतोडे भिंतीवर उडालेच.

त्याला प्रचंड भूक लागली होती. स्वयंपाकघर छोटेसे पण फारच सुंदर होते. त्याने कधी एवढे सुंदर स्वयंपाकघर बघितले नव्हते. ओव्हन, गॅसची शेगडी, वरती फुलाफुलांच्या सुंदर टाईल्स, खिडक्यांना लावलेले सुंदर झिरझिरीत पडदे, टेबलावरचा छानसा टेबलक्लॉथ, सगळेच कसे स्वच्छ आणि सुंदर होते.

स्वयंपाकघरात एवढा खाऊ होता की, त्याला वाटले कपडे कशाला, आपण हेच सगळे घेऊन जाऊ. फ्रीजमधून सगळे काढून त्याने प्रत्येक गोष्टीची चव घेतली. बिस्कीट तोंडात कोंबले. त्याच्याकडे खिसा नव्हता म्हणून, नाही तर त्यातही त्याने अनेक गोष्टी कोंबल्या असत्या. स्वयंपाकघरात एवढा पसारा झाला की बस्स! त्याला वाटले, सगळा बाहेर काढलेला पसारा आता जाळून टाकू, पण आगपेटी काही केल्या सापडेना! पोटोबा तृप्त झाल्यावर तो परत अगोदरच्या बेडरूममध्ये आला. तिथला वास आता थोडा कमी झाला होता. कपड्यांच्या आणि खेळण्यांच्या ढिगाऱ्यावर तो लोळत पडला.

तो छोटासा पांढरा कुत्रा जवळ बसून त्याच्याकडे एकटक पहात बसला. जेव्हा रोमोचका त्याच्याकडे पहायचा, तेव्हा त्याची नजर चुकवून तो दुसरीकडे बघायचा. प्रचंड खाल्ल्याने रोमोचकाला झोप येऊ लागली होती. बॅगेत त्याने टोप्या, पायजमे,

कोट, जोडे सगळे कोंबले. एवढी खेळणी होती की कोणती बरोबर घ्यायची, असा त्याला प्रश्न पडला.

एवढ्यात अचानक तो कुत्रा खोलीतून जोरात बाहेर धावत गेला. रोमोचकाही त्याच्या मागून घाबरत घाबरतच गेला. तो दरवाजाजवळ कान लांब करून, शेपटी वर करून, अंग ताठरून खालच्या बाजूने येणारा आवाज ऐकत होता. आता कुत्र्याला खात्री झाली की, त्याला मदत मिळू शकत होती. त्याने जोरात भुंकायला सुरुवात केली.

रोमोचका धावत बेडरुममध्ये गेला, त्याने अर्धवट भरलेली पिशवी उचलली आणि तो समोरच्या दरवाजाजवळ गेला. दरवाजाजवळही एक खेळणे पडले होते. तेही त्याने पिशवीत टाकले आणि धावत बाहेर जायला निघाला. दोघांच्या अगोदरच्या भांडणामुळे खाली रक्त पडले होते. त्याच्यावरून घसरून तो धपकन खाली पडला. कुत्रा आता फारच घायकुतीला आला होता. त्याचे सगळे लक्ष दरवाजाकडे होते. रोमोचकाने कुत्र्याला बाजूला ढकलले आणि दरवाजाची कडी उघडण्याचा प्रयत्न केला. पण कुलूप होते. आता पायऱ्यांवरचा जोड्यांचा आवाज जवळ येऊ लागला होता. कुत्र्याने भुंकून भुंकून संपूर्ण गोष्ट अगोदरच सांगून टाकली.

रोमोचका प्रचंड घाबरला. दरवाजाची कडी कशीबशी उघडण्याचा त्याने शेवटचा केविलवाणा प्रयत्न केला. पण काहीच निष्पन्न झाले नाही. आईवडिलांच्या खोलीत धावत जाऊन तो खिडकीजवळ उभा राहिला. खिडकीबाहेरच्या सिमेंटच्या पट्टीवर त्याने उडी मारली. पण त्या छोट्याशा खिडकीतून त्याला त्याची पिशवी बाहेर काढता येईना! पिशवी जरी आत टाकून दिली, तरी जसा तो अगोदर आला होता तसे बाहेर जाणे त्याला फारच कठीण वाटू लागले. मनातून तो फारच, गडबडून गेला होता.

तो कुत्रा तिथे बाहेर अजूनही केकाटतच होता. रोमोचकाला समजले की, कोणीतरी दरवाजा उघडला होता आणि, आतमध्ये आले होते. आता त्याला बाहेर पडण्यास खूप उशीर झाला होता. त्याने परत आत उडी मारली आणि खिडकीत अर्धवट लोंबकळत असलेली पिशवीही आत टाकली. खोलीत लपायला कुठेही जागा नव्हती. त्याला अक्षरश: धाप लागली होती. तो परत दरवाजाजवळ पिशवी घेऊन गेला आणि त्याने धूम ठोकली.

दरवाजाजवळ तीन लोक होते. रोमोचकाने धूम ठोकल्यावर त्यांनी जोरात किंकाळ्या मारल्या. रोमोचकाने त्यांना छानपैकी चकवून जिना गाठला होता. नाक पकडून ते ओरडत होते— "फुन्नू! ऑजस!! हे काय चाललंय, त्याला पकडा!!!' चोर....चोर! छी! केवढा घाण वास हा!"

तो खूपच वेगाने पळत होता. पायऱ्या वेगाने उतरत तो रस्त्याकडे जाणाऱ्या

मुख्य दरवाजापर्यंत पोहचलाही! कोणीतरी त्याच क्षणी बाहेरून ते दार उघडले आणि तो बाहेर निघाला... आतील तुफानाला मागे ठेवत!

कशी कोण जाणे, पण व्हाईट सिस्टर बरोब्बर त्याच्याजवळ आली. त्याच्या मागोमाग रागाने बेभान होऊन आलेल्या माणसांवर ती अशी गुरकावली की बस्स! सगळे जागच्या जागीच थबकले.

तो घरापर्यंत पळतच गेला. त्या झिरझिरीत शर्टाने त्याची थंडी थोडीच जाणार होती! पण काय करणार, कसेही करून त्याला घरी पोहचायचे होते.

थोडे दिवस तो बाळासोबतच होता. त्याच्याशी खेळून, त्याच्याबरोबर धावून दिवस कसा संपायचा कळायचेच नाही. हळूहळू त्याचे मुलगा असणे तो परत विसरला आणि कुत्र्यासारखा डोंगरात, जंगलात शिकारीला जाऊ लागला. हो, आणि शहरातपण!

आता त्याची खेळणी चोरण्याची इच्छा संपली होती. तो पुन्हा कुत्रा झाला होता ना! त्याने घरांमध्ये जाणे सोडून दिले. तो आरसा त्याला अजूनही छळत होता आणि त्या छोट्या, चिवट, पांढऱ्याशुभ्र कुत्र्याला तो विसरला नव्हता.

❦

रोमोचका आणि व्हाईट सिस्टर एका अनोळखी गल्लीत भरकटत गेले. त्या गल्लीच्या एका बाजूला कचऱ्याचा भला मोठा ढिगारा होता आणि आजूबाजूला जुन्या रजया, पुठ्ठ्यांचे तुकडे पडले होते. दुसऱ्या बाजूला पायवाटेवर प्लॅस्टिकच्या बाटल्या, पेपर, काचेचे तुकडे, कांद्याची साले पडली होती. रोमोचकाच्या मानेवरचे केस उभे राहिले. व्हाईट सिस्टरनेही कान टवकारले. त्यांच्यामागून माणसांचा घोळका ओरडत येत होता, "डॉगबॉय! डॉगबॉय!! अरे, पकडा त्याला!"

रोमोचका आणि व्हाईट सिस्टरने गल्लीच्या थोड्या मोकळ्या जागेत उडी घेतली. पावले धपाधप टाकल्याने एकमेकांच्या अंगावर चिखल उडत होता. तरी त्यांच्या धावण्याचा वेग कमी झाला नव्हता. हा भाग त्यांना नवीनच होता. रोमोचका मुद्दामहून शिकारीसाठी अनोळखी भाग निवडत होता. तेथून बाहेर कसे पडायचे, हे मात्र त्यांना माहीत नव्हते. आता ते गुडघ्यापर्यंतच्या मऊ बर्फातून धावत होते, मधूनच कचऱ्याच्या ढिगाऱ्यांवर चढत खाली जात होते. मागून त्या घोळक्याचा आरडाओरडा टिपेला पोचला होता. गल्लीचे तोंड पुढे विटांच्या कठड्यामुळे बंद झाले होते. त्या कठड्यावर बर्फाचा काळपट थर साचला होता.

तो आणि व्हाईट सिस्टर लढण्यास सज्ज होते. पण त्यांच्या मागे येणारी झुंड मोठी होती. व्हाईट सिस्टरने तिचे दात विचकले; पण त्याला कल्पना होती की,

ते दोघेच कुत्रे होते, या टोळीसमोर त्यांचा निभाव लागणे कठीण होते.

व्हाईट सिस्टरचे वेदनेने विव्हळणे ऐकून तो उठला. त्याचे डोळे बंद ठेवून तो ऐकत होता. ती रागात होती पण त्या टोळीचे ऐकतही होती. त्याला कळत होते की ती घाबरलेली होती. तिच्या विव्हळण्यावर ते हसत, खिदळत होते. त्याच्यावर कोणीतरी पडत होते, त्याला सतत बघत होते. त्याचे डोके तापले होते. डोक्याला जखमा झाल्या होत्या. त्याचे हातपाय बांधलेले नव्हते, पण त्याचे शरीर जमिनीला टेकले नव्हते. त्याला नग्नावस्थेत त्याच्या केसांना बांधून लटकवण्यात आले होते. त्याच्या तोंडावर थंड पाणी फेकण्यात येत होते. त्याचा चेहरा पूर्ण उघडा असल्याने गार वारा त्याला खूपच झोंबत होता.

त्याने थोडा वेळ वाट पाहिली आणि मग जवळ येऊन हसणाऱ्या माणसाच्या चेहऱ्यावर संपूर्ण शक्तिनिशी लाथ मारली. त्याचे शरीर हवेतच डचमळले, पण लाथ बरोबर लागली नाही. तो तरुण मुलगा चवताळून त्याच्या जवळ आला आणि त्याचा चेहरा घट्ट पकडत जोरात ओरडला. बाकी सगळे जोरात खिदळत हसले.

त्याला एका मोठ्या गोडाऊनमध्ये ठेवण्यात आले होते. ते टोळके इकडे तिकडे, आजूबाजूलाच बसले होते. व्हाईट सिस्टरच्या कानामधून खिळा ठोकून तिला जमिनीवर दाबून झोपवण्यात आले होते. तिचे करुण विव्हळणे त्याला ऐकवत नव्हते. त्या तरुण मुलाने त्याच्या डोक्यावर जोरात वार केला आणि रोमोचकाची शुद्धच हरपली.

शुद्धीवर आला, तेव्हा त्याला प्रचंड तहान लागली होती. तो भुकेलाही होता. त्याची कवटी प्रचंड दुखत होती. त्या मुलांची संख्या आता थोडी कमी झाली होती; पण टोळके म्हणावे एवढे, लोक ते नक्कीच होते. आता त्यांना व्हाईट सिस्टरचा कंटाळा आला होता. जमिनीच्या मध्यावर ती थरथरत पडली होती. त्याला गरमगरम अन्नाचा छान वास आला. स्टारडॉग्ज आणि सबवेमधला पेपरमध्ये गुंडाळलेला खाऊ ते लोक फस्त करत होते. त्याने आवाज केल्यावर ते त्याच्याकडे वळले. एका काळ्याकुट्ट उभे केस असलेल्या, लेदर जॅकेट घातलेल्या तरुणाने त्याच्याजवळ येत त्याचे पाय धरले आणि जोरात गरगर फिरवले. तो जोरदार हेलकावे खाऊ लागला आणि हातापायांनी तो झोका थांबवण्याचा केविलवाणा प्रयत्न करू लागला. बाकीची तरुण मंडळी हसून हसून बेजार झाली. त्याला कळत होते की, जे चालले होते, ते बरोबर नव्हते. ती मुले 'बोम्झी' नव्हती. ती सर्व केस कापलेली, घरचे कपडे घातलेली, जीन आणि जॅकेटवाली मुले होती.

त्याला फार भीती वाटू लागली. या तरुण मुलांना तर बोम्झींची खूपच घाण

वाटे. त्यांचे चांगलेच टोळीयुद्ध जुंपते. त्या तरुणाने परत त्याला गरागरा फिरवताना रोमोचकाची नजर सगळीकडे भिरभिरली. ही गुहा त्या तरुणांची होती, पण ते सगळे सुरक्षित घरांमध्ये आयांबरोबर राहाणारे लोक होते. त्याला क्षणभर हे जग खोटे वाटले. 'आपण अनेक आयांचे सामान लुटले आहे. ही मुले त्या आयांची तर नसतील? ज्या घरात चोरी केली, तिथली तर ही मुले नसतील?'

त्या गुहेत काही तुटलेल्या खुर्च्या आणि सोफे होते. टेबल होते आणि शेकोटी पेटवण्याची जागा होती. प्रत्येक तरुणाजवळ सुरी होती. दुसरे लोक काय करत होते हे बघण्यातच प्रत्येकाचा वेळ जात होता. या टोळक्यात दोन तरुण मुलीही होत्या. एक मुलगी सोफ्यावर झोपली होती. तिचे उघडे हात शेकोटीमुळे केशरी दिसत होते. दुसरी एका उंच मुलाच्या खांद्यावर डोके ठेवून त्याच्याकडे कंटाळून पहात होती.

एक हडकुळा मुलगा त्याच्याजवळ उभा राहिला. बाकी तरुण पोरे अर्धगोलाकार करून उभी राहिली.

"ए साल्या भडव्याऽऽ"

रोमोचकानेही त्याला प्रत्युत्तर दिले, "साले, भडवे ऽऽ"

"पुन्हा म्हण, पुन्हा म्हण!"

मुले जे बोलायची, तसेच रोमोचकानेही बोलावे, असा त्यांचा आग्रह होता. ते सांगतील, तसा तो वागत होता.

ते हुकूम द्यायचे "आता रड!" तेव्हा तो रडायचा.

त्याला त्यांनी अनेक बीभत्स चाळे करायला लावले. भीक मागायला लावली. चित्रविचित्र नाच करायला लावले. हे सर्व करत असताना त्याला मॅमोचकाची तीव्र आठवण येऊ लागली. 'मॅमोचका, माझी आई...आई गं!' त्याचे मन आक्रोश करत होते. 'आई गं, लवकर ये! येताना तुझे सगळे तीक्ष्ण दात घेऊन ये!' एका तरुणाने दूरवर टेबलावर सुरी ठेवली होती. 'हा दात केवढ्या दूर अंतरावर ठेवलाय!'

रात्र झाली. त्या मुलांचे त्याच्याबद्दलचे कुतूहल कमी झाले. माणसांच्या भावभावना असणारे हे कचकड्याचे बाहुले! पण त्याची सहनशक्ती वाखाणण्याजोगी होती. त्यांनी त्याचे कान टोचले. हातापायांना सिगरेटचे चटके दिले. त्याची छातीही सुरीने कराकरा कापली. त्याने हंबरडा फोडला, शेवटी त्याचा आवाजच गेला. त्याला कळून चुकले, की आपण आता मरणार! त्या गुबगुबीत मांजरीला असेच अचानक मरण आले होते. त्याला वाटले, त्याचे बाहेरचे शरीर कापले जात होते, पण मग त्याने आतून जीव एकवटला... "मॅमोचका...मॅमोचका..." त्याचा जीव कळवळून तिची वाट पहात होता.

"रोमोचका, बाळा; तुझा वाढदिवस आतापर्यंत साजरा नाही झाला?"

त्याने मान हलवून हसत 'नाही' म्हटले. 'मॅमोचका कधीपासून वाढदिवस

साजरे करू लागली?’

“आपण तुझा वाढदिवस करू, बाळा! हा घे तुझा मुकुट.”

त्याने डोक्यावर छानपैकी मुकुट चढविला. तिच्याशेजारी तो लाल ट्रॅक्टरवर बसला. व्हाईट सिस्टरही त्याला शोधत गव्हाच्या शेतातून आली. तिने गरम रक्ताचे कबुतर आणले होते. त्याच्या पायावर तिने कबुतर ठेवले. गोल्डन बीच एक पिसे असलेली कोंबडी घेऊन आली. ब्लॅक सिस्टरने उंदीर पकडून आणला. प्रत्येक जण रोमोचकाला समारंभपूर्वक त्याचा नजराणा पेश करत होते. ब्लॅक डॉगने ससा पकडून आणला होता. तर ग्रे ब्रदरने तीन मोठ्ठी अंडी! आणि ब्राऊन ब्रदर... ब्राऊन ब्रदर ससा घेऊन उड्या मारतच आला. ब्राऊन ब्रदरने तोपर्यंत कधीच सशाला पकडले नव्हते. लिट्ल पॅच आणि लिट्ल गोल्डने सोबत ब्रेड आणला. रोमोचकाच्या पायाशी भेटवस्तूंचा केवढा ढीग जमा झाला! सगळे आनंदाने नाचत होते, बागडत होते आणि सगळ्यात शेवटी बाळ आले. गरमागरम पिरोझकी घेऊन! गरमागरम पेस्ट्री आणि मांसाच्या तुकड्यांनी वातावरण कसे प्रफुल्लित झाले होते. गरम रक्ताचा वास, ओली पिसे हवेत फिरत होती. त्याची आई मॅमोचका पूर्ण वेळ त्याच्याजवळ बसली होती. त्याच्याकडे कौतुकाने पहात होती. रोमोचकाच्या जवळ असणाऱ्या खाऊचे तिला अप्रूप वाटत नव्हते. रोमोचकाचे कौतुक डोळ्यात भरून घेत त्याला शांतपणे न्याहाळत ती बसली होती.

“मॅमोचका, मॅमोचका, माझी आई! काय आणलंस माझ्या वाढदिवसाला....?”

“सगळे दात घेऊन येतेय बाळा. घाबरू नकोस माझ्या लाडक्या. मी लवकर येते आहे रे तुझ्याजवळ.”

त्याचे अंतर्मन अजूनही सजग होते, पण शरीराने साथ देणे सोडले होते. ‘त्याला समजत होते, व्हाईट सिस्टर ओढग्रस्त दिसत होती. तिचा एक कान लोंबकळत होता. मॅमोचका कुठेय? ती नक्कीच बाहेर आपली वाट पहात असणार!’

पुन्हा त्याला जाग आली. हसण्याचे आवाज कानावर आदळू लागले. त्याच्या बधिर जखमा आक्रोश करू लागल्या. एक मुलगा एकेक करून त्याच्या केसांच्या बटांना आग लावत होता. टोळीतले बाकी तरुण आता कंटाळलेले दिसत होते. रोमोचकाच्या घशातून शब्द बाहेर जात नव्हता. श्वासही शांत झाला होता.

रोमोचकाच्या केसांच्या जटा झाल्या होत्या. त्या गुंतागुंतीच्या जटांना त्यांनी परत आग लावली. त्याचे भान हरपले होते, पण त्या गुंगीतही त्याला वाटत होते की, त्याची भावंडे येतील. कुत्र्यांची शक्ती या लोकांना काय माहीत! ती तरुणी आता फारच कंटाळली होती. त्याच्या केसांची आग विझत, सिगरेटचे झुरके घेत त्याला पाहून ती तिचे डोके हलवत होती.

तो निग्रहाने जिवंत राहिला होता. पण शरीर साथ देत नव्हते. त्याला कळत होते की, त्याचे हातपाय जमिनीवर अक्षरशः रखडत होते. त्याही परिस्थितीत त्याला आनंद होता की, त्याचे केस, दात आणि बळकट स्नायू त्याच्याभोवती अभेद्य कडे करून उभे होते. तो रखडतच व्हाईट सिस्टरजवळ गेला. तिच्या रक्ताळलेल्या चेहऱ्याला त्याने प्रेमाने चाटले, जवळच पडलेल्या सुरीने विचार न करता सुजून गेलेला कान त्याने कापून टाकला. ती सुरी फारच तीक्ष्ण होती.

तो बाहेर रस्त्यावर आला. डोके गरगरत होते, संपूर्ण नग्नावस्थेत रक्ताळलेली, थरथरणारी व्हाईट सिस्टर घेऊन, तो बाहेर पडला. त्या टोळक्याची हेटाळणी अजून थांबलीच नव्हती. त्याला कळत नव्हते, पण ते कुठे होते, ते व्हाईट सिस्टरला मात्र माहीत होते. ती फारच अशक्त झाली होती, तरीही थांबत थांबत, हळूहळू चालत, हुंगत तिने मार्ग काढलाच! अनोळखी रस्त्यांवरून जाताना ते अडखळले, धडपडले. त्याला वाटले, एवढ्या काळोख्या रात्री सोबत सुरी आणली असती, तर बरे झाले असते.

ते आता त्यांना जेथून पकडून नेले, त्या भयानक गल्लीतून जात होते. त्या गल्लीत जागोजागी बोम्झींनी शेकोट्या पेटवल्या होत्या. व्हाईट सिस्टरला इथे अजिबात यायचे नव्हते. पण रोमोचकाने खूप विनवण्या केल्यावर शेवटी ती आली. त्याने ढिगारे उपसून त्याचा दंडुका शोधून काढला.

आता ते ओळखीच्या रस्त्यांना येऊन मिळाले आणि आपल्या भावंडांनाही. त्यांनाही जखमा झाल्या होत्या तरी एकमेकांना भेटल्याने सारेच खूप खूश होते. सगळ्यांनी थरथरणाऱ्या आणि वस्त्रहीन रोमोचकाभोवती कडे केले. कोणी रक्ताने भिजलेला त्याचा हात चाटत होते, कोणी चेहरा, तर कोणी खोलवर जखम झालेली त्याची छाती! हवा तर एवढी थंडगार होती की, तो जागी थिजलाच आणि भळाभळा वाहणारे त्याचे रक्तही! त्याला वाटले, इथे रस्त्यावरच झोपून जावे, पण परत पकडलो गेलो तर? त्या विचारानेही त्याच्या अंगावर शहारा आला. त्याने आजूबाजूला मोठाल्या डोळ्यांनी काहीच न उमजून बघितले, ''मी मरणार आता, नक्कीच.'' त्याचा दंडुकाही त्याला धड पकडता येत नव्हता.

त्याच्या नेहमीच्या शेवटच्या भेटीच्या ठिकाणी गल्लीच्या कोपऱ्याशी ते पोहचले. रोमोचकाने पिविट्झाला पाहिले. पाहिल्यावर लगेच ओळखले. तिचे अजूनही तरंगल्यासारखे चालणे तसेच होते. फक्त आता ती थोडी जास्त काळजीपूर्वक चालत होती. ती खाली पाहात त्यांच्या दिशेने चालत येत होती. तिची हडकुळी मुलगी तिच्याबरोबर नव्हती आणि का कोणास ठाऊक, रोमोचकाला वाटले की, ती घरीही वाट पाहात नसेल. पिविट्झाच्या रोमारोमात दुःखच भरलेले होते.

सावल्यांमध्ये तोही कुत्र्यांसोबत मिसळला आणि तिला जाताना त्याने पाहिले.

खांद्यांमधून ती खूपच बारीक झाली होती. जवळून जाताना तिच्या विचित्र तोंडातून श्वासाबरोबर बाहेर पडणारा स्वरही त्याला ऐकू आला. तिचा गंध त्याने छातीत मावून घेतला. कसा होता तो? राख आणि कोणते तरी रासायनिक द्रव्य मिसळल्यावर जसा येईल तसा. घायाळ करण्याचा आणि घायाळ होण्याचा तो गंध. कुत्र्यांनी माना उंचावल्या. त्याला अचानक उमजले, पिविट्झा गर्भारशी होती. तिचे लांबसडक केस केशरी आकाशाच्या पार्श्वभूमीवर फिकट दिसत होते. एकदा शेकोटीजवळ अशीच खेटून उभी असताना हेच केशरी रंग तिच्या केसात गंध होऊन मिसळले होते. तेव्हा त्याला तिचा चेहरा किंवा तोंड दिसले नव्हते. आज तिचा चेहरा पाहून वीज चमकावी, तसे त्याला आतून झाले. त्याचे सर्वांग फुलारून आले. तिने सुगंधित केलेल्या रस्त्यावरून तो जाऊ लागला. वरती चांदण्यांचा सडा शिंपला होता. खाली तो पूर्ण विवस्त्र उभा होता. कुत्री त्याच्या समोर, मागे शांतपणे रेंगाळत होती.

त्याच्या छातीवरच्या साकळलेल्या रक्तात हात बुडवून त्याने तिच्या पाठमोऱ्या आकृतीपुढे धरला; अगदी तसाच जसा लॉरेन्शिया धरायची. तिचे लांबसडक घनदाट केस, तिचे स्नायू, तिचे दात सगळेच त्याला घट्ट भेटले आणि रात्रीचा गंध त्याच्या छातीत त्याने गच्च भरून घेतला.

दुसऱ्या दिवशी सकाळी थरथर कापतच तो उठला. त्याला कधी घाम फुटायचा, तर कधी थंडी वाजायची. कुत्र्यांचा स्पर्शही त्याला नकोसा झाला होता. पण त्यांच्यापासून ऊब तर मिळवायची होती. तो धडपडत कसाबसा उठायचा, पण उठायला फार वेळ लागायचा. बाळ कधी त्याची खूप काळजी घ्यायचे तर कधी खूपच खोड्या करायचे. पण जेव्हा तो थंडीने थरथर कापायचा, तेव्हा बाळच त्याला ऊब द्यायचे. ते जवळ यायचे पण त्याच्या जखमांना हात लावायचे नाही. रोमोचका गुहेतच होता. त्याच्या जखमा फार खोल होत्या, त्यामुळे कोणाला चाटताही यायच्या नाहीत. त्याला धड काही खाताही येत नव्हते. 'आई आणि काका वाढदिवसाला माझी आठवण काढत असतील का?' हा विचार आजकाल सतत त्याच्या मनात यायचा.

तीन दिवस सलग मॅमोचका त्याच्या चेहऱ्यावरची, कानांमधली घाण साफ करत होती. डोळे बंद करून तो सगळे दुःख सहन करायचा. त्याला वसंतऋतूत बरे झालेले त्याचे फोड आठवले. मॅमोचकाने केवढ्या आपुलकीने त्यांना साफ केले होते. चौथ्या दिवशी त्याला किंचित बरे वाटू लागले. व्हाईट सिस्टरने एक छोटे उंदराचे पिल्लू आणले होते, ते त्याने गटकावले. मग तो बाळाबरोबर खेळला.

आठवडाभरातच त्याला आराम पडला. पिविट्झाची त्याला खूप आठवण यायची, पण गुहेच्या बाहेर मात्र तो पडला नाही. त्याचे केस अजूनही लांब होते. पण त्यांच्यामुळे आता चेहरा झाकला जायचा नाही. त्याला त्यामुळे उघडेवाघडे

वाटायचे. व्हाईट सिस्टर मात्र लवकर बरी झाली आणि तिने खास त्याच्यासाठी शिकारही सुरू केली होती. शिकारीवरून प्रतयेक वेळी जेव्हा ती आत यायची, तेव्हा कान कापला गेल्याने तिची अपूर्ण प्रतिमा त्याला दिसायची आणि त्याच्या जखमांकडेही त्याचे आपोआपच लक्ष जायचे. व्हाईट सिस्टर त्याच्यासाठी उंदीर, पक्षी, कोल्ह्याचे पिल्लू पकडून आणायची. तिची शिकार बघूनच त्याला कळायचे की, ती शहरात शिकारीला जात नव्हती. सध्या डोंगरावर, जंगलात शिकार करत होती.

रोमोचकाचे दिवस बाळासमवेत खेळण्यात आनंदात जात होते. अगोदरच्या शिकारींमुळे भरपूर खेळणी जमली होती. ठोकळ्यांमधून रोमोचका त्याला शहराचे रस्ते आणि इमारती बनवून द्यायचा. रोमोचकाला जे रस्ते माहीत होते, तेही तो बनवायचा. शहरात रोमोचकाच्या भरपूर मोकळ्या जागा होत्या. भेटण्यासाठी छान छान ठिकाणे होती. बाळाचे डोळे खेळण्यातले शहर पाहून चमकत असत.

एकदा का रोमोचका शहर बांधून खूश झाला की, काड्यांनी, गारगोट्यांनी तो माणसे जमवायचा. बाजारहाट करणारी माणसे, मोठमोठ्या घोळक्यांमध्ये उभी असणारी माणसे, इमारतीमधील माणसे आणि एक वेगळी गारगोटी या सर्व जमावापासून दूर, अलिप्त! त्याने तयार केलेल्या गल्लीबोळातून त्याची बोटे झपाझप फिरायची, शिकार करतानाचे भाव त्याच्या डोळ्यात तरंगायचे. बाळही त्याच्या सांगण्यावर हुकमाखाली वाकायचे, आवाज करणे बंद करायचे. नंतर त्याची बोटे त्या एकट्या गारगोटीवर तुटून पडायची. ती गारगोटी भिंतीवर चिरडली जायची.

कधीकधी तो त्या एकट्या गारगोटीला सोडून गर्दीच्या मागेमागे जायचा. गर्दीला दुभंगून टाकायचा. सगळ्या गारगोट्या विस्कटायच्या. बाळही त्या गारगोट्यांना डोळे मोठाले करत धक्का मारायचे. सगळ्या गारगोट्या विस्कटून टाकल्यावर रोमोचका शहरालाच उद्‌ध्वस्त करायचा आणि बाळ टाळ्या पिटून छान दाद द्यायचा. बाळाला एवढा आनंद व्हायचा की बस्स! पायांवर उभे राहून रोमोचकासारखाच तो धावू लागायचा.

❦

रोमोचकाने त्याचे नाक गुहेबाहेर काढून बघितले. बाहेर जाण्याची त्याला अनिवार इच्छा झाली. त्याला बाळाबरोबर खेळून खेळून कंटाळा आला होता, गुहेत बसून बसून तो कंटाळला होता. त्याच्या भावंडांशी आता तो सारखा भांडू लागला. ते जो खाऊ आणायचे, तो त्याला अजिबात आवडायचा नाही. गुहेच्या बाहेरच्या कचऱ्याच्या ढिगाऱ्यांवर आता तो जाऊ लागला. वसंत ऋतूचा उत्तरार्ध फारच सुखद होता.

गवताच्या उभ्या पात्यांवर माश्या घू घू करत होत्या. त्याला जाणवले की, त्या मुलांच्या भीतीपोटी आपण बऱ्याच गोष्टींचा आस्वाद घेतलाच नाही. तो गवतावर मनमुराद लोळला. तेथली कडूगोड पाने त्याने खाल्ली आणि कुत्र्यांसारखा आधाशीपणे खाऊन पोटदुखीने हैराणही झाला.

त्याने आजूबाजूला बघितले. बर्चची झाडे हिरव्या रंगात न्हाऊन गेली होती. या हिरवाईचे कौतुक करण्यासाठी आया आपल्या लहानग्यांना घेऊन येतील. झाडाझाडात पक्षी घरटी करतील, घरट्यांमध्ये अंडी टाकतील. त्याला अंडी फार आवडायची. 'आता ताबडतोब अंडी खाता आली तर! अहाहा! केवढी मजा येईल!' त्याच्या मनात विचार आला.

'कुत्र्यांना अक्कल नसते बहुधा! अंडे कसे खातात ते? अंडे फोडून चाटत बसतात बिचारे. त्याच्याबरोबर अंड्याचे कठीण कवच, त्याला चिटकवलेले प्लॅस्टिक, रस्त्यावरचे लागलेले ग्रीस सगळे पोटात जाते. मूर्ख कुत्रे!' रोमोचका त्या अंड्याला एका काडीने छिद्र पाडायचा आणि अगोदर पांढऱ्या बलकाचा द्रव, नंतर पिवळा आतला भाग अगदी घुटके घेत घेत तो मजेत प्यायचा. त्याने निराशेने सुस्कारा सोडला. 'त्यांना कोणत्या भाषेत सांगू 'अंडी आणा' म्हणून? जर ते कुत्रे नसते तर त्यांना 'अंडं' हा शब्द त्यांना कळला असता.' मूर्ख कुठले!

त्याने आसपासच्या हवेचा गंध घेतला. डोंगरावर शेकोट्यांवर अन्न शिजवले जात होते तर! 'हवा किती प्रसन्न आहे! सगळ्या सुंदर सुंदर गोष्टी सांगत ती खेळकरपणे फिरतेय. पक्षी शीळ घालून गुजगोष्टी करताहेत. केवढी ही घरटी, माणसांच्या इमारती, प्राण्यांच्या या गुहा! प्रत्येकाने आपापल्या सरहद्दी आखून घेतलेल्या! पण शूरवीरांना या हद्दी नाहीत, कोणत्याही घरट्यात शिरून ते अंड्यांवर झडप घालू शकतात!'

रानटी झाडांवरची पिवळीधमक फुले तोडून घेऊन तो गुहेत परतला.

लिट्ल गोल्ड आणि लिट्ल पॅचबरोबर बाळ गाढ झोपले होते. रोमोचका त्यांच्या आजूबाजूने भिरभिरला. लिटील गोल्डने डोळे किलकिले करून जोरात जांभई दिली. पण जागचा हलला नाही. रोमोचका लताकुंजमध्ये त्याने ठेवलेल्या वस्तूंना पहात बसला. मनीमाऊचे झुपकेदार शेपूट त्याला फार आवडायचे. 'माझी शूरवीर मनीमाऊ! शेकोटीमधल्या शूरवीर लालकेशरी ज्वालेसारखी माझी धीराची मनीमाऊ!'

तिची झुपकेदार शेपटी त्याने त्याच्या माकडहाडावर लावण्याचा प्रयत्न केला. पण ती कशी चिकटणार होती?

'मी कधी कुत्रे नाही खाणार, माणसं? छे! शक्यच नाही आणि मनीमाऊदेखील नाही!'

अचानक तो स्वत:वरती जाम खूश झाला.

दुसऱ्या दिवशी गुहेच्या तोंडाशी आला आणि वसंत ऋतूच्या मुक्त वाऱ्याचा झोका त्याच्या तोंडावर हिंदकळला. रोमोचका आता एकही क्षण त्या गुहेत बसू शकत नव्हता. त्याला शिकार करायची होती. शहरातली झगमगती दुनिया बघायची होती. हो! लॉरेन्शियालाही तो बऱ्याच दिवसांत भेटला नव्हता. तिच्या हातचे खमंग जेवण... आणि त्याहीपेक्षा तिचे लोभस अश्रू....! त्यांना तो कसा विसरला असता?

जेव्हा रोमोचका परत शिकार करू लागला, तेव्हा तो अगोदरसारखाच चपळतेने रस्त्यांवरून धावू लागला. मुलांकडे आणि त्यांच्या आयांकडे गुरकावून बघून अगोदरसारख्या चोऱ्या त्याला जमू लागल्या. पण आता मांजरींना मात्र तो हात लावत नव्हता. एखादी मांजर दिसलीच तर पिविट्झा त्याच्याकडे जशी दयाळू नजरेने पाहायची, तसाच तो पाहायचा. मांजरीही त्याच्या वाटेला फारशा जायच्या नाहीत.

जर मांजर दिसली, तर त्याची शिकार हमखास फत्ते व्हायची. जर कोणी मांजरीच्या मागे गेलेच, तर त्यांच्यावर तो जोरात खेकसायचा, मारायला धावायचा. एकदा गोल्डन बीच आणि ब्लॅक डॉगने गुहेमध्ये मांजरीची शिकार करून आणली तेव्हा रोमोचकाने प्रचंड थैमान घातले आणि तिला अशा जागी ठेवले की, कोणी हातच लावू शकले नव्हते.

त्या दिवशी गुहेत शिरल्याशिरल्या रोमोचकाला माहीत झाले की, बाळाने गडबड केली होती. रोमोचका आल्यावर सगळे जण धावत त्याला भेटायला गेले, पण बाळ मात्र त्याच्या घरट्यातच, मोठे डोळे करून बघत होते. रोमोचकाने त्याच्या छोट्या भावाकडे संशयाने पाहिले. बाकीच्यांना त्याने अंगावर उड्या मारू दिल्या. त्याने आणलेल्या पिशव्यांना हुंगू दिले. पण तो डोळे रोखून बाळाकडेच पहात होता. बाळ पोटावर सरकत सरकत त्याच्याजवळ आला, त्याचे हात चाटू लागला आणि परत त्याच्या घरट्यात गेला. रोमोचकाही त्याच्याकडे दुर्लक्ष करत त्याच्या लाडक्या लताकुंजात गेला. बाळाचे डोळे त्याचा पाठलाग करत होते हे त्याला कळत होते.

आता त्याला कळले की, बाळ त्याच्या लताकुंजात आला होता. रोमोचकाला प्रत्येक गोष्टीत त्याचा वास येत होता. रोमोचकाला इथे न बोलावता कोणी आलेले अजिबात आवडत नव्हते. त्याने रचलेल्या विटांमधली एक वीट खिळखिळी झाली होती. रोमोचकाचा संताप संताप झाला. ती वीट बाजूला करून त्याच्या सगळ्या गोष्टी त्याने हातात घेतल्या. चोची होत्या, पंजे होते, 'अरेच्चा! पण तो तुरा

कुठे गेला?'

रागाने बेभान होऊन तो बाळाजवळ धावत गेला. बाळ जमिनीवर चेहरा झाकून लोळत होते. रोमोचकाने जोरात आरोळी ठोकत हातात दंडुका घेतला. एवढ्यात मॅमोचका आली. समोरचे दृश्य बघून ती रोमोचकावर जोरात गुरगुरली. बाळ घाबरून त्याच्या घरट्यात पळाले. रोमोचकाने तिच्या अंगावर दंडुका उगारला. तीही लढायला सिद्ध झाली. त्याला लाज वाटून तो बाजूला झाला. त्याच्या मनाला प्रचंड धक्का बसला होता. त्याने काहीच खाल्ले नाही. कोणाच्याही बरोबर खेळलाही नाही. मध्यरात्री थंडीने काकडून ब्लॅक डॉगबरोबर तो डोंगरावर शिकारीला गेला.

तुरा शेवटपर्यंत सापडला नाही. तो एवढा सुंदर होता की, त्याचा मोह बाळाला आवरला नव्हता. त्याने तो गिळून टाकला होता.

काही दिवसांनी बाळाचे आणि त्याचे परत जमू लागले. रोमोचकाचा राग पूर्ण निवळला नव्हता, पण आता परत तो बाळात रस घेऊ लागला. त्या दिवशी बाळ फारच खुशीत होते. इकडून तिकडे उड्या मारत हुंदडत होते. ग्रे ब्रदर आणि व्हाईट सिस्टरही त्याला पकडू लागले. त्यामुळे बाळाचा उत्साह जास्तच वाढला. शेवटी रोमोचका कंटाळून त्याच्या जागेवर बसला, पण बाळाचे डोळे अजूनही चमकतच होते.

खरे तर रोमोचकाला बाळाला झोपवायचे होते. म्हणजे ते बाहेर गेले असते. बाळ आता गालाला हात लावून पोटावर झोपले होते. रोमोचका हळूच उठला. बाळाने डोळे मिचकावून त्याच्याकडे पाहिले. बाळाने बाहेर जाऊ नये, म्हणून रोमोचका गुहेच्या तोंडाशी अडसर तयार करत होता. गुहेच्या तोंडाशीच कचऱ्याचा मोठ्ठा ढिगारा होता. तो उत्साहाने त्यावर चढला आणि बाहेरची ताजी, शुद्ध हवा त्याने त्याच्या रंध्रारंध्रात भरून घेतली. नंतर सर्वांनीच बाहेर येऊन शुद्ध हवेची मजा चाखली.

रोमोचकाने मागे वळून पाहिले आणि त्याने रागाने आरोळी ठोकली. बाळ त्या चौघांच्या अंगावर येऊन धडपडत होता, त्यांच्याबरोबर चलण्यासाठी विनवणी करत हाता. बाहेर जाण्याच्या कल्पनेने त्याचे डोळे मोठे लकाकत होते.

रोमोचकाला माहीत होते, जर त्याने बाळाच्या मागे पळून त्याला मारले असते, तर बाळाने लोळण घेऊन मार चुकवला तर असताच; पण वर डोळे मिचकावले असते.

रोमोचकाच्या मनात दुसराच विचार चमकला. 'जर बाळाला घेऊन गेलो, तर काय हरकत आहे? कधीतरी तो मोठा होणारच आहे आणि गुहेच्या बाहेर जाणारच आहे. मग आताच का नाही? कधीतरी पहिली वेळ येणारच! लोकांनी बघितले, तरी काय होईल?' बाळ भलतेच चलाख आणि चाणाक्ष होते आणि त्यांच्या टोळीला

हात लावायची हिंमत कोण करणार होते? त्याचा आतला आवाज त्याला सांगत होता, 'शेवटी हा माणूस आहे. आपल्याबरोबर किती काळ राहणार? तो मोठा झाला की माणसे त्याला परत घेऊन जातील.'

बाहेरच्या जगाकडे पाहून रोमोचकाने लोभसपणे नाक मुरडले आणि बाळ आनंदाने त्याच्याजवळ गेला.

बाहेरच्या वस्तीत आल्यावरदेखील रोमोचका जरा साशंकच होता. पण बाळाच्या उत्साहामुळे त्यालाही मजा येऊ लागली. दोघेही वेड्यासारखे भुंकत भुंकत अर्धवर्तुळात फिरू लागले. बाळाचे डोळे निळेशार आणि केस लांब पिवळसर होते. रोमोचकाची नजर त्याच्या डोळ्यांवर खिळून राहिली. त्याचे सोनेरी, सरळ केस सूर्यप्रकाशात चमचम करत होते. लालचुटूक ओठांमधून पांढरेशुभ्र दात मोत्यांसारखे चमकत होते. एवढे सुंदर बाळ रोमोचकाने पाहिलेच नव्हते. ज्या सहजपणे तो वेगात चाले, ते बघणे, हाही एक अप्रतिम अनुभव होता. रोमोचकाला बाळ त्यांच्यामध्ये असण्याचा फार अभिमान वाटला. फुलपाखरे, गवतातले किडे पकडण्यात त्यांनी थोडा वेळ घालवला, पण त्याचे सर्व लक्ष बाळाकडेच होते.

सगळीकडे दऱ्याखोऱ्यात सोनेरी धुके पसरले होते. ते एकमेकांच्या मागे पळापळी करण्यात, पांढरीशुभ्र आणि पिवळी फुले खाण्यात दंग झाले होते.

यानंतर मात्र कोणीही बाळाला बाहेर न्यायला विरोध केला नव्हता. तो लोकांकडे जायचा, त्यांच्यामागे पळत पळत घरांपर्यंतही जायचा. बाबागाड्यांमध्ये झोपलेल्या मुलांवर भुंकायचा आणि त्याच्यात बसण्याचाही प्रयत्न करायचा. लोकांकडून गोड पदार्थ घेताना त्याला फार आनंद व्हायचा. हो, गोडघाश्या तर होताच तो! एखाद्या लहानग्याने त्याच्या दमून थकून घरी आलेल्या आईला कडकडून मिठी मारावी तसेच तो जगाला भेटायचा. तो कधीच चूप बसायचा नाही. फुलपाखरे पकडण्याचा त्याला भारी शौक होता! मिलीट्झा आल्यावर पाठ करायलाही तो शिकला होता.

पण एक आठवड्यातच तो नाहीसा झाला.

❦

तीन आठवडे बाळाचा शोध घेऊनही रोमोचकाला यश आले नव्हते. गुहेत तो एकटाच खेळण्यांशी खेळत बसायचा. बाळ नसल्याने त्याला उदास, एकटे वाटत होते. एक दिवस झोपेतून उठल्यानंतर त्याला वाटले, आता भरपेट पास्ता खावा.

त्यांना बघून लॉरेन्शियाला फारच आनंद झाला. "माझ्या लाडक्यांनो!" ती जोरात आनंदाने किंचाळली आणि लगबगीने काही आणण्यासाठी आत गेली. रोमोचकाने आपले पूर्ण तोंडच थाळीत बुडवले आणि दोन्ही हातांनी तो खाऊ

लागला. 'रोमा'मध्ये त्याच्यावर अजिबात दडपण नसायचे. लॉरेन्शिया प्रेमाने त्याच्याकडे पहात होती.

"तुझ्यासारख्याच एकाला आता त्यांनी पकडलं." गाणे अर्धवट सोडून ती बोलली. रोमोचकाने चमकून वर पाहिले. त्याचा 'आ' वासला गेला आणि तोंडातले अन्न अर्धे ताटात पडले.

"पण हा खरोखरीच डॉगबॉय आहे. सगळ्या पेपर्समध्ये झळकला तो! मजा ना! काय माहीत त्याच्यासारखे आणखी किती...ऽऽऽ"

"त्याला कुठे घेऊन गेले ते?"

"एक विशेष कक्ष आहे... नाव काहीतरी, हं, नॉर्थ डिस्ट्रीक्टसारखं आहे." लॉरेन्शिया म्हणाली.

"नाव काय?" रोमोचका ओरडूनच बोलला.

"मला एका मिनिटात आठवेल. थांब! तू जेव, मी आठवते. हं, मॅकेरेनो. रोमोचका, शांत हो. जेव!"

रोमोचका थरथर कापत होता. त्याला ताबडतोब तिथे जायचे होते. त्या अंधारात त्याने उडी मारली. गल्लीच्या तोंडावर आला, तेव्हा तीही त्याला निरोप देत होती. तिचा मऊशार, जाडा तळवा तिने नेहमीप्रमाणे वर उंचावला होता.

रोमोचकाला ते केंद्र लवकरच सापडले. त्याने बोम्झी मुलांना हाताशी धरून स्टेशनसकट सगळी माहिती विचारली. त्यांनी सांगितले की, एकदा तिकडे मुले गेली, की कधीच परत येत नाहीत. त्यांच्यावर वेगवेगळे प्रयोग केले जातात.

रोमोचकाला ते काय बोलत होते, ते काहीच कळत नव्हते. म्हणूनच त्याने त्यांना चूप बसायला सांगितले.

स्टेशन्स् आता खूप बदलली होती. त्याला फिरत राहावे लागत होते. जर एका जागी उभे राहिले तर मिलीट्झाच्या लगेच लक्षात आले असते! मिलीट्झाला बघितले की त्याला अशी धडकी भरायची की बस्स! मिलीट्झांनाही आता बहुतेक कुत्र्यांप्रमाणेच हुंगता येऊ लागले होते की काय कोण जाणे! गाडीमध्ये तो नेहमीप्रमाणे हलत होता, उडत होता.

गाडीतल्या त्याच्या आधीच्या अनुभवाप्रमाणे कोणी अंगावर आलेच, तर एका कोपऱ्यात उभे राहून भुंकायचे, ओरडायचे आणि डोळे गरागरा फिरवायचे म्हणजे नंतर सहसा कोणी येत नाही, हे त्याला माहिती होते. गाडीतून जाण्याशिवाय दुसरा पर्यायच नव्हता.

व्हाईट सिस्टरला त्याने बरोबर घेतले. तिचा कान तोडल्यापासून ती थोडी अलिप्त वागत होती. पण रोमोचकाशी असलेले तिचे भावबंध दृढ होते. शहरात

शिकार करण्यामधे तिचा हात कोणी धरू शकत नव्हते. रोमोचकाकाडे ती पूर्ण लक्ष देत होती. जवळून कितीही जोरात गाडी धावत असली, तरी तिचे लक्ष ढळत नसे.

गाडी आता नदीच्या बाजूने जात होती. कवटीला असंख्य सुया टोचल्यासारखे त्याला वाटले. बोम्झी मुलांनी जे स्टेशन सांगितले होते, ते आले. त्याचा श्वास आता परत नेहमीसारखा झाला. ही नदीची पलीकडची बाजू नक्कीच नसणार. कारण खूपच कमी स्टेशन्स गेली होती.

ते स्टेशन फारच सुंदर, स्वच्छ होते. तेथे एकही बोम्झी दिसला नाही. पण त्याने अजिबात तेथे वेळ दवडला नाही. कारण बोम्झी नसणे त्याच्या दृष्टीने चांगले नव्हते. दिसले रे दिसले, की बहुधा त्यांची पाठवणी तुरुंगात होत असावी.

पायऱ्या उतरतानाच त्याला कळले की, तो एका अतिशय स्वच्छ शहरात आला होता. व्हाईट सिस्टर आणि तो जिथे हरवले होते, त्या जागेपासून ही जागा फारशी दूर नव्हती. पण ते आता नदीच्या दुसऱ्या किनाऱ्याकडे नव्हते, हे नक्की! आता त्याला स्टेशनही माहीत होते, त्याचे घर यायचे तेही स्टेशन माहीत होते, नाहीतर धाकदपटशा दाखवून बोम्झींकडून त्याला माहिती घेता आली असती.

चकाचक गाड्या रस्त्यांवरून धावत होत्या. इथे सगळे कसे स्वच्छ, झाडझूड केलेले होते. कुत्र्याला खायला कुठेच काही नव्हते. मांजरी भिंतीवर बसून सूर्यस्नानाचा आनंद लुटत होत्या. त्याला अखेरीस बोम्झी मुलांनी वर्णन केलेली ती केंद्राची इमारत दिसली. ती जुनी इमारत असली, तरी तिला नुकताच रंग दिलेला दिसत होता.

त्या इमारतीला खूप खिडक्या होत्या. पण तिथे जाणे कठीण होते. इमारत जुनी असल्याने बाहेरून पाईप लागले होते, पण खिडक्यांचे गज जाडजूड आणि न तोडता येण्यासारखे होते आणि खिडक्यांना आतूनही जाळी होती. मग कसे जाता येणार खिडक्यांमधून?

ती चार मजली इमारत होती. उंचीपेक्षा तिची लांबी जास्त होती. बगिच्यात नुकतेच लावलेले वेल होते. पण भिंतीजवळची झाडे त्या इमारतीएवढीच जुनी असावीत. भिंतीलगतच मुलांना खेळण्यासाठी नवीन मैदान तयार केले होते. त्यात लाल, निळा, जांभळा आणि हिरवा शर्ट घातलेली चार मुले खेळत होती. रोमोचकाने ओठ दडपून म्हटले "हं! ही घरात राहाणारी मुलं असणार!" त्याने बराच वेळ बाळाचे नवीन घर डोळे भरून बघितले आणि तो घरी यायला निघाला. आता परत गेलो, तरी आपण वाट चुकणार नाही, याविषयी त्याला आत्मविश्वास वाटत होता.

रस्त्याच्या पलीकडच्या भिंतीवरून त्याने सलग तीन दिवस इमारत पाहिली. मागच्या गल्लीतही तो जाऊन आला, वाहनतळाजवळ आणि रात्री मोठ्या गेटसमोरही तो जाऊन आला. वाहनतळ उघडे आणि तात्पुरते होते. येथील कर्मचाऱ्यांची घरेही

दुसरीकडेच कुठेतरी असावीत. हे सर्व कर्मचारी जाऊन येऊन राहात असल्याने वाहनतळ तयार केला असावा.

तेथे रखवालदारी करायला कुत्राही ठेवला होता. तो टिपेच्या सुरात भो भो करायचा, पण रोमोचकाशी दुसऱ्याच दिवशी त्याने दोस्ती केली आणि तो त्याला सगळीकडे घेऊन गेला. दिवसा अनेक लोक ये-जा करायचे. बाळ मात्र त्याला कोणाहीबरोबर दिसला नाही.

चौथ्या दिवशी तो त्याच्याजवळचे जरा बरे कपडे घालून गेला. तेथे एवढे स्वच्छ, सुंदर वातावरण होते की, त्याला त्याचे कपडे बघून कसेसेच वाटू लागले. एक चांगली पँट आणि जाकीट कुठूनतरी आणलेच पाहिजे आता! या वेळी त्याने 'मुलगा' म्हणून जाण्याचा विचार केला. त्याचे खांदे रुंदावून तो उभा राहिला. 'मिलीट्झाने पकडला, तर त्यांनाही आश्चर्यच वाटेल आता!' त्याने विचार केला.

केंद्राच्या बाहेर त्याने व्हाईट सिस्टरला एका म्हाताऱ्या बेवारस कुत्र्यासारखे पडून रहायला सांगितले आणि तो त्या पांढऱ्याशुभ्र इमारतीत आत शिरला. त्याचे हृदय थडाथडा उडत होते.

तो थिजल्याप्रमाणे उभा होता. त्याच्यासमोर तीन बंद दरवाजे, मागे एक दरवाजा आणि समोर एक जिना होता. उंच उंच खिडक्या आपल्या उपयोगाच्या नाहीत, हेही त्याला अगोदरच माहीत होते. त्याने त्याच्या पाठीमागचा दरवाजा बंद होण्याचा आवाज ऐकला. कुलूप लागले नाही, याची खात्री केली आणि पाय फाकवून, गुडघे वाकवून हातातला दंडुका घट्ट पकडून ठेवला. समोर एका डेस्कमागे बसलेली बाई डोळे गरागरा फिरवत जोरात ओरडली—

"डॉ.पास्तुशेनको, तुमची स्वागतकक्षात गरज आहे." वरच्या पोकळ हवेत तिचा आवाज चिरकत गेला. तिला त्याची फार भीती वाटली आणि त्यामुळे रोमोचकाला जरा हायसे वाटले.

स्वागतकक्षाजवळ रोमोचकाला वेगवेगळे वास येत होते. साबणाचा, त्या बाईच्या घामाचा आणि एक कोणतातरी अनोळखी गंध होता. फुले, फळे, मांस या कशाचाही सुगंध तेथे नव्हता. प्राण्याचाही नाही. उंच भिंतींना नुकताच रंग दिलेला होता, पण जिन्याला आधार देणारा लोखंडी कठडा कमकुवत वाटत होता. त्याला मुलांचा गंध येत होता, त्याचबरोबर दुःखाचाही! त्याला काही मुले बाहेर खेळताना दिसली, काहींचा वरून आवाज आला. मात्र त्यात बाळाचा गंध मिसळला नव्हता.

'डॉ.पास्तुशेनको!' ती बाई तोंडावर फडके ठेवून परत किंचाळली. ती जिन्याच्या वरच्या दाराकडे डोळे लावून बसली होती. त्यामुळे तोही जागीच थांबला.

दुसऱ्या दरवाजातून एक तरुण बाई कुठल्या तरी रसायनांचा आणि फुलांचा

वास घेऊन बाहेर आली. तिला असे अचानक पाहून त्याला आश्चर्यच वाटले. तिचे केस लांबसडक, तपकिरी, कुरळे होते.

तिचे त्याच्याकडे लक्ष जाताच ती जागीच थबकली आणि तिच्या दाट काळ्या डोळ्यांनी त्याच्याकडे निरखून पाहू लागली. तिचाही हात तिच्या नाकापर्यंत गेला पण नंतर तिने लगेच तो काढला. सगळीकडे नि:शब्द शांतता पसरली.

"डॉ.इव्हानोवना! डॉ.इव्हानोवना! काहीतरी करा प्लीज. मी डॉ.पास्तुशेनकोना कधीची बोलावतेय."

"ठीक आहे, ॲना." ती स्त्री हळुवारपणे म्हणाली, तो आवाज...फार सुंदर, किणकिणणारा, मृदू आणि सर्व भावभावनांनी भरलेला होता. पिविट्झासारखा चमकदार नव्हता; पण आतून प्रकाश देणारा, नंदादीपासारखा होता! रोमोचकाला वाटले, जर पिविट्झाला एखादी काळी बहीण असती, तर ती हीच असती. तिचा वास या बाईसारखाच येतो. माणसाबरोबर सतत राहाणारी एक आदिम मादी, जिच्या अस्तित्वाच्या प्रकाशाने अन्य लोक झाकोळून जातात.

आता तो घाबरला होता, आश्चर्यचकित झाला होता, काळजीत पडला होता—बाळाला कसे शोधायचे आता!

"शेनॉक, माझ्या लाडक्या" त्याने घशातून आवाज काढला.

"आहाऽऽ!" तो आवाज म्हणाला, "आपल्याला खरंच डॉ.पास्तुशेनकोची गरज आहे."

रोमोचकाचे हृदय धडधडू लागले. आपले बाळ तर इथेच असेल कुठेतरी, पण तिला माहीत असेल का?

तेवढ्यात एका पुरुषाच्या पायाचा आवाज आला. "ॲना, मी इथे आहे. अरेच्चा! हा कसला वास!"

शेवटचा शब्द संपला न् संपला, तेवढ्यात त्या पुरुषाचे पूर्ण दर्शन झाले. ती स्वागतकक्षापाशी बसलेली बाई आत दडून बसली होती. ती दुसरी स्त्री हसून म्हणाली, "त्याला त्याचा भाऊ पाहिजे आहे."

खूप मोठी शांतता पसरली होती.

खिडक्यांमधून जिन्यात प्रकाश झिरपत होता, पण त्या पुरुषाचा चेहरा दिसू शकत नव्हता. तो उंच आणि बारीक होता आणि त्याचा पुरुषी गंध तिच्यामध्ये मिसळला होता.

"तुझा भाऊ इथंच राहातोय आणि आम्ही त्याची चांगली काळजी घेतोय!"

जेव्हा तो पुरुष पुढे आला, तेव्हा रोमोचकाने त्याचे करडे डोळे बघितले. त्या डोळ्यांत करुणा होती, एक वेगळी आशाही होती. पण ते डोळे प्रेमळ होते, हे नक्की! ते दोघेही जवळ आले, रोमोचकाने त्याचा दंडुका उपसला. त्याने तो

बघितला की नाही ते माहीत नाही पण तो पुरुष आक्रमक नव्हता, हे नक्की! त्याने दोन बोटांच्या चिमटीत नाक पकडले होते आणि तो रोमोचकाशी बोलू लागला.

"तुझं नाव काय आहे?" त्याने विचारले.

एखाद्या माणसाने त्याला प्रत्यक्ष काही विचारण्याची ही पहिलीच वेळ होती. क्षणभर त्याला काय प्रतिक्रिया द्यायची हेच कळेना.

त्याने लाजून उत्तर दिले, "रोमोचका!"

त्याने हाक मारली, "नताल्या, रोमोचकाला त्याचा भाऊ दाखवायला घेऊन जा."

ती हसली आणि पापण्यांखालून हळूच खुणावून ते तिघेही जिन्यावरून चढत गेले. रोमोचकाला दरदरून घाम फुटला होता. तो त्या माणसाच्या बाजूने चालत होता. ती त्याला सुरक्षित जागा वाटत होती. ती बाई जास्त वेगात आणि निश्चयाने चालत होती. त्या माणसातून अनेक गंध पाझरत होते. साबणाने हात धुतल्याचे आणि लाकडाचे! असा गंध त्याने पूर्वी अनुभवला नव्हता.

४

प्रवदा मोस्कव्ही, १० जून, २००३

मॉस्कोत डॉगबॉय पकडला

'मॉस्कोतील बालसंरक्षक अधिकाऱ्यांनी दुजोरा दिला आहे की, गेल्या काही आठवड्यांत शहराच्या उत्तरेकडील झगरोदिये भागात 'डॉगबॉय'ला पकडण्यात यश मिळाले आहे. दोन वर्षांचा मुलगा जंगली कुत्र्यांसोबत फिरताना दिसला. जेव्हा त्याला पकडण्यात आले, तेव्हा तो अधिकाऱ्यांवर भुंकत धावून गेला.

तज्ज्ञांच्या निरीक्षणानुसार, हा मुलगा नवजात असल्यापासून कुत्र्यांच्या कळपात वाढला असावा. तो खूप छोटा, कुपोषित असून त्याच्या अंगावर भरपूर केस आहेत. त्याच्या हातांवर आणि पायांवर तो अतिशय वेगाने धावू शकतो. तो फक्त कुत्र्यांचेच आवाज काढू शकतो.

त्याच्या वयामुळे त्याची 'केस' दुर्मिळ ठरते. अलीकडेच मोठी बेघर मुले कुत्र्यांच्या कळपात वाढली असल्याची भरपूर उदाहरणे समोर आली आहेत आणि त्यांच्यावर संशोधनही झाले आहे. पण तरी यातील सत्यतेची पडताळणी अजून व्हायची आहे. जंगली, रस्त्यावरची मुले प्राण्यांच्या कळपात वाढू शकतात, हा कादंबरीचा विषय असू शकतो, हे मात्र नक्की.

लहानपणी सतत कुत्र्यांबरोबर राहिल्याने कोणते शारीरिक व मानसिक दूरगामी परिणाम भोगावे लागतात, याविषयीचे संशोधन अजूनतरी झालेले नाही. आपल्या रशियाच्या डॉगबॉयला सुप्रसिद्ध अँटन मेकेरेनो मुलांच्या केंद्रात ठेवण्यात येईल आणि सर्व प्रकारच्या सोयीसुविधा त्याला पुरविल्या जातील. रशियातील नामवंत शास्त्रज्ञ त्याचा अभ्यास करतील. डॉगबॉयची प्रगती जगातील सर्व शास्त्रज्ञांमध्ये कुतूहलाचा आणि चर्चेचा विषय ठरली आहे.'

डॉ.दिमित्री पास्तुशेनकोने पेपर खाली ठेवून नि:श्वास सोडला. 'तीन आठवड्यांपूर्वी ही गोष्ट छापून आली होती. पण आता आपल्याला खुलासा द्यावा लागेल. डॉगबॉयला भाऊ आहे, यावर कोणाचाच विश्वास बसू शकत नाही. आपण जर हे सिद्ध केले नाही, तर आपली छी:थू होईल. हा आपल्या प्रतिष्ठेचा प्रश्न आहे.'

त्याचे विचार! एकदा त्यांनी म्हटले होते, ''प्रत्येक माणूस हा मूलत: प्राणीच असतो. जर लहान मुलांना बरं करायचं असेल, तर प्राण्यांच्या ज्या मूलभूत गरजा असतात, त्या पूर्ण केल्या पाहिजेत. अन्न, वस्त्र, निवारा आणि मायेचा स्पर्श त्यांना मिळाला पाहिजे. माणसानं स्वत:ला प्राण्यांपासून वेगळं थोडंच केलंय? आपल्या पूर्वजांनी सांगितलेल्या गोष्टींमध्ये, पुराणांमध्येही प्राण्यांचे अनेक अवतार दाखवले आहेत. माणसांनी अद्याप प्राण्यांना स्वत:पासून वेगळं थोडंच केलंय?''

त्याने त्याच्या ऑफिसच्या केबिनमध्ये बघितले. त्याची केबिन तर प्राण्यांच्या वस्तूंनी खचाखच भरली होती. लाकडात कोरलेले अस्वल त्यांना फार आवडायचे. ब्रॉझ आणि दगडांनी घडवलेल्या प्राण्यांच्या कलाकृती त्याचा थकवा नाहीसा करायच्या.

''होय, आपणही प्राणीच आहोत.'' 'मानवी इतिहासात प्राण्यांनीच माणसाच्या प्रगतीचा मजबूत पाया घातला आहे. त्यांच्याच बळावर आपण एवढी प्रचंड प्रगती करू शकलो.' त्याच्या मनात आले.

❦

दिमित्री आणि नताल्याचा वाद तीन आठवड्यांपूर्वीच सकाळीच सुरू झाला. विषय होता घरी कुत्रा आणण्याबाबत. नताल्याला कुत्रा पाळायचाच होता, पण दिमित्रीला मात्र घरात कुत्रा नकोसाच होता. त्यांच्या शेजाऱ्याने कुत्रा आणला होता. शेजाऱ्याच्या मते, कुत्रा पाळल्यामुळे आपलीही ताकद आणि चपळाई वाढते.

त्या कुत्र्याचे नाव माल्शिक होते. माल्शिकचे कौतुक ऐकून दिमित्री जाम वैतागला होता. दिमित्रीच्या मते, लहानपणी ज्यांना कौतुक मिळालेले नसते ते कुत्री पाळतात. माणसाच्या व्यक्तिमत्त्वात कोणतीही पोकळी असल्याशिवाय कुत्रे पाळले जात नाही. पण नताल्या तिचा हट्ट सोडायला तयार नव्हती.

दिमित्रीला प्राण्यांना हात लावायलादेखील कसेसेच वाटत होते. प्रयोगशाळेत उंदराच्या गुळगुळीत त्वचेला हात लावताना त्याच्या अंगावर काटा यायचा. कोणत्याही प्राण्याला हात लावला की, लगेच तो बेसिनमध्ये हात धुवायचा. दिमित्रीने नताल्याला सांगितले होते,'' मला प्राणी आवडत नाही असं नाही, पण त्यांच्या सहवासात मी अस्वस्थ होतो.''

पण नताल्या तिचे हट्ट खरे करायचीच. दिमित्रीचा तत्त्ववेत्त्याचा दृष्टिकोन तो पटवून देऊ शकायचा नाही. नताल्यासमोर त्याचे काही चालायचे नाही, हेच खरे! लोक तिचा किणकिणणाऱ्या घंट्यांसारखा आवाज ऐकूनच फिदा व्हायचे.

नताल्या बालरोगतज्ज्ञ होती; पण दिमित्रीला मात्र ती थोडी मूर्ख, उनाड मुलगीच वाटायची. शास्त्रज्ञाला त्याची जन्मकुंडली विचारणारी ती एकमेव होती. पहिल्यांदा भेटल्यावर तिने हाच प्रश्न केला होता. लहान मुलाच्या उत्सुकतेने तिने हा प्रश्न विचारला त्याच्याबद्दल जास्तीत जास्त जाणून घेण्यासाठीच जणु!

तिचे मन लहान मुलासारखे अवखळ होते. तिची बुद्धी प्रचंड होती. पण बुद्धीआडून उनाड मन डोकवायचेच! तिच्याशी दिमित्रीला लग्न करायचे होते पण तिने का म्हणून 'हो' म्हणावे? जेव्हा ती त्याच्याबरोबर राहायला तयार झाली, तेव्हा त्याला आश्चर्यच वाटले होते. त्या दोघांचे घर त्यानेच सजवले. ''मी माझं सामान घरी विसरून आले.'' तिने सांगितले. त्याला 'का' म्हणून विचारण्याची हिंमत झाली नव्हती.

नताल्यापेक्षा त्याचे बालपण खडतर गेले होते. ज्यांचे बालपण खडतर जाते त्यांनाच प्राणी पाळणे ही न परवडणारी चैन असते, हे कळते.

शिवाय प्राणी पाळणे हा भंपकपणा नव्हता का? रशियात मुले भुकेने मरत होती आणि प्राणी पाळायचे? नताल्याही दररोज पेपर वाचत होती. तिलाही हे माहीत होते की, कुत्रे मारण्यावरून लोकांमध्ये नाराजी पसरत होती. नताल्या म्हणते असे की ज्या रशियन बायका कुत्रे पाळतात त्या खूप आनंदी असतात.

नताल्या खूप चांगली मुलगी होती. ती हुशार होती, उत्कृष्ट व्यायामपटू होती आणि विशेष म्हणजे सहृदयी व्यक्ती होती. ती विलक्षण प्रेमिका होती. स्वतंत्र, धाडसी आणि सर्वस्व झोकून देणारी प्रेमिका कोणाला आवडणार नाही? ती भविष्यात चांगली गृहिणीदेखील झाली असती. प्रेमळ मावशी, मामीही झाली असती. पण रशियन बाईचे स्त्रीत्व कुत्रा पाळल्यानंतरच बहुधा पूर्ण होते.

दिमित्री मनाशीच हसला. 'बघू थोडे दिवस! हे कुत्रा प्रकरण ताणून धरू या. ज्या दिवशी तो डॉगबॉय आला, तेव्हापासून नताल्यानेदेखील हा विषय काढला नाही.

दिमित्रीने जेव्हा त्या लहानशा, केसाळ बाळाला मिलिट्झा व्हॅनमध्ये एका कोपऱ्यात कुडकुडत उभा असलेला पाहिला, तेव्हा त्याला त्याची फार दया आली. त्याला झोपेची भूल देणारे इंजेक्शन दिले गेले, तेव्हा त्याच्या मनात संमिश्र भावना होत्या. हा मुलगा असूनही प्राणीच होता. प्राण्यांपासून माणसापर्यंत प्रवास चुकलेला हा वाटसरू दिसत होता.

त्या लहानग्याने त्याचे छोटेसे पांढरेशुभ्र दात विचकले. स्वत:चे संरक्षण कसे करायचे, हे बिचाऱ्याला कळत नव्हते. 'श्वानप्रेमिकांनो, जरा लक्ष द्या इकडेही!'

दिमित्रीने अनेक लहान मुलांसमवेत काम केले होते. परिस्थितीने गांजलेली, वाढ खुंटलेली मुले! पण डॉगबॉयची कहाणी सर्वांत दुर्दैवी! 'कसा तो जगला असेल, चमत्कारच होता! कुत्र्यांनी सांभाळ केला असेल त्याचा... दिमित्रीला पुढचा विचार करवेना!

"आपण त्याला 'मार्को' म्हणू या." दिमित्री नताल्याच्या ऑफिसमध्ये दुपारच्या जेवणानंतर गेला. शरीर ताठ करून ती काहीतरी मजकूर टाईप करत होती. तिने तिचे टेबल खुर्ची अशा प्रकारे ठेवले होते, की कंटाळा आला, तर खिडकीबाहेर सहज बघता आले पाहिजे. अशी टेबलची हलवाहलवी नताल्याच करू शकत होती. की बोर्डवर तिची बोटे आता झरझर फिरू लागली. दिमित्रीच्या दिशेने एक हात दाखवून तिने त्याला थांबण्याची खूण केली. तिने केसांना लावलेल्या शॅम्पूचा सुवास त्याच्यापर्यंत पोहचत होता. दिमित्री तिच्या खुर्चीच्या मागे रेंगाळत होता. कुत्र्याचे नाव त्याने सुचवले होते, तिच्याकडून होकार यायचा होता. कुत्र्याच्या मालकी हक्कांबद्दलही त्याला तिच्याशी बोलायचे होते. भांडणे तर होतच, पण एक छानसे चुंबन घेऊन ते मिटवायचेदेखील होते.

नताल्याने वर बघितले. तिच्या गडद डोळ्यांकडे पाहून त्याला बरे वाटले. तिच्या चेहऱ्यावरचे भाव सांगत होते की, डॉगबॉयने तिला जिंकले होते. तिचे एरवी शांत वाटणारे डोळे आता चमकत होते.

"काळजी घे. हा डॉगबॉय सरकारही पाडू शकतो." "आपण आशा करूया की, तो जेव्हा वेळ येईल तेव्हा बोलू शकेल." नताल्याच्या सहवासात त्याला वेगळाच आनंद मिळत असे.

"हं, मार्कोस! कदाचित हे शक्तिशाली नाव ठेवलं, तर जगेल वाचेल तो!" ती फुलारून बोलली. निराशेची नुसती शक्यतादेखील तिला नकोशी वाटायची.

तिच्या मते तो डॉगबॉय खूप नाजूक होता. तो कसातरी अडखळत चालत होता, असे तिला वाटत होते. शुक्रवारी पूर्ण तपासायचे होते म्हणा!

दिमित्रीला आशा वाटत होती. भाषा लवकर अवगत होण्याची कला आणि उत्तेजक विरहित मुलांसाठी आकलन होण्याची जाणीव या विषयावर त्याचे संशोधन संबंध युरोपात प्रसिद्ध होते. या वर्षी त्याचा अनुवाद जर्मन, फ्रेंच आणि इंग्लिशमध्ये झाला होता. त्याच्या या विषयावरील व्याख्यानांना छान गर्दी असे. "कमीत कमी बोलणारी लहान मुलं दुसऱ्या क्षेत्रात खूप चांगली चमक दाखवू शकतात." त्याला

त्याच्याच भाषणातले एक वाक्य आठवले.

दिमित्री त्याच्या संशोधन क्षेत्रात सर्वोच्च स्थानावर होता आणि आता 'डॉगबॉय' त्याच्या कारकिर्दीत आला होता. अँटन मेकॅरेनो मुलांच्या केंद्राचा तो संचालक होता. हे संचालकपद त्याला अपार कष्टांमुळे आणि सतत मिळणाऱ्या यशामुळे मिळाले होते. एक आंतरराष्ट्रीय संशोधनाद्वारे असे सिद्ध झाले होते की, अनाथालयांमध्ये मुलांवर अत्याचार होतात. त्यामुळे या केंद्राची स्थापना झाली होती. खरे तर परदेशी पत्रकारांसमोर फक्त प्रदर्शन करण्यासाठी या केंद्राचा चांगला उपयोग होत होता. पण दिमित्रीचे मात्र या केंद्रावर मनापासून प्रेम होते आणि संशोधन करण्यासाठी त्याला चांगला वावही मिळत होता.

त्याची 'टीम' फारच छान होती. नताल्या माणसे जोडत असे. त्यामुळे सगळ्यांचे सूर फार छान जमले होते. तिचा उत्साह भरभरून वाहायचा आणि सगळ्यांना वेगळे चैतन्य देऊन जायचा. त्यांच्याकडे जे मानसोपचार तज्ज्ञ होते, ते अख्ख्या मॉस्कोत अव्वल होते. मज्जातंतू तज्ज्ञ हे तर एक बडे प्रस्थ होते. त्यांच्या प्रचंड व्यापातून ते केंद्राला काही वेळ देत. ॲना ॲलेक्सनड्रोवना ही उत्तम प्रशासक केंद्राला लाभली होती. त्याचा जिवलग मित्र कॉन्स्टंटिन पेट्रोविच, सुरक्षा व्यवस्थापक, ड्रायव्हर आणि मानसशास्त्राचा अध्यापक होता. त्याचे जबरदस्त पाठबळ केंद्राला होते. येथे शिकविणारे अध्यापक, परिचारिका आणि इतर कर्मचारिवर्ग हा मॉस्कोतील विविध विद्यापीठांमधून आणि केंद्रातून वेचून काढण्यात आला होता.

अगदी स्वयंपाक्यापासून ते डॉक्टरपर्यंत संपूर्ण टीम अव्वल होती आणि त्यांच्या कार्याचा त्यांना सार्थ अभिमान होता.

फक्त इमारत मात्र तेवढी ठीक नव्हती. त्यांच्याकडे खूप चांगली उपकरणे होती, काही नवीन खोल्याही त्यांनी तयार केल्या होत्या. पण रंगकाम खराब होते आणि मुलांच्या खोलीत जुने गंजलेले पलंग होते.

केंद्रात सध्या पस्तीस मुले शिकत होती. त्या सगळ्यांची भयाण परिस्थितीतून सोडवणूक करण्यात आली होती. कोणी बोम्झींची मुले होती, तर कोणी रस्त्यावरच्या भिकाऱ्यांची! त्यातले सर्वच अडाणी होते असे नाही. काही हुशारही होते. काहींच वागणुकीच्या बाबतीत मोठे प्रश्नचिन्ह होते, तर काहींना जन्मत: व्यंग होते. काही मुले सुधारण्याच्या पलीकडची होती, पण शासनाला या केंद्राकडून यशोगाथाच अपेक्षित होत्या.

दिमित्रीचा सुरुवातीपासूनच भावना न गुंतविण्याचा स्वभाव होता. पण त्याच्यापेक्षा

नताल्या विलक्षण चाणाक्ष होती. जर एखादा मुलगा सुधारण्याच्या पलीकडे असता, तर ती सरळ म्हणायची, "त्याला कुठे तरी दुसरीकडे पाठवलेलं बरं!"

तिला तिचा मुलगा पटकन हेरता यायचा. किळसवाणी, वाढ खुंटलेली मुले पाहिली, की तिचे मन करुणेने भरून यायचे. एकदा दिमित्रीने म्हटले होते की, "अशाच मुलांचं तुला आकर्षण आहे." तिने त्याच्याकडे फक्त एक थंड कटाक्ष टाकला होता. तिला ध्येय गाठणे महत्त्वाचे वाटायचे. त्यासाठी ती वाटेल ते करायची. रिपोर्टमध्ये चुकीचे आकडे लिहिणे, वरिष्ठ अधिकाऱ्याला पैसे खाऊ घालणे, अशी काही अवैध कामेही ती करायची.

पण हेही तेवढेच खरे होते की, तिचे अंदाज सहसा चुकत नसत. तिला जे साध्य करायचे, ते ती करायचीच! त्यासाठी मुलांचे मानसिक अहवाल चुकीचे ठरवण्यासाठी ती केंद्राचे पैसेही लाच देण्यासाठी वापरायची.

तिच्या धाडसी स्वभावामुळे दिमित्रीलाही उत्साह वाटायचा. मुलांच्या चांगल्या भवितव्यासाठी तो नेहमी प्रयत्न करायचा. पण त्याला नेहमी वाटायचे की, टाकून दिलेल्या मुलांचे प्रश्न हाताळायला तो एकटा असमर्थ होता.

त्याला नताल्याचा रागही यायचा. त्याला माहीत होते, आत्ता ती खाली तळघरात मुलांना व्यायाम करायला शिकवत होती. त्या लहानग्यांचे आयुष्य तिला तिच्यासारखेच सुखकर बनवायचे होते. तिला त्या मुलांबद्दल खूप आशा होत्या. तिने ज्या मुलांना रस्त्यावरच सोडले, त्यांचा मात्र ती अजिबात विचार करत नव्हती. तिला त्यांचा संपूर्ण विसर पडत असे. आता कुमारी मातांचे प्रमाण मॉस्कोमध्ये बरेच कमी झाले होते. जर एखाद्या स्त्रीच्या हातात अशक्त, निळसर बाळ दिसले; तर ती हातातले काम सोडून मिलीट्झाला फोन करायची. पण दिमित्रीला खात्री होती की, तिची भावनिक गुंतवणूक शून्य होती. एकदा त्याने त्याच्या रिसर्च पेपरमध्ये लिहिले होते की, हळूहळू मातृत्वाच्या भावनांचा ऱ्हास होतो आहे.

नताल्या एकदा त्याला बोलली होती, "दिमित्री, तत्त्ववेत्याचा आव आणू नकोस. तू बाळाला कधी जन्म दिला नाहीस किंवा एखाद्या आईला भ्रष्ट केलं नाहीस." दिमित्रीला खूप काही बोलायचे होते, "जर माझी आई अशीच असती तर..?" पण नताल्याने त्याच्याकडे नजर वळवली आणि त्याचे सगळे अवसानच गळाले. तिचा हात हळुवारपणे त्याने हातात घेतला. तिचा उत्फुल्ल चेहरा पाहाताच त्याचे शब्द बाहेर पडलेच नाहीत.

नताल्या तिच्या मतांबद्दल भलतीच आग्रही होती. कोणी तिचे मत खोडले, तर तिला फारच आश्चर्य वाटत असे. त्यानंतरही आपले म्हणणे ती पुढे रेटायचीच. दिमित्री तिला सांगायचा, "तुला तुझ्या चुका मान्य करणं जमत नाही." ती हसून दुर्लक्ष

करायची. दिमित्रीला माहित होते की, उद्धटपणा तर तिच्या रोमारोमात भरला होता.

मुले व्यायाम करून पळाली. नताल्याला त्यांचा चिवचिवाट फार आवडायचा. व्यायाम करताना तिला तिचे वय जाणवायचे, पण स्वत:ला ती तरुणच समजायची. बत्तिसाव्या वर्षी अंग एवढे वाकवणे कठीणच होते. पण बालरोगतज्ज्ञही छोटी मुलेच असतात! लहान मुलांच्या सहवासात राहून त्यांचे बालपण जपले जाते. तिचे शिकवण्याचे तंत्र एवढे सुंदर होते की, मुले मंत्रमुग्ध होत. दिमित्रीलाही या मुलांना चांगल्या वातावरणात वाढायला मिळत होते, म्हणून समाधान वाटत असे.

नताल्याने हात वर करून कोपरे न वाकवता हातांचे तळवे जमिनीला ठेवले. तिचे डोके दोन्ही हातांमधून काढले, तेव्हा ती चार पायांच्या प्राण्यासारखी गमतीशीर दिसू लागली. तिचे लांबसडक केस कुत्र्याच्या शेपटीसारखे जमिनीवर लोळत होते. नंतर तिने दोन्ही पाय जमिनीशी समांतर केले आणि फक्त हातांवर जोर दिला. परत तिने पाय खाली आणले आणि पाठीच्या मणक्यांचा अर्धचंद्र केला. त्याला या प्रकारात अजिबात रस नव्हता. पण दिमित्रीला आवडत नाही, म्हणून नताल्याने व्यायाम करणे का सोडून द्यावे? ती खरे तर बालरोगतज्ज्ञ होती, व्यायामपटू नव्हती. पण यातही तिचे मन रमायचे. दिमित्रीने मात्र केंद्राच्या यशावरच सगळे लक्ष केंद्रित केले होते.

फक्त दिमित्रीच तिच्याशी वाद घालू शकत असे. तिच्या आईवडिलांनीदेखील तिच्याशी वाद घातला नसेल. वाद घालताना तो तिच्याशी फार हुशारीने वाद घालायचा. अक्रोडाचे झाड कसे असते, प्रत्येक गाठीशी टणक, घट्ट! त्याचा मुद्दा त्याने असाच घट्ट धरला असायचा. शेवटी तिचा राग निवळायचा आणि ती खुदकन हसायची. तिला वाटायचे, हा किती छान पालक होईल! आपल्या मुलांना व्यवस्थित सांभाळेल. हो, आणि कुत्रा पाळणे त्याला कधीतरी नक्कीच आवडेल. कदाचित, आपल्यापेक्षा जास्तच!

तिने तिचा बांधलेला बुचडा सोडला, तिचे कपडे उचलले आणि शॉवरखाली अंघोळ करायला गेली. त्याला व्यायाम नसेल आवडत, पण तिचा लवचीकपणा निश्चितच आवडत होता. तिला त्याचे राखाडी रंगाचे विस्फारलेले डोळे, त्याचा मधुर सहवास...सगळे आठवले. त्याला वाटणारी तिच्याबद्दलची ओढ, त्याचा हावरटपणा, त्याची टणक शरीरयष्टी सगळे आठवून तिच्या अंगावर गोड शहारा आला.

पंधराव्या वर्षीपासून नताल्याला पुरुषांमध्ये दोन गोष्टी हव्या असत. एक तर तो आकर्षक असला पाहिजे आणि दुसरे म्हणजे त्याला तिची गरज वाटली पाहिजे. तिला वाटायचे, तिच्या स्वप्नातला राजकुमार नक्कीच पियानोवादक असेल. तरल स्वरांच्या दुनियेत तिला तो अलगद नेऊन बसवेल. एका इंजिनिअरवर आणि नंतर

एका मानसशास्त्रीय लेखकावर तिचे प्रेम जडले होते. पण त्यांना तिच्या मदतीची गरज नव्हती. त्यामुळे हळूहळू त्यांच्यामधला तिचा रस कमी होत गेला. दिमित्री मात्र योग्य प्रियकर होता, असे तिला नेहमी वाटायचे.

आज स्वत: स्वयंपाक करावा, असा विचार तिने केला. त्याला खाऊ घालून तृप्त करावे आणि मग परफ्यूम अंगभर शिंपडून घेऊन त्याच्याजवळ जावे, असा बेत तिने मनातल्या मनात केला आणि या कल्पनेनेच ती शहारली.

❦

निरीक्षणकक्षातून दिमित्री मार्कोला न्याहाळत होता. त्याच्या हातात अनेक चाचण्यांचे निकाल होते. त्याच्या मनात आले, 'केवढा आश्चर्यकारक आहे हा मुलगा! जरा दु:खी दिसतोय, सारखे हात चाटतोय. सारखं तेच तेच करतोय. एकाच बाजूने किंवा सारखा मागून पुढे हलतोय. हातांवर आणि पायांवर खोलीभर धावतोय. त्याला अन्न चावता येत नाही, पण थांबायचं कधी हे मात्र कळतं.' दिमित्रीच्या अनुभवावरून दुर्लक्षित मुलांना खाणे कधी थांबवायचे, ते कळत नाही! 'तुटक तुटक अक्षरे बोलतो, शब्द बोलता येत नाहीत आणि कुत्र्यासारख्या हालचाली करतो! त्याचा पार्श्वभाग एवढ्या जोरजोरात का हलवतो कोण जाणे!'

हं! कुत्रे नाही का त्यांची शेपटी हलवत? तशीच हालचाल तो करतो. त्याला भाषा मात्र कोणतीच येत नाही.

'संवेदनशून्य वातावरणातून हा आलेला असावा का? पण अगदीच दुर्लक्षित दिसत नाही. त्याला कसे खेळावे, हे चांगलेच माहीत आहे. त्याच्या दृष्टीने ही असामान्य गोष्ट आहे.'

'कुत्रे खेळकर असतात', दिमित्रीने विचार केला. 'मार्कोने पिवळा चेंडू जोरात खिडकीकडे भिरकावला. पण कुत्रे कधी ठोकळ्यांनी खेळत नाहीत. हा मुलगा खेळतो. हा मुलगा बाकी दुर्लक्षित मुलांपेक्षा जास्त छान प्रतिसाद देतो. त्याच्या झोपण्याच्या वेळाही अगदी वेगळ्या आहेत. जेवणानंतर तो लगेच झोपतो. रात्री बराच वेळ मात्र जागा असतो. त्याला काही शारीरिक व्याधीही झालेल्या दिसताहेत. त्याची वाढ खुंटलेली दिसतेय, कुपोषण झालेय आणि त्याचे शरीरही योग्य हालचाल करत नाही.'

'त्याचा भरपूर वेळ अंधारात गेला असणार हे वर निश्चित आहे. त्याचे कान आणि हुंगण्याची क्षमता तीव्र आहे. पण...'

दिमित्री तोंडातले पेन चावायचे थांबला. त्याला वाटले, की 'एका महत्त्वपूर्ण संशोधनाच्या महत्त्वाच्या निष्कर्षावर तर आपण आलो नसू? विगात्स्की आणि

लिओन्टेवने जे संशोधन केले, त्याच्याही पलीकडे आपण जाऊ शकतो का? हा मुलगा त्याच्या नजीकच्या वाढीसाठी कुत्राविरहित विश्व निर्माण करत होता का? बाप रे! देवा रे! म्हणजे याचा अर्थ असा की, की माणूस असणे हे नैसर्गिक आहे?'

दिमित्रीला रहावले नाही. तो उठून त्याच्या ऑफिसमध्ये गेला आणि चाचण्यांचे सगळे निष्कर्ष त्याने लिहून काढले. त्याच्या मनात नुकतेच आलेले विचार त्याने एका वेगळ्या फाईलमध्ये लिहिले. त्याच्या डोक्यात विचारांचे काहूर माजले होते. त्याने काही ओळी मोठ्या अक्षरांत लिहिल्या.

'या मुलाचं वय सांगता येणार नाही— दात कुपोषणामुळे खराब झाले आहेत. त्याच्या मनगटाचा एक्स रे काढून अचूक निष्कर्ष निघत नाही. कोणत्याही दुसऱ्या निष्कर्षाशी तुलना करणं कठीण आहे. पण मज्जातंतू व्यवस्थित आहेत. काही भागांत अति जास्त प्रमाणात मज्जातंतू संवेदनशील आहेत. दुर्लक्षित असलेल्या संवेदनाहीन मुलांसारखा हा मुलगा अजिबात नाही.'

त्याने त्याच्या खेळांबद्दलही निरीक्षणे नोंदवून ठेवली. त्याचे हस्ताक्षर टपोरे आणि संपूर्ण पानभर पसरलेले होते. जणू काही मज्जामानसशास्त्राचा नवीन अध्याय तो लिहीत होता. त्याने पुन्हा पेन चावून शेवटचा परिच्छेद वाचला. फारच आश्चर्यकारक वगैरे शब्द त्याने काढून टाकले. 'लोकांनाच कळू देत, की हे निष्कर्ष आश्चर्यकारक आहेत. मी आपला शांतच रहातो.' तो स्वत:शीच म्हणाला.

मानसशास्त्रीय चाचण्या करायलादेखील कठीण होत्या आणि त्यांचे निष्कर्ष काढणे फार अवघड काम होते. मुलाला भाषा समजत नव्हती. स्नायू बळकट नव्हते, येथील माणसांनाही तो ओळखत नव्हता. त्यामुळे तर ते जास्तच कठीण होते. पण खेळांमध्ये तो मुलगा खूप रस घेत असे, हे खूपच नवल होते. ज्या वातावरणात तो वाढला, ते वातावरण फारच वेगळे असणार.

त्याला माहीत होते की, दुसऱ्या शास्त्रज्ञांनी सहजासहजी त्याचे निष्कर्ष मानले नसते. ते मार्कोला मतिमंदसुद्धा म्हणाले असते.

पण काही चाचण्यांमुळे तो मतिमंद नव्हता, हे सिद्ध होत होते. अगदी पूर्णपणे सिद्ध होत होते. दिमित्रीने त्याच्या वहीत नोंद केली—

'या मुलामध्ये काहीही दोष नाही. उलट याचा बुद्ध्यांक सर्वसाधारण मुलांपेक्षा जास्त आहे.'

मार्को लोकांमध्ये जास्त मिसळत नव्हता. त्याला केंद्रातील इतर मुले धोकादायक वाटत होती. त्याने दुरून जरी त्यांना पाहिले, तरी तो सजग होत होता. लहान आणि मोठ्या मुलांमध्ये तो भेद करू शकत नव्हता. त्याला त्यांचे दात आणि दातांआडून केलेली गुरगुर दिसत होती. त्यांचा द्वेष कळत होता. पण असे असूनही तो मात्र हळूहळू सगळ्यांच्या बाबतीत प्रेमळ बनत चालला होता, हेही एक आश्चर्यच होते.

मार्कोचे पूर्वनिदान चांगले होते आणि दिमित्रीसाठी त्याच्यावर संशोधन करण्याची ही सोनेरी संधी होती.

दिमित्रीने ऑफिसच्या खिडकीबाहेर पाहिले. बगिच्यात सूर्यप्रकाशात लहान मुले खेळत होती. तो विचार करत होता, 'मार्कोचे आयुष्य कसे असेल? अंधाऱ्या गुहेत अनेक कुत्र्यांसोबत तो रहात असेल. कुत्र्यांच्या पिल्लांबरोबर मारामारी करत असेल. हे बाळ थंडीचा मुकाबला कसे करत होते? ऊब मिळण्याकरिता ते कुत्र्यांना बिलगून बसत असेल. एखादे दणकट कुत्रे त्याचे संरक्षण करत असेल, कळपातील एखादी आई कुत्री त्याला पाजून तृप्त करत असेल. कुत्र्यांचे प्रेमळ पंजे त्याच्यावर कौतुकाचा वर्षाव करत असतील. अंधाराचे जग, आवाज, स्पर्श आणि केवळ वासानेच पूर्णत्वाने साकारणारे! त्यामुळे दुर्लक्षित मुलांसारखी याची अवस्था नव्हती. मार्कोला स्पर्श, गंध आणि आवाजाचे संपूर्ण भान होते.'

'मार्को खेळण्यांशी खेळायला कसा शिकला असेल? घ्राणेंद्रिये तीव्र असल्यावर होणारा हा व्यक्तिमत्त्व विकासाचा सहज आविष्कार तर नसेल? त्याच्या सर्व सवयी त्याने कुत्र्यांना बघूनच उचलल्या होत्या. त्याने कुत्र्यांच्या जीवनशैलीशी जुळवून घेतले होते. तो बऱ्याचदा कुत्र्यांबरोबर दिसला होता आणि जेव्हा मिलिट्झाने पकडले, तेव्हा दोन कुत्र्यांनी त्याला सोडवण्यासाठी झुंजही दिली होती. मिलिट्झाकडून याबद्दल जास्त माहिती घ्यायला पाहिजे. नाहीतर ती हरवून जायची. या वसंत ऋतूतच तो कसा दिसला? अर्थातच, हिवाळ्यात तो गुहेतच बसला असेल आणि त्यापूर्वी तान्हा असेल. हा नक्कीच रानटी जमातीतला मुलगा असेल, पण आपल्या केंद्राकडे देवानेच पाठवलेला दिसतो. याच्या भरवशावर आपले अनुदान शाबूत राहील.'

दिमित्रीने त्याच्या कॉफीच्या कपावरचे दृश्य पाहिले. वसंत ऋतूतील सुंदर फुले, गाणारे पक्षी, कोल्ह्याचे पिल्लू आणि इतर प्राणी. त्याला हे कळत नव्हते की, या मुलाला कपडे कोणी घातले होते? कुत्र्यांनी चोरले असतील का किंवा त्यालाच सापडले असतील? खूप जाडजूड घोंगड्याचा त्याचा कपडा होता. जगण्याच्या प्रचंड मूलभूत गरजेतून त्यांनी माणसांकडे पाहून याला कपडे घातले असतील का? भिंतीवर मागे असलेल्या घड्याळाने चिवचिवाट केला. साडेबारा वाजले होते. पण तो हलला नाही. 'मार्कोला कोणी माणसाने वाढवले नाही. प्रेम दिले नाही, तरी तो जगला, बऱ्यापैकी सक्षम आहे आणि कपडेही घातलेले आहेत.' त्याने निरीक्षणे लिहून काढली.

'पण कपडे कोण घालणार त्याला? त्याचा कोणीतरी पालक असलाच पाहिजे.'

'जाऊ दे!' दिमित्रीचे डोके गरगरत होते.

रोमोचकाला बाळाचे नवीन उगवलेले केस खूप आवडले. खरे तर अगोदर बाळाचा तुळतुळीत गोटा पाहून त्याला दु:ख झाले होते. पण आता त्याचा गोटा हाताला छान लागत होता. व्हाईट सिस्टर उन्हाळ्यात जशी वाटत असे, तसाच! मऊशार आणि साबणासारखी चिकट!

त्याने बाळाच्या खोलीत दबकतच प्रवेश केला. त्या खोलीत फारच उजेड होता. वास पण कसलातरीच येत होता. आता बाळाचा वासही बदलला होता. बाळाने रोमोचकाला बघून उडीच मारली. त्याला प्रचंड आनंद झाला. बाळ त्याच्याभोवती फेर धरून नाचू लागले. अंग घुसळत त्याच्या मांडीवर बसले. त्याच्या मानेभोवती त्याने आपल्या नाजूक हातांचा विळखा घातला. परत हात काढून त्याचा पायासारखा उपयोग करत ते फेर धरून नाचू लागले. सगळे चित्रविचित्र वास झेलताना रोमोचकाला बाळाचा प्रेमळ विळखा फारच सुखावून गेला. त्याने त्याचा चेहरा बाळाच्या मानेत खुपसला. बाळ तर सुखाने हरखून वेडेपिसे झाले. अत्यानंदाने त्याला धड श्वासही घेता येईना! रोमोचकाला खरे तर बाळाला प्रेमाने चाटायचे होते. पण त्याला कल्पना होती की, सर्व जण त्यांना बघत होते. त्यांनी एकत्र बाळाची खोली पाहिली. दोघांनी मिळून एकत्र आरशात पाहिले आणि ते खेळण्यांशी भरपूर खेळले. रोमोचका खोलीमध्ये भिंतीला कुठे तडा गेलाय का, ते पाहात होता. त्याला कळत होते, की अनेक डोळे त्याच्यावर रोखले गेले होते. पण त्याला तडा गेलेली जागा दिसली नाही.

बाळाची एका माणसाशी आणि बाईशी छान गट्टी जमली होती. रोमोचकाला हायसे वाटले. तो त्याच्याबरोबर खेळताना अगदी मोकळा आणि आनंदी वाटत होता! पण तरी रोमोचकाच्या मानेवरचे केस ताठ उभे राहिले. बुटांचे थाड्थाड् आवाज त्याने दरवाजाबाहेर ऐकले. तेव्हा 'मुलगेपणाचा' चेहरा चढवला आणि बाळाला चाटणे बंद केले. तो माणसांसारखाच दोन पायांवर उभा राहिला.

बाळाला वाटले, रोमोचका कोणता तरी खेळच खेळत होता. तोही कुत्रा आणि मुलाचा खेळ खेळू लागला. कधीतरी तो उभा राहायचा आणि दोन गोंडस मुलांसारखे ते दोघे खेळायचे. रोमोचकावर किती प्रेम करू आणि किती नको, असे त्याला झाले होते. रोमोचकाचे हात चाटत असताना त्याचे डोळे चमकत होते. छोटा भाऊ जसा मोठ्या भावाच्या हातात हात देतो, तसेच दोघांनी हातात हात गुंफले. रोमोचकाच्या पायांभोवती तो घुटमळत होता. बाळ आता खूप शहाणे झाले होते. रोमोचकाच्या मानेला पकडायचा खेळ ते अजिबात खेळले नाही आणि रोमोचकाला ढकलून त्याचे पोट दिसेल, असेही बाळाने केले नाही. रोमोचकाला बाळाचा फार अभिमान वाटला आणि बाळालाही त्याचे आगमन आवडले.

बाळ रोमोचकाच्या मांडीवर हातपाय दुमडून थकून झोपले. रोमोचकाला आता

घरी जायचे वेध लागले होते. तोही आता खेळून खेळून थकला होता. बाळाने हलकी जांभई दिली, झोपेतच तो हसला आणि त्याने हातपाय ताणले. त्याला वाटले बाळाला बारीक चिमटा घ्यावा, म्हणजे तो छानशी उडी घेईल. पण आपल्यावर सतत पहारा होता हे त्याला कळत होते. म्हणून त्याने काहीच केले नाही. खोलीत परत एकदा त्याने नजर भिरभिरली. पण त्याच्या मनाजोगे काही त्याला आढळले नाही. बाळ नवीन कपड्यांमध्ये एकदम छोटे दिसत होते. 'अगोदरच्या अवतारात त्याला बाळाला मांडीवर घेता आले असते का? काय माहीत! बाळ जरा बारीक झाले होते का? आणि त्याच्या या नवीन अवतारात, अंगावर केस नसताना भर थंडीत आपण बाहेर कसे घेऊन जाणार?'

त्याचा घसा आक्रसला. आता त्याला गुहेची ऊब पाहिजे होती. गुहेत बाळाबरोबर तो कसा पोटाखाली हात घेऊन झोपायचा! त्याच्या कानात गुजगोष्टी करायचा. त्याने बाळाला खाली ढकलले, काळजीपूर्वक उभा राहिला, दार उघडले आणि मागे न बघता तो चालू लागला. त्याच्या मानेवरचे केस ताठ उभे राहिले होते. पण काहीच घडले नाही. त्याला कोणीही अडवले नाही. त्या उंच माणसानेही नाही आणि बाईनेही नाही. ती त्याच्याजवळ येऊन हळुवारपणे बोलली, "परत येशील, ना रोमोचका!" तो कॉरिडॉरमधून धावत गेला. जिना धाड्धाड् उतरून खाली कोसळणाऱ्या पावसात मिसळला, तरी तिचे शब्द त्याच्या सर्वांगावर सुखाचा वर्षाव करत होते. आनंदाने तो चिंब भिजला होता.

"तुला त्याला माणूस बनवायचं नाही." जेवता जेवता नताल्या दिमित्रीला म्हणाली. दिमित्रीला काय बोलावे ते सुचेना. ती केवढे धडधडीत चुकीचे विधान करत होती! त्याला मार्को जसा होता, तसाच पाहिजे होता. अर्धवट असा, अर्धवट तसा नको होता. आयुष्यातली प्रत्येक गोष्ट अर्धवटच झाली होती. फक्त नताल्याच्या बाबतीत मात्र पूर्णविराम होता. आपली बोटे चाटत ती त्याला न्याहाळत होती. त्याचा चेहरा लाल झाला.

"हं, कपड्यांवरून तसं वाटतं." नताल्याचा आवाज तिरकस नव्हता. पण दिमित्री हसण्याच्या मूडमध्ये नव्हता. त्याला तिची चेष्टा रुचली नाही. 'मोठा मुलगा छोट्या मुलाला 'बाळ' म्हणतो. दिमित्रीनेही एकदा लहान मुलांचा सांभाळ केला होता. त्या बाळाच्या आईने त्याला बाहेर दोन पाळलेल्या कुत्र्यांबरोबर झोपायला पाठवून दिले होते. मार्कोचे प्रकरण असेच तर नसेल? अगदी नेहमीसारखे अळणी! 'पालकांची छळवणूक' या मथळ्याखालचे? या मुलाला शंभर टक्के स्वत:चे कुटुंब आहे. बोम्झी आहे, तो पण रशियातल्या रस्त्यांवरच्या पाच कोटी मुलांपैकी ही एक सामाजिक दुर्दैवाची करुण कहाणी आहे.'

नताल्याच्या घट्ट मिठीत सोफ्यावर त्याने स्वत:ला बुडवून टाकले. तिने त्याच्या

हातात व्हिस्कीचा ग्लास दिला. ती बोलू लागल्यावर त्याचा ताण किंचित हलका झाला. "दिमित्री, रोमोचकाला आपण केंद्रावरच खाऊ घालत जाऊ. त्याला आवडेलही आणि मार्कोबद्दल आपल्याला जास्त माहिती मिळेल."

तेही खरेच होते. 'जर दोघे जास्त वेळ खेळले तर आपल्या संशोधनाला याचा फायदाच होईल.' पण तरी त्याच्या मनात थोडी साशंकता होती. खरे तर त्याची अशी इच्छा होती की, रोमोचकाने नाहीसे व्हावे; परत येऊन नये. दिमित्रीने नि:श्वास टाकला. त्याला स्वत:बद्दल पूर्ण कल्पना होती. त्याची ही निव्वळ कल्पना होती, इच्छा नव्हती. रोमोचकानेच खरे तर त्याला नवीन विचारांचे पंख दिले होते. मार्को रोमोचकाचा होता; दिमित्रीचा नाही आणि हाच सल फक्त त्याला बोचत होता.

नताल्याने त्याला त्याच्या दिवास्वप्नातून बाहेर काढले. त्याच्या हातांच्या विळख्यातून बाहेर येत ती 'शॉवर' घेण्यासाठी पळाली.

दिमित्रीने सोफ्यावर पाय पसरले आणि व्हिस्कीचा घोट घेत तो गेलेला दिवस आठवू लागला. रोमोचका आणि मार्को या दोन मुलांमधले दृढ स्नेहबंध! त्याने त्याच्या पिवळ्या सोफ्यावर हात लावून पाहिला. या सोफ्यांचा दर्जा खरोखरीच चांगला होता. रेशीम कापड होते, पण डोक्याला आणि अंगाला सुखकर 'फील' येत होता. अंड्याच्या आतल्या पिवळसर रंगाचा हा सोफा त्याला वेगळेच सुख देत होता. यशस्वी आयुष्याच्या महत्त्वाच्या टप्प्याची साक्ष तो देत होता. त्याने परत नि:श्वास टाकला. तो विचार करू लागला, 'रोमोचका आणि मार्को दोघेही असाधारण आहेत, याची नोंद संशोधनात घ्यावीच लागेल. योग्य मार्गापासून दूर जाणारे अशीच त्यांची नोंद होईल का? प्राण्यांच्या उत्पत्तीचे शेवटचे टोक म्हणून त्यांचे वर्णन करता येणार नाही. मनुष्यजातीबद्दल या संशोधनातून फारसे काही हाती लागणार नाही. फक्त वैयक्तिक पातळीवरचे दु:ख यातून व्यक्त होणार, असे वाटतेय.'

❦

रोमोचका ट्रेनने जाण्यापेक्षा धावतच घरी गेला. व्हाईट सिस्टर त्याच्याबरोबर पळत होती. त्याला त्याचे रक्त गरम करायचे होते. बळकट स्नायूंमधून बेफाम वाऱ्याला दौडवायचे होते. आता त्याला गल्लीबोळातले, रस्त्यातले, हमरस्त्यावरचे खाचखळगे छानपैकी माहीत झाले होते. धो धो पाऊस पडत होता आणि त्याच्या पायांनी पाणी उसळत होते. बाळाचे विचार त्याच्या मनात उसळत होते. 'बाळाच्या चटईला कारच्या खिडकीच्या फ्रेमचा वास येतो, लाल, हिरवे, पिवळे रंग, वेगवेगळे प्राणी, फिकट पिवळ्या रंगाच्या भिंती आणि दिमित्रीचा वास, नताल्याचा किणकिणणारा

आवाज.' त्याला लवकर घरी पोहचायचे होते.

पण दुसऱ्या दिवशी पुन्हा त्याला बाळाचे वेध लागले.

दिमित्री, नताल्या आणि ॲनाला आता रोमोचकाच्या अचानक येण्याची सवय झाली. बाळाच्या पुनर्वसनाच्या कार्यक्रमात त्यांनी या भेटीही लिहून ठेवल्या. जर रोमोचका आला, तर आधी ॲनीने नताल्याला बोलवायचे, असे आदेश होते. नताल्या त्यानंतरची मुले तपासत नसे आणि रोमोचकासाठी खास वेळ राखून ठेवी. नताल्याने एक निरीक्षण नोंदवही तयार केली आणि दिमित्रीने मज्जामानस शास्त्रावर संशोधनात्मक पुस्तके लिहिणे सुरू केले.

तिला रोमोचका वेगळा आणि गमतीशीर वाटला. 'चालती बोलती मानवी जीवनाची शोकांतिका' असेही ती त्याचे वर्णन करत असे. नताल्याची काही ठाम तत्त्वे होती. एकदा गाडीत तिच्या बाजूला एक गळू झालेला माणूस बसला होता. त्याचा खूप घाणेरडा वास येत होता. पण नताल्या तेथेच बसली. तिला अक्षरशः उलटी येत होती; पण तिने जागा बदलली नाही. 'हा माणूस रशियन आहे, माझ्या भावासारखाच आहे. मग कशाला उठून जायचं?', असा विचार तिच्या मनात त्या वेळी घोळत होता.

सुरुवातीला रोमोचकाला पाहिल्यावरदेखील तिला शिसारी यायची. पण हळूहळू त्याच्या विचित्र दिसण्याची तिला सवय झाली. रोमोचकालादेखील एक वैशिष्ट्यपूर्ण व्यक्तिमत्त्व होते. 'या मुलाला नुसते पाहून त्याचा संपूर्ण स्वभाव कळत नाही.'

'१७ जुलै. आज रोमोचका आणि मार्कोला पाहून दोन आठवडे झाले. ही दोन मुले एकत्र कशी राहातात? रोमोचका काळपट आणि अतिशय कठोर, धडाडीचा. एक बालयोद्धा! त्याच्या काळ्या केसांप्रमाणेच त्याचे मूडसुद्धा गडद. मार्को गोरापान, थोडा निस्तेज आणि नाजूक, बर्फाचा वितळणारा तुकडाच जणू! रोमोचकाची नखे फारच भयंकर, लांबच लाब. अमेरिकन चित्रपटामधील आण्विक संहारानंतर वाचलेल्या जिवासारखा रोमोचका दिसतो. मार्कोकडे पाहून वाटते की, हा आला तसाच नाहीसा होईल की काय! फारच नितळ आहे तो. त्याची तब्येत बरी असते म्हणा. पण शरीरशास्त्राच्या पलीकडलेही काहीतरी अतर्क्य असतेच जगात! दोघांना एकत्र पाहिल्यावर धमाल येते. जर चित्रात दोघांना रेखाटले, तर अस्सल नमुना निर्माण होईल. खूपच मजेदार!'

'१८ जुलै! आज फार उकडतेय. रोमोचकाच्या स्वभावासारखीच आजच्या दिवसात उष्णता आहे. रोमोचकामध्ये आणि धंदेवाईक भिकाऱ्यांच्या मुलांमध्ये खूपच साधर्म्य आहे. तो फारच हेकट आणि स्वत:वर खूश आहे. पण मला वाटते, आता मी त्याला चांगल्या प्रकारे समजून घेऊ शकते. त्याला इथले अन्न आवडते. पण तो भावनिक जवळीक मात्र साधत नाही. मला त्याच्यावर दया करायची नाही किंवा त्याची सोडवणूकही करायची नाही. तो वैगुण्य असलेला मुलगा असला, तरी मला खात्री आहे की तो फार हुशार आहे. त्याच्या शारीरिक हालचाली, त्याचे बोलणे, वागणे सर्वसाधारण माणसासारखे अजिबात नाही. कदाचित त्याच्यात असलेल्या आत्मसन्मानामुळे दया दाखवलेली त्याला आवडत नसावी. त्याच्यात न आवडण्यासारखे मला तरी काही दिसत नाही. खरे तर वैगुण्य असूनही आत्मविश्वास असलेली मुले अजिबात आकर्षक वाटत नाहीत. फक्त त्यांच्या आयांनाच ती आवडतात. अर्थातच त्या आयांचा आत्मविश्वास रसातळाला गेला नसेल तर! मार्को हा परिस्थितीने गांजलेला मुलगा आहे. त्याला वाचवलेच पाहिजे. रोमोचका हा वेगळ्याच कलंदर व्यक्तिमत्त्वाचा रोमँटिक मुलगा आहे. गंमत म्हणजे, त्याला त्याच्या लांबलचक नखांचा अभिमान वाटतो! ती नखे तो सर्व गोष्टींसाठी वापरतो. दुसऱ्या मुलांना घाबरवण्यासाठीही! बगिच्याच्या विटांच्या कुंपणावर त्याला नखांना टोके करताना बघितले. त्याला नखे नीट ठेवण्याची सामग्री घेऊन दिली पाहिजे. पण फारच गर्विष्ठ आहे हा रोमोचका!'

'२८ जुलै : रोमोचका हल्ली खूप बोलतो, आमच्याशी आणि मार्कोशीही. दिमित्रीपेक्षा माझ्याशी बोलताना तो जास्त खुलतो. तो कसाही बोलू देत, पण बोलताना तुटके बोलत नाही. तो आज सकाळी म्हणाला, 'मी तुला पक्षी घेऊन देतो. आज छान सूर्यप्रकाश आहे. मी तुला पक्षी घेऊन देतो.' हे मी ऐकलेले त्याचे सर्वात लांब वाक्य. भाषा अवगत करण्याच्या शास्त्राचा माझा विशेष अभ्यास नाही. दिमित्रीला आहे. त्याला वाटते, रोमोचकाला बोलताना मानसिक अडथळा येतो. मला नाही वाटत तसे. दिमित्रीला सहावे इंद्रिय नाहीच. आकडेवारीवरच त्याचा जास्त भर. मला खात्री आहे, की रोमोचका मंद बुद्धीचा नाही.

त्याची संवादफेक सपाट आहे, पण उच्चार स्पष्ट आहेत. कधीकधी त्याच्या भाषेत स्थानिक वैविध्यही उमटते. माझ्या हातून प्लेट खाली पडली, तेव्हा तो म्हणाला, "जग हे घाणीनंच भरलं आहे." एका छोट्या मुलाने दारू पिऊन बोलावे तसे तो बोलला. जेव्हा मी हसले, तेव्हा मिश्किलपणे त्याने फार गंभीर चेहरा केला. त्याला देखावा करण्याचीही सवय आहे. कधीकधी असे वाटते की, परदेशातून रशियात आलेला तो स्थलांतरित आहे. तो जे ऐकतो, ते परत वापरून, एकत्र करून

नवीन शब्दही बनवतो. आज एक-दोन गोष्टी बोलताना तर मला चक्क दिमित्रीचा भास झाला. "म्हणजे नक्की काय आहे ते?" आणि 'मनुष्यप्राणी' हाही शब्द त्याने वापरला. त्याला थोडी इटालियन भाषाही येते. मार्कोशी बोलताना कधीकधी तो इटालियन शब्द वापरतो. आज निघताना तो म्हणाला, "स्क्राम, केरो." आणि मार्कोला त्याच्या मांडीवरून त्याने खाली ठेवले.

रोमोचका आणि बाळ दोघेही जेव्हा एकत्र खेळायचे, तेव्हा भलतीच मजा यायची. दिमित्री आणि नताल्या दोघांना उमजले होते, की रोमोचका मुलगा होता. रोमोचकाने सांगितले की, आमचे बाळ आमच्या कुत्र्यांमध्येही फार लाडके आहे. त्याला तिथे यायला आवडे, पण त्याच्या कुटुंबापासून त्याला दूर जायचे नव्हते. बेलोव्हच्या त्या भीतिदायक तुरुंगात त्याला कुत्रा म्हणून वागवण्यात आले होते. आता मुलगा म्हणून भरपूर स्वातंत्र्य होते. बाळासमवेत 'मुलगा' म्हणून खेळण्याची ही नामी संधी होती आणि त्यावेळी त्याचा ऊर आनंदाने भरून आला होता.

पहिल्या दिवसापासून त्याने बाळाला कधी चाटले नाही. त्याने कधी गुरगुरही केली नाही. बाळाच्या पोटावर अंगही घुसळले नाही. त्याने हुंगणे थांबवले होते. त्याने मेट्रो स्टेशनवर अनेक छोट्या मुलांना बघितले होते. ते जसे वागायचे, तसेच वागण्याचा तो प्रयत्न करत होता.

बाळही त्याच्यासारखा वागायचा प्रयत्न करायचा. त्याच्या मांडीला चापटी मारून तो जोरात हसायचा. केसांवरून बोटे फिरवून कंगवा फिरवल्यासारखे करायचा. हातावर थुंकायचा. त्याला असे काही करून खूप मजा वाटायची.

केंद्रावरच्या मुलांवर गुरकावून त्यांना घाबरवण्याचा तो प्रयत्न करायचा. पण थोड्याच दिवसांत यातली मजा निघून गेली. दिमित्री, नताल्या आणि बाळाकडेच आता तो लक्ष देऊ लागला. बाळाला त्याच्या सगळ्या गमतीजमती कळायच्या आणि जोरजोरात हसून तो त्याला दाद द्यायचा.

दिमित्री रोमोचकाला काळजीपूर्वक प्रश्न विचारायचा. रोमोचकाचे घर त्याने कल्पनेनेच रंगवले होते. रोमोचका त्याच्या घराबद्दल कधी बोलायचा नाही. त्याचा छोटा भाऊ त्यांना कसा सापडला, याबद्दलही तो विचारायचा नाही. दिमित्रीने एकदा मार्कोच्या आईवडलांबद्दल विचारले, तेव्हाही रोमोचकाने भलतीच उत्तरे दिली.

"या टेबलावर आता खाण्यासारखा काय तो मीच एक आहे." असे तो म्हणाला. त्याचा बोलण्यातला आत्मविश्वास बघून दिमित्री आश्चर्यचकित झाला. याचा अर्थ काय असेल? 'याचा अर्थ असा तर नाही, की तो बेवारस आहे, म्हणून त्याच्या मनात संमिश्र भावना असाव्यात किंवा अजून दुसरा कोणी कुटुंबातील सदस्य नसावा. चला, म्हणजे संशोधनात अजून कोणी नवीन पाहुणा डोकावणार नाही.'

त्याला हायसे वाटले. त्याच्या मनात सुप्त भीती होतीच की, 'त्याच्या कुटुंबातील कोणीतरी सदस्य येऊन दावा ठोकतील आणि मार्कोला घेऊन जातील. मग एवढी मेहनत पाण्यात! रोमोचकाही एकटाच आहे की! मग त्याला का नाही कोणी घेणार घरी? पाच कोटी बेघर मुले आहेत. सरकारी धोरण त्यांच्या बाजूने आहे. पण याहीपलीकडे जाऊन समाजाची नैतिकता तपासण्याची गरज आहे.

आश्चर्य म्हणजे नताल्यालाही हे पटले.

"रोमोचका भाग्यवान आहे, कारण आपण त्याला इथे येऊ देतो आणि आपण येऊ देतो, कारण तो धोकादायक नाही आणि कलंदर व्यक्तिमत्त्वाचा आहे. दिमित्री, फक्त एवढंच आपण करू शकतो. तुला काय वाटतं? येथील बाकी मुलांना भावंडं नाहीत? ती भावंडं याच्यापेक्षा भयंकर परिस्थितीत राहातात. नादेझ्त्साला पाच भावंडं आहेत. सगळे नशेच्या गर्तेत आणि एक तर तिच्यावर लैंगिक अत्याचार करतो. या मुलांचे बहुतेक नातेवाईक मनोरुग्ण आहेत. तेही इथे येणार का? टोळ्या, बलात्कार, ड्रग्ज आणि हिंसाचार या सर्वांनी घेरलेली ही बिचारी मुलं!"

दिमित्रीला वाटले, नताल्याला रोमोचकाचे येणे नको होते की काय! रोमोचकाला गरमागरम आणि शिजलेले अन्न दिले जायचे. त्याला जेवढे पाहिजे, तेवढे अन्न मिळायचे. पण यामुळे तो फार कमी अन्न घरी न्यायचा. कारण शिकार करायला त्याला वेळच मिळायचा नाही. तो जेव्हा बाळासोबत असायचा, तेव्हा त्याला कुत्र्यांची काळजी वाटायची आणि जेव्हा तो कुत्र्यांसोबत असायचा, तेव्हा त्याला बाळाची काळजी वाटायची. आता त्याला आठवड्याचे कामाचे दिवस आणि शनिवार, रविवारच्या सुट्ट्या कळत होत्या. कारण सेंटरला आठवड्याअखेरीस दोन दिवस सुट्टी असायची.

रोमोचकाला आता दिमित्रीबरोबर फिरत फिरत गप्पा मारायला आवडू लागले. विशेषकरून त्याला बाळाबद्दल बोलायला आवडे. दिमित्री झपाझप चालत असे. रोमोचकालाही त्याच्या बरोबरीने पावले टाकायला आवडत असे. त्याला दिमित्रीचे राखाडी रंगाचे प्रेमळ डोळे आवडत. रोमोचका त्या डोळ्यांकडे टक लावून बघत असे. दिमित्री त्याच्याकडे पाहून कधीच नाक धरत नसे. तो हसरा नव्हता, पण विलक्षण गमत्या होता. दिमित्रीबरोबर तो खरोखरीच खूश असे. नताल्या मात्र त्याला

वेगळी वाटे. दिमित्री नताल्याला फार घाबरायचा, असे मात्र त्याला वाटत असे.

दिमित्रीला बाळाबद्दल सगळे जाणून घेण्याची उत्सुकता होती. रोमोचकाही त्याला अनेक गुपिते सांगायचा. दिमित्रीजवळ जाण्यासाठी तो धडपडत असायचा कारण त्याचा वास त्याला भारी आवडायचा.

दिमित्री आणि नताल्याची भांडणे रोमोचकाने जवळून बघितली. त्याचप्रमाणे त्यांचे मिठ्या मारून चुंबन घेणेही पाहिले. रोमोचकाला माहीत होते की, दिमित्रीला सगळ्यात जास्त रस बाळामध्येच होता. पण त्याला आणखी एका गोष्टीत प्रचंड समाधान मिळत होते. कारण नताल्या त्याच्यामध्येही रस दाखवत होती. खरे तर ती जवळ आली की त्याला राग यायचा. तिचे लांबसडक केस ओढायची कल्पना तो करायचा. कुजलेल्या फुलांचा, केसांचा, साबणाचा, दिमित्रीचा गंध तिला यायचा. तिचा गंध मॅमोचकाहून फार वेगळा होता. ती जवळ येताच तो खुर्च्या, टेबले तोडण्याचा प्रयत्न करत असे. आपली शक्ती तिला दाखवण्याचा प्रयत्न तो त्यातून करत असे. ती जवळ येताच तो मुलगा बने. त्याच्या स्वप्नांमध्ये तिच्या शरीराचा गंध दरवळायचा. पण तरी त्याला दिमित्रीसमवेतच सुरक्षित वाटत असे.

"३१ ऑगस्ट. आज रोमोचका साडेदहाला पोहचला. त्याने एक खूप छोटा आणि अतिशय दुर्गंधी येणारा कोट आणला. अर्थात मार्कोसाठी तो कोट मोठा होता. त्या कोटाला कसले कसले घाणेरडे डाग आहेत. त्याच्यावर गडद तपकिरी रंगाचेही रंग दिसताहेत. मूळ रंग कोणता, हे कळतच नाही. सशाच्या केसांची फर त्याच्या कडेला लावली आहे. रोमोचकाने तो कोट लपतछपत आणला. पण मार्कोसमोर नाट्यमयरीत्या पेश केला. बापरे! पण त्याचा केवढा घाण वास येतोय! अख्ख्या इमारतीत हा वास पसरला. रोमोचकाने तो कोट मार्कोपुढे ठेवल्यावर मार्को आनंदाने उड्या मारू लागला. जणू तो पवित्र कोट त्याच्यापुढे ठेवून रोमोचकाने फार मोठे उपकार केले होते. रोमोचका विचारमग्न होत खिडकीबाहेर पाहू लागला. मार्को पोटावरून सरकत कोटाजवळ गेला आणि रोमोचकाकडे पहात कोटाला हात लावू लागला. रोमोचकानेदेखील त्याचा हात पुढे केला आणि डोळे मिटून घेतले. दहा सेकंद दोन्ही मुले शांत होती. थोड्या वेळाने रोमोचका खोलीबाहेर आला आणि निघाला. मार्को कोट धरून वेडापिसा झाला. मी, ॲना आणि दिमित्रीला ते बघायला बोलावले. मार्कोने खूप वेळ कोटाला हुंगले, त्याच्यावर लोळण घेतली आणि त्याच्या वरच झोपी गेला. झोपताना त्याची कॉलर त्याने तोंडात ठेवली होती. मी दहा मिनिटांनी आत गेले. खोलीत भयंकर दुर्गंधी पसरली होती.

दिमित्री यावर काय टिप्पणी करेल कोणास ठाऊक! कदाचित मतिमंद मुलाचा मोठा भाऊ म्हणून रोमोचका त्याला काही गोष्टी शिकवत असावा, असेही दिमित्रीला वाटेल. रोमोचकाला कसे माहीत की, मार्कोला बक्षीस देण्याची गरज होती म्हणून?

'या सर्व विचित्र गोष्टी आहेत. जर मार्को 'कुत्रा' म्हणून जन्माला आला असता तर? किंवा जर समजा तो कुत्र्यांबरोबर कधी राहिलाच नसेल, पण त्यांना तो आकर्षित करत असेल तर? कदाचित हा नुसता जीवनशास्त्रीय बदल असेल का? शक्यता नाकारता येत नाही.

रोमोचका आणि मार्कोची जोडी विचित्र आहे हे मात्र खरे!'

रोमोचकाला बाळाच्या प्रगतीबद्दल आनंद होत होता. आता त्याला 'मुलगा' असण्याचे महत्त्व समजू लागले. तो स्वत:ही प्रगती करू शकतो ही जाणीव त्याला होऊ लागली. बाळही आता दोन पायांवर उभा राहू लागला. छोटे छोटे शब्द तोडत बोलूही लागला. त्याचे सगळे शब्द खरेखुरे नसायचे, पण शब्द उच्चारल्यासारखाच तो काहीतरी बोलायचा. दिमित्रीला रोमोचकाचे कौतुक वाटत होते. बाळात रोमोचकामुळेच सुधारणा झाली, असे तो म्हणायचा. रोमोचकालाही दिमित्री आणि नताल्या आवडू लागले. पहिला नंबर लॉरेन्शिया, नंतर पिविट्झा, दिमित्री आणि सर्वात शेवटी नताल्या! ही आवडती नावे तोंडात आणून तो गुणगुणायचा.

बाळाला तो 'माणूस' समजायचा नाही. त्याचे 'शेनॉक' नाव त्याने गुहेतल्या अंधारात दडवून ठेवले होते.

आजकाल बऱ्याचदा तो बाळाला येथून घरी नेण्याचा विचार करत असे. सगळ्यांना घरी केवढा आनंद झाला असता! गुहेत सगळीकडे वास घेत घेत ते दुडुदुडु धावले असते. परत घर कसे बाळाच्या खेळण्यांनी भरून गेले असते. पण त्याला काळजीही वाटली. 'सध्या बाळ किती स्वच्छ आणि मऊ आहे? त्याच्या स्नायूंचा घट्टसरपणा आता निवळला आहे. त्याला इथे किती वेगवेगळ्या प्रकारचे सूप, मांस आणि गरमागरम जेवण मिळते? आपल्याहूनदेखील तो जास्त खातो. आपल्याला त्याच्यासाठी एवढे चांगले अन्न आणता येईल का? आजकाल त्याला खोकलाही येतो. गुहेतले आयुष्य आता त्याला सोसवेल का?' दिमित्रीला त्याने सहज बोलण्याचा आव आणून विचारले, "जर बाळ पळून गेलं, तर काय होईल?"

दिमित्रीने त्याच्याकडे विचारपूर्वक पाहिले.

"तुला माहिती आहे रोमोचका, हे बाळ फार भाग्याचं आहे. कारण आम्ही त्याला सोडवलं. तो फार आजारी आणि अशक्त झाला होता. त्याला इथं रहाण्याची

गरज आहे. नाहीतर तो जिवंत राहाणार नाही.''

रोमोचका त्याच्याकडे साशंकतेने पहात होता. दिमित्री ड्रॉवरजवळ गेला आणि त्याने रोमोचकाला एक छोटी तबकडी दाखवली. अंगठा आणि त्याच्या बाजूच्या बोटात धरत तो म्हणाला, ''पण काळजी करू नकोस. हे बघितलंस? आम्ही अशीच एक तबकडी मार्कोच्या शरीरात घातली आहे. जेव्हाही तो कुठे जाईल, तेव्हा यातून सिग्नल बाहेर पडतात. त्यामुळे मिलीट्झा कोठूनही त्याला शोधू शकेल.''

रोमोचकाने ती तबकडी हातात घेऊन पाहिली. खूप गुळगुळीत आणि चकचकीत होती ती. त्याने दिमित्रीकडे पाठ फिरवून तिचा चावा घेतला. दिमित्रीला परत दिली, पण त्याच्या तोंडात त्या धातूची कडवट चव रेंगाळत होती.

'३० सप्टेंबर. रोमोचका आज ११.३५ला हातात भेटवस्तू घेऊन आला. त्याच्या भयावह केसांनी त्याचे तोंड झाकले होते, हातात रक्ताळलेली कोंबडी होती. माझा जणू काही सत्कारच तो करत होता. मांजरीही त्याच्या मालकांना उंदरांच्या अशाच भेटवस्तू देतात. त्या कोंबडीला तंगड्या होत्या पण डोके नव्हते. तिची पिसे त्याने ओरबाडून काढली असणार. तिला स्वच्छही केले नव्हते. त्याने कुठून चोरले असेल, त्या कोंबडीला कोण जाणे! विकत घेणे तर शक्यच नाही. मी त्याला धन्यवाद दिले. नंतर न बोलता शांतपणे त्याने माझा निरोप घेतला. पण दिवसभर तो खूपच खूश होता, सगळ्यांशी खूप गप्पा मारत होता.

त्याने मला सामान हलवायलाही मदत केली. त्याच्या शक्तिप्रदर्शनाने तो स्वत:वर खूश होता. आता तो मार्को आणि त्याच्याबरोबर नेहमी असणाऱ्या तुटक्या कानाच्या कुत्र्यासोबत बगिच्यात खेळतोय. त्या कुत्र्यालाही ते अन्न देत असावेत. मार्कोला ते कुत्रे फार आवडते असे दिसते पण काय करणार! त्याला तेथून हटवावेच लागेल.

४.३०. आता दुसऱ्या मुलांना घाबरवतांना मी त्याला बघितले. तो वेड्या मुलाची नक्कल करत होता.

'ते भयंकर मांस फ्रीजमध्ये ठेवलेय. त्याच्यावर ओरखडे उमटले आहेत. पण ते ताजे आहे, हे तरी बरे. जेव्हा कोंबडे जिवंत असेल तेव्हा झुंजले असेल बिचारे. रोमोचका दिसतो लहानसा, पण कठोर आहे! आज रात्री या मांसाचा झक्कास स्वयंपाक बनवते. उद्या रोमोचकासाठीही याचे सँडविच घेऊन येते. इंटरनेटवर बघावे लागेल, हे असले चिकन स्वच्छ कसे करतात ते! मला वाटते उकळत्या पाण्यात त्याला टाकावे लागत असेल आणि खालच्या भागातून आतडे बाहेर काढावे लागणार! नानुश्काला माहीत असेल, पण मी विचारल्यावर ती हसेल. दिमित्रीने हे बघण्यापूर्वी मला काहीतरी केले पाहिजे. नाहीतर हे बघून तो ओरडेलच. चोरून का

आणली असेना, पण रोमोचकाने प्रेमाने दिलेली ती भेटवस्तू आहे. तिचा योग्य तो आदर राखलाच पाहिजे.'

❦

दिमित्रीने त्याच्या ऑफिसच्या चौथ्या मजल्यावरच्या खिडकीतून रोमोचकाला जाताना बघितले. रोमोचका आणि नताल्यामध्ये निर्माण झालेल्या मैत्रीतून नवीन गुंता उपस्थित होऊ नये, असे त्याला वाटू लागले होते. मुलांशी ती दोस्ती करायची आणि त्यांच्यात वेगळेच नाते निर्माण व्हायचे. पण तो तिच्या कामाचा अविभाज्य भाग होता. रोमोचका तर बाहेरून आला होता.

रोमोचकावर तिच्या व्यक्तिमत्त्वाचा प्रभाव पाडण्याऐवजी तिच्यावरच त्याचा प्रभाव पडत चालला होता. हे तिच्या कामाच्या दृष्टीनेही बरोबर नव्हते. आज जेव्हा त्याने नताल्याला रोमोचकाला वरती घेऊन जाण्याबद्दल खडसावले, तेव्हा रोमोचकाच्या अस्ताव्यस्त केसांमधून त्याचा रागीट चेहरा त्याला दिसला. ती त्याला नियमांच्या विरुद्ध वरती का घेऊन जाते? त्याला असे वरती घेऊन जाणं धोकादायक आहे हे तिला का कळत नाही? मुलांसाठीही चोवीस तास पहारा ठेवणे योग्य नाही आणि रोमोचकाचा काय भरवसा? पुढे भविष्यात त्याने काही गडबड केली तर?'

रोमोचका हे त्याच्यासाठी एक गूढ कोडे होते. त्याचा बुद्ध्यांक निश्चितच कमी असावा. पण मार्कोबरोबरचे त्याचे वागणे बोलणे कधी हळुवार, कधी पालकत्व बजावणारे, तर कधी नि:शब्द असायचे. मार्को दोन पायांनी चालू लागला, तेव्हा सर्वात जास्त आनंद रोमोचकाला झाला. मार्को रोमोचकासाठी काहीही करायला तयार असे आणि सुरुवातीला दिमित्रीला याचे भारी कौतुक वाटे.

पण अलीकडे दिमित्रीला वाटू लागले की, मार्कोमध्ये अजूनही कुत्र्याचा हावरटपणा होता, अजूनही कधी कधी कुत्र्यासारखेच त्याचे प्रतिसाद असत. रोमोचका तर त्याला काही युक्त्या शिकवत नसेल? रोमोचका कधी कधी मार्कोला बरीच इटालियन गाणी म्हणून दाखवायचा. रोमोचकाची गाणी ऐकताना दिमित्रीच्या शंकाकुशंका दूर पळून जात. त्याचा आवाज खरखरीत असला, तरी गळा गाणाऱ्याचा होता.

अख्खा शब्द बोलण्यासाठी रोमोचकानेच मार्कोला शिकवले.

''रोमोचका, रोमोचका, रोमोचका, रोमोचका!''

मार्को प्रयत्न करायचा—

''रोम, रोम....''

दिमित्रीने रोमोचकाला खाली त्याचा दंडुका हलवत फिरताना बघितले होते.

'काहीही म्हणा, पण मुलगा निधड्या छातीचा होता हे नक्की! रोमोचका बोम्झी आणि बेघर होता. तो अशा वयात आला होता की, कोणतेच बंध त्याला भुलवत नव्हते. पण तरी तो सगळ्यांवर प्रेम करत होता, दोस्ती करत होता. पण त्यांनी तर अगोदरच ठरवले होते, की रोमोचकाशी विशेष देणे घेणे नको.' दिमित्रीला हे आठवूनदेखील त्रास होऊ लागला. 'नताल्याला आता काय वाटत असेल? ती सरळ म्हणेल, मी तर असे बोललेच नव्हते.'

दोन भावंडे एकमेकांवर खूप प्रेम करतात. पण रोमोचकामुळे मार्कोची वाढ खुंटल्यासारखी वाटतेय का? मार्कोला तर अजूनही काहीच बोलता येत नाही. रोमोचका बोलतो, पण मार्को त्याच्या बोलण्याची नोंदच घेत नाही. मार्कोला भाषा अवगत करण्यासाठी वातावरण तर पोषक आहे! पण रोमोचका पुटपुटला किंवा गुरगुरला, तर मात्र मार्को खूप छान प्रतिसाद देतो. दिमित्रीला ॲव्हेरॉनचा जंगली मुलगा व्हिक्टरची गोष्ट आठवली. त्याचे बंदुकीच्या गोळीकडे लक्ष जायचे नाही. पण छोटासा दाणा फुटताना त्याच्या आवाजाकडे मात्र लक्ष जायचे. रोमोचका नसल्यावर मार्कोला त्याची फार आठवण यायची. रोमोचकालाही येथेच ठेवावे लागेल की काय असे दिमित्रीला वाटू लागले.'

खाली रोमोचकाला एक मोठा कानतुटक्या कुत्रा भेटला आणि दोघे चालू लागले. नताल्या म्हणाली होती की, आठवडाभरात त्या कुत्र्याला ती गायब करेल. तो कुत्रा रोमोचकाचे हात चाटत होता. दिमित्रीने पाहिले नाही. तो आपल्याच तंद्रीत चालत होता. रोमोचका दरवाजाच्या बाहेर थांबला आणि त्याने खाली वाकून हुंगले. नंतर इकडेतिकडे न बघता त्याने बिनधास्त 'सू' केली.

'अरे देवा!' दिमित्रीला गरगरू लागले.

दिमित्री तासभर निरुद्देश फिरत होता. 'ही दोन्ही मुले 'डॉग बॉईज्' कशी झाली असतील? ते कोठून आले असतील? एक जण काळाकुट्ट, तर दुसरा गोरापान आहे. मार्को जेव्हा सापडला, तेव्हा संशोधनासाठी उत्तम नमुना मिळाला म्हणून केवढा आनंद झाला होता! त्याला ते आठवून खूप लाज वाटली. त्याच्या मूलभूत संशोधनाला करुणेची झालर लागली होती, असे त्याला वाटले. 'भाषेच्या सीमारेषा', 'अनिवार्य मनुष्यत्व' 'कुत्राविरहित अस्तित्वाच्या उन्नत्तीच्या दिशा' या सर्वांपेक्षा मार्कोची दुर्दैवी कहाणी त्याला जास्त दाहक वाटली.

दिमित्रीला वाटू लागले, की 'एका क्रूर खेळाचा तो भाग होता की काय? या खेळात आपल्याला कोणी फसवत होते की काय? मार्कोने नक्कीच नाही. रोमोचकानेही नाही. त्याला त्या विचित्र मुलाचे वागणे आठवले. तो हुशार आहे, गुणी आहे. पण त्याने नक्कीच आपल्याला फसवले नाही. नियतीच्या क्रूर खेळातील तो एक

कळसूत्री बाहुले आहे का? की तो करत असलेल्या संशोधनानेच त्याची क्रूर चेष्टा चालवली आहे? हे डॉगबॉय पहिल्यांदा पुराणामध्येच आढळायचे. आता मॉस्कोत मात्र बेसुमार वाढलेले दिसतात. एवढी प्रचंड बेघर मुले की कुत्र्यांनी मालकत्व स्वीकारण्यास सुरुवात केली आहे.

तो क्षणभर थांबला. 'हे सगळे एकदमच नवीन नाही. एकोणीसशे वीसलाही तीच परिस्थिती आली होती. यात खरे तर दोघांचाही फायदा असतो. परिस्थितीच तशी आल्यावर करणार काय?'

तो कडवटपणे हसला. त्याच्या संशोधनापेक्षा नताल्याची शाळकरी मुलीप्रमाणे लिहिलेली डायरी जास्त महत्त्वाची ठरली असती. या सगळ्या गोष्टींना राजकीय रंग कधी चढेल आणि केंद्र कधी बंद पडेल याचा नेम नव्हता. पण 'आलिया भोगासी...' दुसरे काय? 'नताल्याचे निष्कर्ष मूर्खपणाचे आहेत, पण तिची निरीक्षणे खूप तपशीलवार आणि महत्त्वाची आहेत. आता तिच्या डायऱ्यांचे काळजीपूर्वक जतन करावे लागेल. नताल्यालाही कल्पना नव्हती की, या डायऱ्यांचा उपयोग होऊ शकतो.'

'मार्को सतत आजारी पडतो. त्याला अस्थमाही आहे. जर मार्को मेला तर रोमोचका काय करेल?' दिमित्री झपाझप पावलांनी चालू लागला. 'किती कडवटपणा भरलाय माझ्यात!' त्याला कसेसेच वाटले. त्याला स्वतःचीच लाज वाटली.

'जर ही दोन्ही छोटी मुले अनेक वर्षे कुत्र्यांसोबतच राहिली, तर काय होईल? पाळीव कुत्र्यांबरोबर नाही, तर जंगली कुत्र्यांबरोबर अनेक वर्षे यांनी एकत्र काढली आहेत. रोमोचकाही एक शिकार करणारा प्राणीच झाला आहे आणि मार्को हे त्याचे बाळ आहे. त्याला तो अन्न आणून देतो. एकमेकांवर अवलंबून असलेली ही मुले! मार्को बोलू शकत नाही, कारण कुत्र्यांच्या टोळक्यात रोमोचका कधीच बोलला नसेल आणि मार्कोला कसेही करून त्याच्या टोळक्यात स्वतःचे स्थान पाहिजे असेल.'

रोमोचका कोणत्याही कळपात सहज खपून जात होता. माणसांमध्ये तो थोडा मतिमंद किंवा मेंदूला इजा झालेला म्हणून सहज स्वीकारला जात असे. तीन महिने सर्व विशेषतज्ज्ञांच्या सहवासात त्याने काढले होते. 'कुत्र्यांमध्येही त्याचा सहज वावर असणार. मार्कोच्या सुरुवातीच्या वागणुकीवरून रोमोचका कसा रहात असेल हे सहज कळत होते.' रोमोचका खांदे रुंदावून दोन पायांवर चालतो. भाषा बोलतो, तो बोलू लागल्यानंतर आणि त्याची इंद्रिये सज्ञान झाल्यावरच तो कुत्र्यांच्या कळपात गेला असावा. हे कसे शक्य होते? म्हणजे तीन वर्षे कुत्र्यांच्या सहवासात? तीन हिवाळे! खरेच, जे होते ते विस्मयचकित करणारे होते. 'न भुतो न भविष्यती' असे! आपण असे म्हणू शकतो की एक जण मुलापेक्षा कुत्राच जास्त आणि दुसरा

कुत्र्यापेक्षा मुलगाच जास्त! पण दोघेही जगले, वाचले! अहो आश्चर्यम्!'

दिमित्रीच्या डोक्यात एक कल्पना चमकली. तो पुन्हा संपूर्ण संशोधनाचे पुनर्लिखाण करू शकला असता आणि नवीन माहितीच्या आधारे नवे निष्कर्ष काढू शकला असता. जे काही त्याला आठवत होते आणि नताल्याच्या डायरीच्या आधारे तो पुन्हा प्रारंभ करू शकत होता. 'दोन्ही मुलांचा बारकाईने अभ्यास केला पाहिजे. रोमोचकाला येथे केंद्रात रहायला बोलावले पाहिजे. त्याचा कुत्र्यांबरोबरचा सहवास तोडला पाहिजे. रोमोचकाला त्याने कधी खातानाही नव्हते बघितले. जे अन्न त्याला मिळते, ते अन्न हुंगून तो खिशात लपवतो. आपण या दोघांचेही पुनर्वसन केले पाहिजे. एखाद्याच मनुष्यप्राण्याशी तात्पुरता संपर्क येऊनही कुत्र्यांच्या सहवासातच फुललेली दोन आयुष्ये! त्यांची यशोगाथा साऱ्या जगाला दाखवता येईल. मार्कोची तब्येतही रोमोचका आल्याने सुधारेल. मार्कोला भाषाही बोलता येऊ लागेल. रोमोचकावरचा टोळीचा प्रभाव कमी झाला, तर मार्को नक्की बोलेल. रोमोचका सर्वांशी सहज जुळवून घेईल. इव्हानचे पुनर्वसन यशस्वी झालेच की! तोही रस्त्यावरच्या कुत्र्यांबरोबरच राहायचा!'

त्याला आठवले, रोमोचकाने एकदा जोरात थप्पड मारली होती. मार्कोला हॉस्पिटलमध्ये ठेवले होतें. दिमित्री आणि रोमोचका तेथेच जात होते. रोमोचकाने एक-दोनदा काही सांगण्याचा प्रयत्न केला. पण दिमित्रीला त्याचे अडखळते बोलणे समजत नव्हते.

रोमोचका अचानक बिथरला आणि दिमित्रीला त्याने त्याच्या हातावर जोरात फटका लगावला. दिमित्रीने चमकून त्याच्याकडे मागे वळून पाहिले. रोमोचकाच्या चेहऱ्यावर हतबलता उमटली होती, एक अनामिक राग धुमसत होता. डोळे विस्फारलेले होते. आजही त्या आठवणीने दिमित्रीचा हात रागात होरपळला. त्याला वाटले, रोमोचकाची हतबलता, त्याचा राग त्याला समजायला पाहिजे होता. तो प्रसंग त्यांच्या आयुष्याला कलाटणी देणारा झाला असता. अनेक गुपिते त्यामुळे समजली असती.

रोमोचका चार वर्षांचा होता, तेव्हा तो कुत्र्यांच्या कळपात गेला होता. मार्को त्यानंतर जन्मला.

त्याला खूप निराश वाटू लागले. 'एखाद्या वेळी ही दोन्ही मुले दुर्लक्षितच असतील! कोण जाणे! यामुळेच ती अशी वागत असतील.'

दिमित्री केंद्रापासून खूप दूरवर चालत आला. रस्त्यावरून खूप लोक फिरायला जात होते. त्यामुळे त्याची चाल मंदावली. दुपारचे साडेचार वाजले होते. जेवण झाल्यावर लगेच त्याने केंद्र सोडले होते. त्याला हा भाग नवीनच होता. रस्ते छोटे, निमुळते होते. इमारती तुटलेल्या, गंजलेल्या, भेसूर दिसत होत्या. तो जात होता,

त्या रस्त्यावर समोर मोठमोठे खड्डे होते. एक म्हातारी बाई फिकट पांढऱ्या रंगाचा घाणेरडा रुमाल पांघरून बाजूने तुटलेल्या दगडांच्या वरून चालली होती.

त्याने रस्ता ओलांडला आणि समोर कुठे जायचे, ते त्याला कळेनाच. गाडीच्या, स्टेशनच्या खुणा कुठेच दिसत नव्हत्या. त्याला दिशा कळत नव्हती. एका दु:खी चेहऱ्याच्या काळ्या कुत्र्यानेही त्याच वेळी रस्ता ओलांडला आणि तो समोर गेला. कुत्रे कुठे जातात, कुठून येतात आणि तेही निश्चित दिशा कशी काय पकडतात. कोण जाणे!

केवळ कुतूहल म्हणून तो कुत्र्याच्या मागे गेला. पाच मिनिटांनी तो थांबला. सगळीकडे बघत त्या कुत्र्याने हुंगले आणि पाय वर करून सिमेंटच्या पाटीवर 'सू' केली. एका झाडापाशी जाऊन परत 'सू' करत खूण केली. दिमित्रीच्या लक्षात आले की, नुकत्याच बांधलेल्या मेट्रोच्या तोंडाजवळ तो उभा होता.

आत भरपूर ऊब होती. त्यामुळे त्याला बरे वाटले. भिंतीलगत उभे असलेले बोम्झी, इतर माणसे, स्त्रिया या सर्व भिकाऱ्यांजवळून जाऊन त्याने फिरता जिना गाठला आणि तो जमिनीखालच्या स्टेशनवर पोहचला. त्याने स्टेशनचे नाव ओळखले नाही आणि त्याला सगळेच परके वाटू लागले. त्याने विचार केला, की 'बहुधा नंतर आठवेल, रिंगरूटच्या बाहेर आल्यावर! कोणत्या फलाटावरून गाडी पकडायची? आता घरी कसे पोहचायचे? हं, याच फलाटावरून बहुधा आपण घरी पोहचू शकतो.'

स्टेशनवर खूप खांब आणि कमानी होत्या. फलाटावर दमलेल्या लोकांची हीऽऽ गर्दी होती, त्यांच्यात जास्त करून गिरणी कामगार होते. फलाटाच्या मागील भिंतीजवळ बोम्झींची खूप गर्दी होती. कोणी कचरापट्टीत झोपलेले, तर कोणी ढकलगाड्यांजवळ टेकून ट्रेनमध्ये चढण्याच्याच तयारीत होते. दिमित्रीने कुत्र्यांनाही पाहिले. एक कुत्रा गिरणी कामगारांच्या कडेकडेने फिरत होता आणि दुसरा स्वत:च्याच तंद्रीत लोकांमधून ये-जा करत होता. तो सजग होता, पण घाबरलेला नव्हता. एक छोटा काळा कुत्रा सर्वांकडे डोळे मोठे करून पहात होता. त्या डोळ्यांत काहीच भाव नव्हते. एकही कुत्रा भुंकत नव्हता. पण ते सराईतपणे स्टेशनवर फिरत होते. खरे तर मेट्रो स्टेशनवर नेहमीच बोम्झी आणि कुत्रे असायचे. पण दिमित्रीचे त्यांच्याकडे पहिल्यांदाच लक्ष गेले होते.

तो गाडीची वाट पाहात कामगारांमध्ये उभा होता. त्याच्यासमोर त्याला कुत्र्याची झुपकेदार शेपटी दिसली म्हणून तो पुढे सरकला. बघतो तर समोर एक मिश्र जातीचा कुत्रा उभा होता. लोकांबरोबर गाडीची वाट पाहात तो शांतपणे उभा होता.

रुळांवरून खडखडाट ऐकू आला, धुळीचा धुरळा हवेत उडाला आणि गाडी फलाटावर दिसू लागली. वाट पाहाणाऱ्या माणसांमध्ये एकच गडबड उडाली,

कुत्र्यांनी शेपट्या हलवून येणाऱ्या गाडीला सलामी दिली.

कुत्री गाडीचे दार उघडण्याची वाट पाहू लागली. दार उघडल्यावर माणसांचा समुद्र आत शिरला. माणसे आत शिरल्यावर अनेक कुत्रीही आत शिरली. दिमित्रीही आत शिरला. तो कुत्रा एका कोपऱ्याला उभा राहून गर्दीकडे त्याच्यापासून खूप लांब नव्हता. त्याचे हृदय धडधडत होते. कुत्रा खाली बसून दाराकडे निरुद्देश पाहू लागला. त्याच्या पाठीवरचे केसाळ कातडे गाडीच्या धक्क्यांनी जोरजोरात हलत होते. त्याचा जबडा मोठा, हसरा आणि दात पांढरेशुभ्र होते. लाळ गिळण्यासाठी तो जोरात आवंढा गिळायचा आणि मग परत शांत बसायचा. शांत बसला तरी त्याचं धपापणारा ऊर थांबत नव्हतं. त्याची दारावरची नजर हटत नव्हती. तपकिरी टपोऱ्या डोळ्यांमध्ये स्थिर भाव होते. जेव्हा गाडी पुढच्या स्टेशनवर थांबली तेव्हा त्याचा धपापणारं ऊर थांबलं, इकडेतिकडे बघत, कान सपाट करत त्याने उतरणाऱ्या माणसांना जागा करून दिली. गाडी सुरू झाल्यावर पुन्हा दाराकडे एकटक नजर लावून तो थोडा सैलसर बसला. गाडी दुसऱ्या स्टेशनकडे आल्यावर त्याने धापा टाकणे बंद केले. बहुतांश गर्दी ओसरल्यावर तोही खाली उतरला. दिमित्रीने पाहिलं तो रिंगरुट स्टेशनवरून पुढे पायऱ्या चढून गेला आणि नाहीसा झाला.

दिमित्री सीटवर बसून बाहेरचे शहर बघत होता. शहराचे ओळखीचे भाग बघून त्याला शुद्धीवर आल्यासारखे वाटले. जणू दुसऱ्या जगाचाच फेरफटका मारून तो आला होता. ते दुसरे जग त्याला नवखे नव्हते, पण त्याच्या जाणिवेच्या अज्ञात तळाशी ते घट्ट रुतून बसले होते. 'आपण आतापर्यंत कुत्र्यांना वस्तूच्याच रूपात पहात होतो. पण ती तर आपल्यासारखीच माणसे आहेत. तो कुत्रा कुठे गेला असेल? कोणाच्या मालकीचा असेल तो? त्याला गाडीत चढणे, उतरणे कसे जमत असेल? स्टेशन, प्लॅटफॉर्म, गाडी कसे शोधत असेल तो?' कोण जाणे! एखादे वेळी गंमत म्हणूनही प्रवास करत असेल तो! घराच्या जवळचे स्टेशन आले तेव्हा तो खाली उतरला. त्याच्याबरोबर चार पायांच्या त्या श्वापदाची आठवण गर्दीत धूसर पसरली.

इथे सगळे ओळखीचे होते. पार्कच्या पलीकडे सातव्या मजल्यावर त्याचे अपार्टमेंट होते. अपार्टमेंटमधून पाहिले; तर बर्चची झाडे, चर्च आणि आजूबाजूला इमारतींचा सुंदर देखावा दिसायचा. नताल्या त्याची वाट पाहून थकली असणार. त्याला खात्री होती, त्याचे अनुभव ऐकून नताल्या खचून जाणार नाही. उलट ती उत्साहाने ऐकेल. मनातून त्यालाही हेच पाहिजे होते. तो प्रचंड शिणला होता. त्याचे पाय थरथरत होते.

पार्कच्या समोरच त्याने एक कुत्रा पाहिला. रस्त्यावरच्या दिव्याच्या प्रकाशात तो एक केशरी रंगाचा अजागळ प्राणी भासत होता. दिमित्रीकडे पाहून मान खाली

घालून तो निघून गेला. तीन मोठाली कुत्री कचऱ्याची नवीन पेटी उसकटत होती. त्यातला थोडा अशक्त कुत्रा सगळ्यात वरती होता. दुसऱ्या कुत्र्याचे पुढचे पंजे कचरापट्टीत होते. नाक आत घालून घालून तो हुंगत होता. तिसरे काळे कुत्रे थोडे दूरच उभे होते.

दिमित्रीच्या लक्षात आले की, त्यांची एकत्र 'टीम' होती. एक जण त्याच्या शारीरिक ताकदीचा वापर करत होता, एक जण बुद्धीचा तर तिसरा पहारेकऱ्याचे काम करत होता. त्याने मागे वळून पार्कचे दार उघडले.

पार्क खूपच मोठे होते, पण जास्त दिवे नसल्याने नेहमी अंधारलेलेच दिसायचे. मिलीट्झाचा पहारा असल्याने भिकारी, दारुडे, ड्रगचे व्यापारी जास्त फिरकायचे नाहीत. खरे तर तिथे होणाऱ्या सट्टेबाजीवर मिलिट्झाचे नियंत्रण होते. तरी पण पार्कात कोणी भिकारी फिरकायचा नाही, हेही तेवढेच खरे होते.

त्या रात्री पार्कात खूप कुत्री दिसत होती. दिमित्रीने सात कुत्री तरी मोजली असतील! आतापर्यंत कुत्र्यांकडे त्याचे अजिबात लक्ष जात नव्हते. बर्च झाडाच्या खाली बाकड्यावर तो बसला. येथे तो नेहमीच काम संपवून घरी येताना बसायचा. या बाकावर बसूनच त्याने सर्व ऋतू मनसोक्त न्याहाळले होते. शरद ऋतूत बुंध्यालगतची चमकणारी पाने खाली गळून छान गालिचा तयार व्हायचा. पार्कातले माळी अजून कामाला लागले नव्हते. पाने एकत्र करून त्या पानांना कचऱ्याच्या टोपलीत टाकणे हे एक मोठेच काम होते. उघडीबोडकी जमीन नंतर मऊ कापसासारखा बर्फ अंगावर झेलायला तयार व्हायची. आता सगळे कसे चमकत होते. आकाशही निरभ्र होते. त्याने डोळे मिटून घेतले. त्याने अगोदर कुत्रे बघितले होते. दोन-तीनदा कुत्र्यांनी त्याला त्रासही दिला होता. पण आज तो मुळापासून हादरला होता.

थोड्या वेळाने त्याने डोळे उघडले, तेव्हा बारीकशा आवाजात एक कुत्रा त्याला केकाटताना दिसला. त्याच्या गडद रंगाच्या मुखवट्यातून काळेशार, लुकलकते डोळे त्याच्याकडे पाहून हसत होते. 'अरे हो! हा तर आपल्या शेजाऱ्याचाच कुत्रा!' माल्चिक त्याची लांबलचक शेपटी हलवत त्याच्याकडे प्रेमाने बघत होता.

"हॅलो, माल्चिक!" दिमित्री हळुवार आवाजात म्हणाला आणि माल्चिकने त्याचे मोठ्ठे डोके एका बाजूला कलते करून गमतीशीर अभिवादन केले. दिमित्री या अगोदर कुत्र्यांशी कधीच बोलला नव्हता. त्याने त्याचा हात समोर केला. माल्चिक ताबडतोब जागेवरून उठला आणि हात चाटू लागला. त्याची जीभ मऊ, ऊबदार आणि खूपच गुळगुळीत वाटली. त्याच्या पॅंटला लगेच त्याने हात पुसले. माल्चिक वळला, आपले भले मोठे जाडजूड शरीर घेऊन तो दिमित्रीच्या पायाजवळच विसावला. डोके वर करून दिमित्रीच्या डोळ्याला डोळा भिडवून तो टुकुटुकु पाहू लागला. दिमित्री त्याच्या केसाळ पाठीवरून हात फिरवत राहिला, वळ्याच वळ्या

उमटल्या. पण या गोंडस शरीराच्या गुबगुबीत त्वचेखाली बुंध्यासारखी टणक मान आणि घट्ट स्नायू होते. दिमित्री हसला आणि परत त्याच्या पाठीवरून प्रेमाने हात फिरवू लागला. माल्चिकच्या शरीराला खूप छान गंध येत होता. रोमोचकाहून तर फारच छान! युरी ॲन्ड्रेजविच त्याला नक्कीच शॅम्पू करत असणार. पण हा गलेलठ्ठ कुत्रा अंघोळीच्या टबमध्ये मावत असेल का? पण पाळीव कुत्र्याला अंघोळ घालावीच लागते.'

कुत्र्याला थोपटत तो विचार करत बसला. 'माल्चिकचे नाव ठेवणे तितकेसे सोपे गेले नसणार. त्याची खरी नावे कोणाला ठाऊक असणार? मुलगा, मुलगी, आई, बाबा, पिल्लू— हीच खरी नाती असतात.' त्याला फार थकवा आला. नताल्याच्या हाताला चव नाही. ती कसाबसा स्वयंपाक करते. शिवाय आपल्यालाही काहीतरी करता येते, हे दाखवण्याचा हेतूच त्यामागे जास्त असतो. त्याने उसासा सोडला, ''तुझ्यासाठी स्वयंपाक करते बरं!'' त्याने कधीच तिच्याकडून स्वयंपाकाच्या अपेक्षा ठेवल्या नव्हत्या. ती त्याच्याअगोदरच घरी यायची. तो आल्यावर तिला स्वयंपाक करताना पाहून त्याला नकोसे वाटायचे, त्यातही तिला विजयाचा विचित्र आनंद मिळायचा.

दिमित्री उठून घराकडे जाऊ लागला. ''माल्चिक, चल घरी'', तो म्हणाला. कुत्र्याबरोबर तो कधीच चालला नव्हता. माल्चिक सिंहाच्या चालीने मान खाली-वर करत चालू लागला. एक भुवई वर केल्यावर चेहऱ्यावर त्रिकोणी जाळे झाले. डोळे वर करून दिमित्रीकडे तो पाहू लागला. दिमित्रीला माहीत होते की, तो फारच गोड स्वभावाचा, हसरा झिपरा कुत्रा होता. हा महाकाय, बोजड प्राणी हसतमुख आणि भाबडा होता.

दिमित्रीने शेजाऱ्याच्या दारावरची बेल वाजवली. युरी अँड्रेजविचने दार उघडले. दार उघडताच माल्चिक अस्ताव्यस्त पसरला. दिमित्रीने त्याच्याकडे हसून बघत म्हटले, ''छान कुत्रा आहे,'' युरी त्याच्याकडे पहातच बसला.

नताल्याने स्वयंपाक बनवला नव्हता. पण फ्रीज भरलेला होता आणि स्वयंपाकघर स्वच्छ होते. तिचा चेहरा टीव्हीवरच्या निळ्या प्रकाशात चकाकत होता. तिच्या निर्मळ हसण्याने तो परत तिच्याकडे ओढला गेला. दिवसभराची धावपळ एका क्षणात विरून गेली.

''१ नोव्हेंबर. रोमोचकाशी प्रदीर्घ गप्पा झाल्या आणि मन मोकळे झाले. रोमोचका हुशार आहे आणि त्याला बोलता येते, ही देवाचीच कृपा! त्याने आमच्या सगळ्या

प्रश्नांना एकेका शब्दाचे उत्तर दिले. पण उत्तरे देताना तो मोकळा होता. ही एक विचित्र गोष्ट आहे. रोमोचका आणि मार्कोला (बाळ त्याचे खरे नाव) एक आई आहे. रोमोचका तिला 'मॅमोचका' या गोड नावाने हाक मारतो. स्वतःच्या आईबद्दल त्याला नितांत प्रेम आणि जिव्हाळा आहे. त्यांच्या कुटुंबात खूप कुत्री आहेत. त्याला वडील नाहीत बहुधा. आई अनेक तास बाहेर काम करते. त्यामुळे मुलांना कुत्र्यांसोबत रहावे लागते. तो म्हणाला की आई त्याची खूप काळजी घेते. त्यांना दूध आणि अन्न पुरवते आणि हो, त्यांना ती अतिशय स्वच्छ ठेवते. मॅमोचकाने रोमोचकाला मार्को 'प्रेमाची भेट' म्हणून आणून दिला. या कुटुंबात सगळे एकमेकांवर जिवापाड प्रेम करतात. काही दिवसांनंतर आई गायब झाली. त्याला अनेकदा विचारले, की आई कुठे गेली? तो म्हणाला की याबाबत काही कल्पना नाही. पण त्यांनी तिला पुन्हा पाहिले नाही. रोमोचका त्याच्या म्हणण्याप्रमाणे घरचा 'कर्ता' बनला. त्यानेच मग मार्को आणि इतर कुत्र्यांची काळजी घेतली. वेळेचे मात्र त्याला अजिबात भान नाही. आम्हाला मार्कोच्या वागण्यावरून वर्षांचा अंदाज बांधता येईल.

खरे तर ते 'डॉगबॉईज' नाहीत. फक्त जास्त वेळ कुत्र्यांसोबत घालवला, त्यामुळे त्यांनी कुत्र्यांचेच अन्नही खाल्ले. मोठ्या मुलाला तर त्याच्या आईवडिलांनी खूपच दुर्लक्षित ठेवलेय. त्यामुळे तो असा बनलाय. हा निष्कर्ष बघून संशोधकांना आता वाईट वाटेल.

त्यांना 'रानटी मुलं' संबोधता नाही येणार, पण त्यांनी दोन वर्षे फारच हालात काढली असणार. पण त्यावर दिमित्री कोणतं संशोधन करणार? रोमोचका अजूनही कुत्र्यांसोबत राहातो. तो म्हणतो ते चांगल्या घरी राहातात. काही लोकांनी त्यांना अन्न आणि कपडे दिलेत त्याचे शेजारी असावेत बहुतेक ते. दिमित्री म्हणतो ते खरं आहे रोमोचकाच्या वागुणकीचं विश्लेषण होऊ शकतं. एक तर मानसिक अस्वास्थ्य आणि दुसरं म्हणजे कुत्र्यांशी निर्माण झालेलं अतूट भावनिक नातं.

डॉगबॉयची व्याख्या कशी करणार? तो मुलगा आहे ही वस्तुस्थिती विसरून चालणार नाही आणि पाळीव कुत्र्यासारखंच त्याचं वागणं असतं. सगळ्यांशी प्रेमाने आणि आपुलकीने तो वागतो. पण अशा मुलांची जबाबदारीच जास्त वाटते.

बरं झालं सगळी वस्तुस्थिती कळली. खरोखरीच विचार करायला लावणारी ही गोष्ट.

नताल्याने बाळाला 'अतिदक्षता विभागात' हलवले रक्ताच्या तपासण्यांवरून लक्षात आले की त्याला 'न्युमोनिया' झाला आहे. न्युमोनियाबरोबर 'सिस्टीक फायब्रोसिस'

ही झाला आहे. त्याची प्रकृती चिंताजनक आहे. त्याचे हृदयाचे ठोके जलद पडत होते. ऑक्सिजन कमी झालं होतं. त्याने पाय आवळून घट्ट धरले होते. कळत होतं त्याला खूप त्रास होतो आहे. बाळाने नताल्याला ओळखले नाही, पण दिमित्रीला तो एकटक बघत होता. त्याच्या हाडकुळ्या छातीवर स्टेथोस्कोप लावून तिने तपासले. सांगण्यासारखे काहीच नव्हते. दिमित्री भलतीकडेच नजर लावून उभा होता. तिने तिच्या नोटपॅडमध्ये निरीक्षणे नोंदवली. त्यांनी असं काहीच केलं नव्हतं ज्यामुळे बाळ आजारी पडलं पण दिमित्रीची आरोप करणारी नजर तिला डाचत होती.

अर्थातच, त्याला बाळाची निश्चित जास्त काळजी असणार! त्याच्या संशोधनाचा तो गाभाच होता. त्याचं अजूनही ठाम मत होतं की ते अर्धवट रानटी आहेत.

नर्सला तिने मॉर्फीन आणि जेन्टोमायसिनची मात्रा जास्त करायला सांगितली आणि ती खोलीबाहेर आली. जर तब्येतीत चढउतार आले, तर तो तिला बोलावणार होता. तिला मार्को आवडायचा पण ती घटनांना बदलू शकत नव्हती. तिच्या प्रेमाला आता बाळाजवळ कुठे जागा होती? त्याच्यापासून थोडे दूर होणेच बरे असे तिला वाटू लागले. दिमित्रीला काय कल्पना आहे. डॉक्टरांच्या विश्वाची? ज्यावर एवढं प्रेम केलं त्यावर आता तिला 'ऑटोप्सी' करायची होती.

बाळ खरोखरीच छोटसं 'पिल्लू' दिसत होतं. त्याने कशालाही आक्षेप घेतला नाही. दिमित्री बाळासोबत तासन्तास बसला. बाळ त्याच्याकडे पाहून गुंगीतच निर्व्याज हसायचं. ते हसणं प्राण्यासारखंही नव्हतं किंवा मुलासारखंही नव्हतं. दिमित्री त्याच्या नजरेकडे आस लावून बसला होता. मार्को काय बघून एवढा निर्व्याज हसतो? कोण जाणे?

संध्याकाळी बाळ शांतपणे कायम झोपी गेला.

५

शरद ऋतूमधील तो संधिकाल होता. प्रकाश आणि अंधार एकमेकांत गुरफटलेले होते. हातात हात धरून नव्या दिशांना खुणावत होते. या संधिप्रकाशात सर्वच शक्यता धूसर, अस्पष्टशा वाटत होत्या. रात्र जसजशी होत जाते, तसतशा सर्व इमारती काळोखात बुडून जातात.

रोमोचका डोंगराच्या कडेकडेने फिरत होता. रिकाम्या डब्यांना त्याच्या दंडुक्याने मारत होता. उत्तरेकडून झोंबरा थंड वारा डोंगराच्या कडेकडेने शहरातील प्लॅस्टिकच्या पिशव्या तरंगवत घेऊन येत होता. सूर्याची ऊब पार लोपलेली आणि शरद ऋतूचा गंध हवेवर स्वार होऊन चौखुर उधळत होता.

गवताची पाती आता तोंड वर करून पाहात होती. जागोजागी दिसणाऱ्या शेकोट्यांवर चहाचे उकळलेले आधण लोकांना अधीर करत होते. जंगलात सोनपिवळ्या बर्चच्या झाडांचेच वर्चस्व होते. त्या खालोखाल फिकट सोन्यासारखी लार्चची झाडेही होती. पाईन आणि स्प्रुस गडद रंगाचे कोट घालून जास्त उंच भासत होते. रोवण झाडांची फळे लालबुंद आणि जड झाली होती. पण अजूनही खाण्यायोग्य झाली नव्हती. रोमोचका इकडून तिकडे निरुद्देश दुःखावेशाने भटकत होता. त्याच्याप्रमाणेच त्याचे लांब केस निरुद्देश वाऱ्यावर उडत होते. बाळ या जगात नव्हता. त्याला मरणाचा अर्थ माहीत होता. रक्त बाहेर जाते, आत येत नाही, मरणाचा गंध येतो त्यानंतर थंड हाडे, थंड शरीर, कुजलेले! त्याला कळत होते, की बाळ आता त्याला परत कधी दिसणार नव्हते. ज्या प्राण्यांना त्याने मरताना बघितले होते, ते सर्व मरतांना प्रचंड घाबरले होते. 'आपले बाळही असेच घाबरले असेल का?'

त्याला वाटले, आकाश लालभडक डोळे करून त्याच्याकडे पाहात होते. कोणीतरी अज्ञात शक्ती कुठूनतरी सगळे पाहात असेल का? नताल्यासारखी

व्यक्ती...जिला काहीच माहीत नाही, जिला स्पर्शाचे ज्ञान नाही, गंधाचे स्मरण नाही...अशी व्यक्ती!

त्या दिवशी नताल्यासोबत उभा राहून बाळाच्या गमतीजमती बघण्यात किती मजा आली होती! त्याला माहिती होतेच की त्यांचे लक्ष असायचे, पण त्याला खेळताना पाहून तिला केवढा आनंद झाला होता! तिने तिची अनेक गुपिते त्याला सांगितली होती. तिने त्याला आणि दुसऱ्या मुलांनाही टी.व्ही दाखवला होता. त्याला अचानक त्यांच्यामध्ये रस वाटू लागला. अगोदर त्याला ही मुले अजिबात आवडत नव्हती. तो त्यांची गुपिते त्यांना सांगणार होता. तेवढ्यात दिमित्री आला. त्या दोघांना बघून त्याला राग आला.

एका विटक्यातुटक्या बादलीतून उंदीर धावत बाहेर पळाला. त्याला पाहूनच रोमोचकाच्या मस्तकात तिडीक गेली आणि डोळे रक्ताने लाल झाले. सर्वशक्तिनिशी त्याने बादलीचे तुकडे तुकडे केले. नुसती बादली फोडून काय समाधान मिळणार होते? त्याचे बाळ तर गतप्राण झाले होते. पाय दुमडलेले, उबदार आणि नंतर थंड पडत गेलेले शरीर. नताल्या आणि दिमित्री दोघेही त्याला मरताना पाहात होते.

क्षणभर तो निश्चल उभा राहिला.

"रोमोचका....रोमोचका....रोमोचका, मला क्षमा कर. खूप वाईट बातमी आहे. आम्हाला कळलंच नाही, तुझ्याशी कसा संपर्क साधायचा ते. तो खूप आजारी होता, रोमोचका. आम्ही प्रयत्नांची पराकाष्ठा केली."

रोमोचका काहीच बोलला नाही. त्याला क्षणभर वाटले, 'आपल्या बाळाला कोणी खाल्ले तर नसेल? भुकेल्या कुत्र्यांनी त्याच्यावर झडप तर टाकली नसेल? ते महाकाय प्राणी तर चालून नसतील आले माझ्या लाडक्यावर? त्याला जाणवले, दिमित्री त्याला स्पर्श करू पाहात होता. तेव्हा त्याला वाटले, की दंडुक्याने दिमित्रीचे डोके फोडावे!

स्मशानभूमीजवळ त्या तुटक्या बादलीवर तो खिन्नपणे बसला होता. तिथली झाडे वाऱ्याने जरा जास्तच जोरात हलत होती.

शरदऋतू जवळपास संपला होता. ओकचे झाड पर्णहीन झाले होते. त्याच्या काळ्या फांद्या आकाशाकडे आ वासून पाहात होत्या. जंगल जेथे स्मशानभूमीला मिळत होते, तेथे नीरव शांतता होती. कधी एखादी खारूताई पालापाचोळ्यातून लगबगीने इकडे तिकडे पळायची. त्याला आता शिकार तर करावीच लागणार होती. मॅमोचका लवकरच बाळंतीण होणार होती. हिवाळा जवळ येत होता. 'हो, बाळाशिवायचा हिवाळा! आता उबेकरता कोणाला बिलगायचे? ते इवलेसे शरीर तर दुसऱ्या प्रवासाला गेले होते.'

दिमित्रीला तेव्हा मारायला पाहिजे होते. दिमित्रीवर बाळाची जबाबदारी होती.

त्याच्या हातून विलक्षण चूक घडली असणार. त्याला वाटले, त्याच्या पोटातल्या आतड्याला अनेक गाठी पडल्या होत्या. पोटातले सगळे फेकून द्यायचा त्याने प्रयत्न केला. पण काहीच बाहेर पडले नाही. एकाएकी त्याला श्वासोच्छ्वासाचा त्रास होऊ लागला. असे वाटू लागले, की छातीत जाड लाकडाचा ठोकळा भरला होता. त्याला खोकून बाहेर काढण्याचा तो प्रयत्न करू लागला. त्याने डोळे बंद केले.

त्याचे मानेवरचे केस सरळ उभे राहिले. एक निर्बुद्ध बेवारशी कुत्रा त्याच्या मागोमाग येत होता. तो अजब होता. भीती व आशेचे चमत्कारिक मिश्रण त्याच्या मनात साचले होते.

तो एक मोठा, पण हडकुळा कुत्रा होता. संध्याकाळच्या प्रकाशात त्याची अस्पष्ट सावली दिसत होती. त्याच्या तब्येतीत काहीतरी बिघाड झालेला असावा. त्याच्याकडे सरपटत येताना तो विचित्र आवाज करत होता. रोमोचकाला त्याचा चिकट, आजारी गंधही आला.

रोमोचकाने त्याच्या हातात दंडुका गच्च पकडून उसासा टाकला. जेव्हा तो जवळ आला, तेव्हा त्या बादलीतल्या उंदरापेक्षाही जलद गतीने रोमोचकाने उठून त्याला दंडुक्याचा तडाखा दिला. कुत्र्याच्या कानाखाली जोरात तडाखा बसून ते केकाटणारे कुत्रे कोसळले, त्याच्या एका डोळ्यातून रक्ताची धार लागली होती, डोके खाली कलते झाले होते. थोड्या वेळाने तडफडणारे ते कुत्रे शांतपणे झोपले.

रोमोचका कुत्र्याकडे चालत गेला. त्याचा अगोदरचा आनंद क्षणात लोपला. त्याचे शरीर किंचित झटके देत होते, पण नंतर सगळे शांत होणार, हे त्याला कळत होते. रोमोचकाने त्याच्या डोळ्यांत दूरस्थ, निर्भय भाव बघितले. त्याला वाटले, 'आपला शक्तिपात होतोय. आपण आपल्याच जातीच्या प्राण्याला मारले?' त्याच्या आतड्याचा पीळ आणखी घट्ट झाला.

त्या कुत्र्याला तसाच सोडून तो घरी निघाला. त्याला खूप भूक लागली नव्हती. पण वाटले की, थोडे पोट भरून घेऊन मग झोपावे. व्हाईट सिस्टर, आणि ग्रे ब्रदर डोंगराच्या नेहमीच्या भेटीच्या ठिकाणी भेटल्यावर त्याला हायसे वाटले. त्याला एकटे फिरणे असह्य झाले होते. व्हाईट सिस्टरने त्याचा चेहरा चाटला. ग्रे ब्रदरने त्याच्या मानेचे चुंबन घेतले. त्या दोघांनीही हावरटपणे त्याचा वास घेतला. त्याच्या वासात नेहमीच बाळाचा गंध मिसळलेला असे. दोघांना चाटताना रोमोचकाच्या मनात पुन्हा एकदा राग उफाळून आला. त्याच्या चाटण्यात आज हतबलताही होती. त्यांना आता कधीच बाळाचा वास हुंगायला मिळणार नव्हता. रोमोचकाची आतडी परत आवळून आली आणि घसा कोरडा पडला.

एक माणूस झोकांड्या देत जात होता. त्याच्या अंगाला दारुड्या बोम्झीसारखा

घाणेरडा वास येत होता. त्याने सैनिकाची जुनी लोकरीची टोपी आणि जाडीभरडी घोंगडी पांघरली होती. त्याचे केस लांब आणि पांढरे होते. ते दोरीसारखे खाली लोंबकळत होते. रस्त्यावरून कसाबसा आपला तोल सांभाळत तो जात होता. त्याच्या मधल्या बोटाने कपाळावर टिचकी मारली.

"अंकल!"

त्या माणसाने त्याचा चेहरा थोड्या वेळाकरता त्याच्याकडे वळवला. हो, तो 'अंकलच' होता. रोमोचकाचा काका! रोमोचकाच्या तोंडून अस्फुट किंचाळी बाहेर पडली आणि नंतर शिकारीच्या पवित्र्यात तो तेवढा ताठ उभा राहिला. कुत्र्यांना त्याच्याकडे पाहून आश्चर्यच वाटले.

अंकल पूर्णतः बदलला होता. त्याचा रुबाबदार सूट, कोट गायब झाला होता. त्याचे शरीर त्याच्या कपड्यांप्रमाणेच जीर्ण झाले होते. तो आता म्हातारा झाला होता. तो बेघर होता. त्याने दोन कुत्र्यांना आणि रोमोचकाला पुढे जाण्यासाठी भरपूर जागा करून दिली. तो झोकांड्या खात खात डोंगरातून मेट्रोकडे जात होता. रोमोचकाला अचानक तो गुणगुणत असलेले गाणेही आठवले.

"Am I to blame....Am I to blame....Fuck! Fuck!"

रोमोचकाला कसेतरीच वाटू लागले. त्याच्या आईचे गाणे आज त्याच्या हृदयातून ओठांवर आले होते. त्या दारुड्याच्या मागे दोन्ही कुत्री दबकत चालू लागली.

त्यांनी हल्ली दारुड्या माणसाला घाबरवले नव्हते. ती कुत्री जेव्हा अवखळ आणि तरुण होती, तेव्हा मात्र बऱ्याच दारुड्यांची त्यांनी वाट लावली होती. पण रोमोचकाला जी शिकार करायची असे, तिच्याच मागे ते धावत असत.

रोमोचका काकांच्या जवळूनच चालत होता. त्याला ते गाणे पूर्ण ऐकायचे होते. पण एकच ओळ तो पुन:पुन्हा म्हणत होता. जेव्हा आई म्हणायची, तेव्हा त्याच्या हृदयात शिरून ते गाणे त्याच्या रंध्रारंध्रात झिरपायचे आणि हा अंकल... हा दारुड्या झोकांड्या खात खात, अडखळत एका ओळीच्या पुढेही जात नव्हता. एका तरबेज शिकाऱ्याच्या आविर्भावात, दबक्या पावलांनी तो सावजाचा पाठलाग करत होता, पण खरे तर तो आईच्या तोंडून कधी काळी ऐकलेल्या गाण्याचाच पाठलाग करत होता. अंकलने टाकलेला एकेक शब्द तो ओंजळीत वेचत होता. त्याला तो प्रत्येक शब्द आठवत होता. असे वाटत होते की, या जगात हे गाणेच फक्त त्याच्या ओळखीचे होते.

"Am I to blame, for being in love! fuck! fuck"

त्याच्या आईचा आवाज रोमोचकाच्या हृदयावर ठोठावू लागला. त्याच्या

शरीराचे गाणे झाले आणि दु:खोवेगाने बेभान होऊन थरथर कापू लागला. त्याच्या छातीत असलेला लाकडाचा ठोकळा परत उफाळून वर आला. पण आज त्याला कळले, तो ठोकळा लाकडाचा नसून अश्रूंचा बांध होता.

काकाला माहीत नव्हते की, त्याचा पाठलाग केला जात होता. गल्लीबोळातून झोकांड्या खात, गाणे गात तो चालला होता. पण एका रुंद रस्त्याच्या तोंडाशी त्याने मागे वळून रोमोचकाला आणि दोन कुत्र्यांना पाहिले. काका गाणे गुणगुणायचा थांबला आणि त्यांच्याकडे एकटक बघत राहिला.

गाणे हळू आवाजात गुणगुणत परत एकदा त्याने रोमोचकाकडे पाहिले. दारुच्या नशेतही त्याच्या डोक्यात ओळख उमटली. तो गाणे गुणगुणायचा थांबला. त्याने तीनदा हवेतच त्याला बोट दाखवले. गाण्याइतकेच काकाचे बोट दाखवणेही परिचित होते.

"तू लहानसा घाणेरडा मुलगा. मी तुला ओळखतो."

रोमोचकाने श्वास रोखून धरला. त्याचा हात आपोआप वर उचलला गेला. अचानक त्याला ॲप्रनमधली त्याची आई स्वयंपाकघरात तिघांसाठी पॉरीज करताना आठवली. अंकलचे हसणे आठवले.

"हो....मला माहीत आहेस. घाणेरडा, कुत्र्यांसोबत राहाणारा. मी तुला डोंगरातून येताना आत्ताच पाहिलं. कसा मंद मुलासारखा बघत होतास. तू माझा पाठलाग का करतो आहेस?"

रोमोचका जागचा हलला नाही. अजूनही त्या गाण्याची मोहिनी त्याच्यावर कायम होती. जर अंकलने क्षणभर ओळख दाखवली असती, प्रेमाने एक कटाक्ष टाकला असता, तरी तो त्या क्षणी रडला असता. व्हाईट सिस्टर आणि ग्रे ब्रदरला या शिकारीचे स्वरूप विचित्र वाटत होते आणि अंग ताठ करून ते रोमोचकाच्या बाजूला उभे होते. रोमोचका आणि म्हाताऱ्या अंकलमध्ये विचित्र तणाव होता. "वास येणारा घाणेरडा, जंगली, तुझे कुत्रे घेऊन जा तुझ्याबरोबर." अंकलना बोलताना नजरेला नजर भिडवण्याची हिंमत होत नव्हती.

बर्फासारखे मऊ पण तेवढे क्रूर असलेले ते गाणे रोमोचकाच्या हृदयातून दूर जाऊ लागले. ते आता शांतपणे अंकलचा पाठलाग करू लागले. अंकलला माहीत होते की, ते अजूनही त्याच्या मागे होते. रोमोचकाला समजले की, आता अंकल त्यांना घाबरू लागला होता.

त्याच्या आतड्याचा पीळ जास्त घट्ट होऊन पोटभर पसरला आणि अनेक वर्षांचा साचलेला राग उफाळून आला.

अंकल आता झपाझप पावले टाकत पुढे जात होता. रोमोचकाला कळले की, तो गर्दीच्या दिशेने जात होता.

"त्या एकट्या बावळट माणसाकडे बघ, बाळ! तयार राहा, त्याच्या पाठीमागून चल...नाही, आवाज करू नकोस! तयार?"

त्याला कळले की, दोन्ही कुत्र्यांना काय चालले होते, ते समजत नव्हते. त्यांना शिकारीचा हा खेळ माहीत नव्हता. एका छोट्या बोळीत अंकल वळल्यावर त्याने त्याचा दंडुका घट्ट पकडला. दोन इमारतींच्या मधली पूर्णत: कचऱ्याने भरलेली ती बोळी होती. अंकल हातात सुरी धरून मध्यभागी वाकून उभा राहिला. व्हाईट सिस्टरने त्याचा अवतार पाहून थोडीशी अनिश्चित गुरगुर केली.

अंकल मोठ्या आवाजात ओरडला, "हे बघ मुला, खूप झालं. तू घरी जा! जर तू एक इंचभर जरी जवळ आलास, तरी तुकडे करीन तुझे." अंकलने कितीही आव आणला, तरी त्याच्या मनातली भीती रोमोचकाला कळत होती.

"बाळ, बघ समोर, हीच योग्य वेळ आहे!"

थोडासा खाली वाकून हातात दंडुका घट्ट पकडून रोमोचका सरसावला. त्याच्या डावीकडे व्हाईट सिस्टर आणि उजवीकडे ग्रे ब्रदर तयारीने उभे राहिले. दात उचकटत, मान वर केल्याने केस आपोआप मागे गेले. त्याच युद्धगर्जनेत व्हाईट सिस्टर आणि ग्रे ब्रदरनेही आवाज मिसळले. अंकल दोन पावले मागे सरकला. पण त्याच्या हातातल्या सुरीची धार रोमोचकाला अंधारातही दिसत होती.

"आता बघच तू, बाळ!"

रोमोचका एवढ्या वेगाने त्याच्यावर चालून गेला की, तो वेग पाहूनच अंकल जागच्याजागी थिजला. त्वेषाने त्याच्या दंडुक्याचा फटका अंकलच्या मांडीवर पडला. त्या फटक्यात एवढ्या वर्षांच्या द्वेषाचा जोम होता. अंकल किंचाळून खाली कोलमडला. तो भीतीने कापत होता. त्याला जबरदस्त मार बसला होता. तो जोरजोरात श्वासही घेत होता. पण त्याही परिस्थितीत त्याने रोमोचकाचे केस पकडले. कुत्र्यांनी रागावून गुरगुर केली. पण हालचाल काहीच केली नाही. त्यांना ही शिकार विचित्रच वाटत होती.

रोमोचकाने त्याचा दंडुका खाली पकडला, झपकन वळत अंकलचा चेहरा त्याच्या पंजात पकडला आणि ज्या हाताने त्याने केस पकडले, त्या हाताला करकचून चावा घेऊ लागला. अंकल कळवळून ओरडत होता, तरी त्याचा एक गुडघा रोमोचकाच्या शरीरावर ठेवून तो हातात सुरी येण्यासाठी धडपडत होता.

अखेरीस व्हाईट सिस्टर रोमोचकाच्या मदतीला धावून आली आणि तिच्या पाठोपाठ ग्रे ब्रदरही धावत आला. रोमोचकाला अंकलची किंकाळी ऐकू आली आणि त्यानंतर घशातच घुसमटलेला अस्फुट आवाज. व्हाईट सिस्टरने त्याचा गळा गच्च पकडला होता. ग्रे ब्रदरने अंकलच्या मांडीत त्याचे तीक्ष्ण दात खुपसले आणि

त्याच्यापासून रोमोचका मुक्त झाला. रोमोचकाने त्याचा दंडुका उचलला आणि अंकलच्या शरीरावर तो उभा राहिला. व्हाईट सिस्टरने अजूनही गळा सोडला नव्हता. रोमोचकाने दंडुका वरती उचलला आणि संपूर्ण ताकदीनिशी त्याच्या डोक्याच्या कडेला मारला. अंकलचा एक डोळा लहान मुलाच्या कुतूहलाने रोमोचकाकडे पहात होता. त्यात प्रचंड भीती साठली होती. रोमोचका पुन:पुन्हा दंडुक्याने त्याच्या डोक्यावर घणाघाती प्रहार करत होता. त्याच्या डोळ्यांत आता भीती नव्हती, कुतूहल नव्हते. डोळ्यांप्रमाणे संपूर्ण शरीर शांत झाले होते.

बाजूला कोरड्या गवतात त्याने त्याचा दंडुका घासूनपुसून स्वच्छ केला. त्याच्या आतड्याचा पीळ आता निघाला होता आणि त्याला फार शांत वाटत होते. बाळाचाही अंत झाला होता, पण तो अंत असा नव्हता. दोन पाय आजारी पोटाजवळ दुमडून बाळ झोपले होते. बिचाऱ्याचा श्वासही आजारी झाला आणि मग श्वास थांबलाच. शरीर थंड पडले. मग थोड्या वेळाले थिजलेले कडक शरीर, दुर्गंधीने भरले. 'अंकलने बाळाला सोडून जायला नको होते....'

'नाही...' त्याला गरगरल्यासारखे झाले. 'बाळ तर अंकलचे बाळ नव्हते. घरी जाण्यासाठी तो वळला. व्हाईट सिस्टरचे तोंड रक्ताने माखले होते. त्याने खाली वाकून तिचे तोंड चाटूनपुसून स्वच्छ केले. तो परत जाण्यासाठी वळला. व्हाईट सिस्टर अडखळत त्याच्यामागे आली आणि ग्रे ब्रदरही.

त्यांना ही शिकार अजिबात समजली नव्हती.

❦

दिमित्रीने एक आठवडा वाट पाहून डॉगबॉयचा शोध सुरू केला. त्याने शोध घेण्याचे ठरवले, तेव्हा नताल्याला सांगितले नाही. तो त्याच्या ऑफिसमध्ये बसला होता. कॉफीचा तिसरा कपही आता थंड झाला होता. मार्कोच्या आठवणीने त्याला काही सुचत नव्हते. खालपासून पोटात आणि नंतर घशात मार्कोचे मरण घुटमळत होते.

नताल्याला जेव्हा त्याने सांगितले, तेव्हा तिला धक्काच बसला होता. त्यालाही वाटले की, उगीच तिला सांगितले नाही. आतापर्यंत तीही आपल्यासोबत होती.

''तुला कळतं का, तू काय केलंस ते?'' ती ओरडत होती. ''नताल्या, ऐक माझं. यावर मी खूप विचार केलाय. तो परत एकटा कुत्र्यांच्या कळपात जगेल. आपल्याला चालणार आहे का ते?''

रोमोचका त्याच्यासाठी 'विशेष' होता. एक सर्वसामान्य रस्त्यावरचा मुलगा नव्हता. त्याच्या मनातले इतके दिवस लपून राहिलेले गुपित आज उघड झाले होते, एवढेच!

नताल्या रागाने लाल झाली. कर्कश्श कापऱ्या आवाजात ती ओरडली, "दिमित्री, तू मला न सांगता असं करू शकतो? मला रोमोचका तुझ्यापेक्षा जास्त चांगला माहीत आहे. त्याला आपल्याबद्दल काय वाटेल? त्याचं भविष्य काय? मी त्याला कशी मदत करू शकेन?"

"तू आणि मदत?" ...म...मदत? दिमित्रीच्या तोंडून रागाने शब्द बाहेर फुटेना. "नताल्या, तू तुझ्याशिवाय इतरांचा कधी विचार करतेस का? तुला वाटतं, तू महान आहेस. तुला माझ्याकडून किंवा रोमोचकाकडून काहीच शिकायची गरज नाही."

"तू अजूनही...मला तुझ्या शयनगृहात कधी पाऊल टाकू दिलं नाहीस! तुला कधी वाटतं का, की दुसऱ्यांनाही भावना असतात, त्यांनाही वाईट वाटतं..." त्याने त्याच्या विरळ केसांवरून हात फिरवला!

"तुला कधी वाटलंय मला अडथळा येऊ न देता मदत करावी? एक उद्धट अडाणी मुलगी तू!"

नताल्या शांत होती. तिच्या पांढऱ्याफटक पडलेल्या चेहऱ्यावर तिचे मोठे आणि काळेभोर डोळे अजून उठून दिसत होते. तोही जागचा हलला नाही. त्याला अजून खूप बोलायचे होते. पण त्यांच्यामधली शांतता वाढतच गेली. त्याने त्याचे डोळे बंद केले. 'अरे देवा! आपण हे काय बोललो? आपल्याला कधीपासून तिच्याशी बोलायचं होतं! आणि जे बोलायचं नव्हतं, ते आपण बोलून बसलो.'

त्याचे एकलकोंडे आयुष्य त्याच्यासमोर तरळले. दोलायमान आणि रिकामे, निरुद्देश आयुष्य! यशापयाशाच्या अनिश्चित हिंदोळ्यावर झुलणारे आयुष्य!

"ओ, दिमित्री." नताल्याने सुस्कारा सोडला. तिचा आवाज अजूनही कापत होता. पण स्पष्ट ऐकू येत होता.

"तू जे बोलतोयंस, ते तुला तरी समजतंय का? तुला फक्त मला दुखवायचं आहे..." फिकट हसून ती म्हणाली, "आपण रोमोचकाशी जसं वागलो, त्याबद्दल मला फार काळजी वाटते. आपला त्याच्याकडे पाहण्याचा दृष्टिकोन गंभीर नव्हता आणि मार्कोची शोकांतिका, त्याविषयी तर न बोललेलंच बरं!"

त्याने डोळे उघडून तिच्याकडे पाहिले. ती अजूनही निस्तेज दिसत होती. पण तिच्याजवळ त्याला रडावेसे वाटले.

"मला माहीत आहे. त्याला इथं परत येणं फार जड जाईल. पण त्याच्या भल्याकरता तो इथं आलेला चांगला आहे. मी स्वत: त्याच्याकडे लक्ष देईन."

नताल्याच्या डोक्यात वीज चमकावी, तसा विचार आला, "दिमित्री, मला माहीत आहे काय करायचं ते! आपण त्याच्यावर कोणतेही शास्त्रीय प्रयोग करायचे नाहीत. त्याला केंद्रात टाकायचं नाही, आपल्या घरीच त्याचं संगोपन करायचं.

आपण मरेपर्यंत त्याला सांभाळू.''

आश्चर्य म्हणजे, त्याला तिच्या बोलण्यात कोणतीही खोट आढळली नाही. तिचे बोलणे अवास्तव किंवा नाटकी वाटले नाही.

''अगदी बरोबर, नताल्या!'' तो शांतपणे म्हणाला.

तिने त्याला जवळ ओढत त्याचे चुंबन घेतले. त्याने डोळे मिटले. नताल्याशी जणू परत नवीनच ओळख होत होती. डोळे मिटल्यावर त्याच्या डोळ्यांतून गरम अश्रू ओघळले.

आता तो एकटाच नव्हता. नताल्या त्याच्याबरोबर होती. हातात हात गुंफून ती दोघे रोमोचकाच्या जगात प्रवेश करणार होती. ते जग त्यांना अनोळखी होते, पण त्याला तो छिन्नविच्छिन्न करणार होता आणि आश्चर्य म्हणजे त्याची भोळीभाबडी नताल्या पूर्ण वेळ त्याच्यासोबत असणार होती.

❦

मिलिट्झाचा पहिला हल्ला त्यांना माहीत असलेल्या ओळखीच्या भागातच झाला. निर्जन गोडाऊनजवळून ते जात असताना मॅमोचकाने थबकून तिचे डोके उचलले आणि ती लक्ष देऊन ऐकू लागली. ते सगळे जण थबकले आणि कान देऊन ऐकू लागले. रोमोचकाला काहीच ऐकू आले नाही. पण कुत्र्यांना मात्र आले. काय घडतेय, ते कळण्याच्या आत कुत्री शांतपणे घाईघाईने चालू लागली. गोडाऊनच्या कुंपणाखालून मॅमोचका सटकली. व्हाईट सिस्टर, लिट्ल पॅच आणि लिट्ल गोल्डबरोबर इमारतींच्या मधून जाणाऱ्या छोट्याशा गल्लीतून ती घुसली. रोमोचकाला विपरीत घडत होते हे समजले, पण तो काय करायचे याबाबत अनिश्चित होता. शेवटी त्याने मॅमोचकाच्या मागे जायचे ठरवले. पण तोपर्यंत सगळे जण गायब झाले होते. कुंपणातून अर्धवट डोके घुसवल्यावर त्याने मागे वळून बघितले. तेव्हा नेहमीचे ओळखीचे, गडद निळ्या विजारी घातलेले पाय दिसले. त्याला काय करावे सुचेना, त्याचा श्वास जड झाला आणि कसाबसा कुंपणाच्या तारेतून निसटत तो तुटक्या सिमेंटच्या यार्डकडे पळत सुटला.

गोडाऊनमध्ये तो कुत्र्यांसोबत बऱ्याचदा आला होता आणि त्यामुळे मॅमोचका कोणत्या दिशेला गेली, याचा अंदाज होता. एका छोट्याशा बोळीतून गेले, तर इमारतीच्या मागची पत्र्याची कार शेड लागत होती. पण आता मिलिट्झाचे बुटांचे आवाज आणि त्यांची आरडाओरड त्याला स्पष्ट ऐकू येत होती. अजूनही कुठे पळावे, ते त्याला कळत नव्हते. 'जर मॅमोचकाला कारपार्कमध्ये पकडले तर? बाकी कुत्र्यांना या पत्र्याच्या डब्ब्यात ते बंद तर करणार नाहीत? तावडीत सापडली,

तर काय होईल कुत्र्यांचे?' भीतीने त्याचा थरकाप उडाला. कुत्र्यांच्या मागे जावे, की स्वतंत्रपणे वाट शोधावी, ते त्याला कळेनाच. वेअरहाऊसच्या समोरच्या दारावरच्या पत्र्यात तो घुसू लागला. तेथून त्याला प्रचंड मोठा पहिला मजला दिसत होता. फेकलेल्या प्लॅस्टिकच्या पिशव्यांचा प्रचंड डोंगर तिथे उभा होता. टाकून दिलेले लाकडी सामानही धूळ खात पडले होते. लहान मुले आणि त्यांच्या कुत्र्यांची ही इमारत होती. इथले कुत्रे जास्त आक्रमक नव्हते. बहुतांश कुत्रे म्हणजे लहानशी पिल्लेच होती. लहान मुले आपसात मस्ती करायची, खेळायची. पण जर बाहेरून पाहुणा आला, तर मात्र त्याला फार त्रास द्यायची. दारुडा माणूस झोकांड्या खात आला किंवा टोळीतला कोणी एकाकी पडलेला माणूस चुकून येथे आला, तर वेळप्रसंगी खून करायलाही ही मुले भीत नसत. पण रोमोचकाला माहीत होते की, त्याला त्या मुलांपासून धोका नव्हता. मिलीट्झा त्याच्या मागावर होते. तोपर्यंत तेही पांगले असतील.

तो पत्रा जुना आणि गंजलेला होता, पण काही केल्या हलत नव्हता. तो आत घुसू शकला नाही. त्याने मागे पाहिले, तेव्हा ती पाच महाकाय माणसे त्याला दिसली. यार्डाच्या आत ते आले होते आणि आता थोडे आरामात चालत होते. त्यांना वाटले होते, की आता रोमोचका हाती लागल्याशिवाय राहाणार नाही. त्यांनी मुद्दामहूनच थोडे अंतर राखले होते. तो आत कुठे प्रवेश मिळतो का, याची चाचपणी करत होता. जर त्याला आत जाता आले असते, तर धुळीमुळे आणि विजेच्या तारांमुळे त्याला छान हुलकावणी देता आली असती. ही जागा खूप विचित्र आणि भीतिदायक होती, पण मॅमोचकापासून त्यांना दूर पळवण्याच्या हेतूने तो स्वतः त्यांच्या हाती पडण्याचे नाटक करू पाहात होता.

सुरक्षित जागी पोहचल्यावर तो एवढा उतावीळ झाला होता की, त्याच्या हालचाली धीम्या होत होत्या. हृदय अक्षरशः उडत होते. 'बघू, या कोपऱ्यातून तरी आत शिरायला जागा मिळते का!' त्याने विचार केला. पण दुसरे गोडाऊन या गोडाऊनला खेटून उभे होते आणि मध्ये जवळपास जागा नव्हतीच. माणसांच्या बुटांचा खाड्खाड् आवाज येतच होता. कोपऱ्याला चक्कर मारली, तेव्हा कचऱ्याचा ढीग दिसला. पण रस्ता कुठेच दिसेना. फक्त एक छोटीशी गंजलेल्या पत्र्याची फट! दूरवर त्या फटीतून घरे दिसली. संध्याकाळचा केशरी सूर्यप्रकाश स्वातंत्र्याचे किरण त्या घरांवर पसरवत होता. पण त्याला येथून निसटून तेथील गवताळ रस्त्यांवर पळायला अजिबात वाव नव्हता. तो त्यांच्याकडे चेहरा करून खाली वाकला. त्याचा श्वास जड झाला होता. त्यांना आता जवळ बोलावून हुलकावणी दिली पाहिजे. जर या यार्डाला आणि नंतरच्या गाळ्यामधल्या रानटी झुडपांना पार केले, तर ते त्याला कधीच पकडू शकणार नव्हते.

"शांत राहा. छोट्या मुला." त्यांच्यातला सगळ्यात उंच माणूस बोलला, "आम्ही तुला अजिबात इजा पोहोचवणार नाही."

"वास्या, मरू दे. तो बोम्झी दिसतोय."

"नाही. तो डॉगबॉय आहे. तू त्याच्याबरोबरच्या कुत्र्यांना बघितलं नाहीस? त्याचं विचित्र धावणं तू पाहिलं नाहीस? मिशा, थोडा हळू चालत जा आणि त्याला इजा न करता पकड." वास्याने मिशाकडे बघत त्याच्या बेल्टवर चापटी मारून अर्थपूर्ण नजरेने पाहिले. मिशाने मान हलवली.

रोमोचकाने दूरवर कुंपणाच्या पलीकडे हालचाल बघितली. त्या नेत्याच्या मागे मॅमोचकाचा जबडा बघितला. वास्या रोमोचकाकडे फारच बारकाईने पाहात होता. रोमोचकाची नजर फिरलेली त्याला दिसली. त्यानेही मागे वळून पाहिले. मागे कोणीच नव्हते.

"तुझा दंडुका खाली टाक, मुला आमच्याजवळ शांतपणे ये. तुलाही माहीत आहे, आम्ही तुला पकडलं आहे. तू फक्त शांतपणे ये. मी तुला मॅकडोनाल्डचं बर्गर देईन. तुला खूप भूक लागली आहे. मला माहीत आहे."

रोमोचकाची नजर वास्यावर होतीच. 'कुत्री आपल्या मदतीला आहेत. ती अचानक हल्ला चढवू शकतात. आता डोळ्यांची हालचाल आपण करू नये. नाहीतर त्यांच्या नेत्याला संशय येईल.' त्याला दरदरून घाम फुटला आणि अंग थरथर कापू लागले. त्याने लढण्याचा पवित्रा घेतला. तो फक्त त्या क्षणाची वाट पाहात होता. मॅमोचकाने चढाई केल्यावर त्याला फक्त पळायचेच होते.

जेव्हा वास्याने मिशाला जवळ जाण्याची खूण केली, तेव्हा रोमोचका कर्कश्श आवाजात किंचाळला. सहा दांडगी कुत्री त्या माणसांवर धावून गेली. शेवटच्या सेकंदाला वास्याच्या दणकट पंज्याचे आवाज तुटलेल्या काचेच्या तुकड्यांवर, सिमेंटवर कानी पडले. क्षणार्धात ती सहाही रानटी कुत्री त्यांच्यावर तुटून पडली. एकच हाहाकार माजला. माणसांच्या घाबरलेल्या आवाजातल्या कर्कश्श किंकाळ्या आणि कुत्र्यांची हिंस्त्र गुरगुर! माणसांनी भीतीने त्यांचे चेहरे झाकले आणि आपल्या बेल्टला लावलेल्या बंदुका ते शोधू लागले.

मॅमोचकाने वास्याच्या पाठीवर उडी घेऊन तिचे तीक्ष्ण दात खुपसले. वास्या खाली कोसळला. तिला दूर सारण्यासाठी त्याचे वर हात हवेत तसेच तरंगत होते.

आणि आता! रोमोचकाने थरथरत्या पायांमधले उरलेसुरले सगळे बळ एकवटून धावायला सुरुवात केली. तुटलेल्या कुंपणातून कसाबसा बाहेर पडताना त्याच्या मांड्यांना चांगले खरचटले. लिट्ल पॅच आणि लिट्ल गोल्ड पलीकडे त्याची वाट पाहात उभे होते. पडक्या गाळ्यांमधून वाट काढत ते शेवटी गुहेत पोहोचले.

"त्यांच्याशी खूप वेळ भांडू नका. परत या." रोमोचका अंधारात मनाशीच

आर्जव करत होता. दोन्ही पिल्ले घाबरून त्याला घट्ट बिलगली होती.

मॅमोचकाला माहीत होते की, रोमोचकाची एकदा का सुटका झाली की आपल्यालाही लवकरात लवकर पळायचे आहे. कुत्र्यांनी त्यांच्या खऱ्या हल्ल्यापेक्षा आवाजच जास्त केला होता.

रोमोचकाला जेव्हा कळले, की मिलीट्झा त्याचा माग काढण्यासाठी कुत्र्यांचा वापर करत होते तेव्हा त्याने जमिनीवर त्याचा वास येऊ न देण्याची खबरदारी घेतली. तो फळकुट्यांवरून, उंच दगडांवरून धावायचा. वाहनतळामध्ये एका गाडीवरून दुसऱ्या गाडीवर धावायचा. शेवटच्या भेटीच्या ठिकाणानंतर तो कुठे होता, हे कोणाला हुंगता यायचे नाही. जाडजूड ब्लॅक डॉग झोकांड्या खात त्याच्या मागे मागे धावायचा. त्याने आता रोमोचकाची ही नवीन, विचित्र पद्धत आत्मसात केली होती.

मिलीट्झाजवळ असणाऱ्या प्रशिक्षित कुत्र्यांना ही गोष्ट लगेच कळली. पण ते सांगणार कसे?

थोड्या दिवसांकरीता रोमोचकाने रस्त्यांवर आपला वास येऊ नये, म्हणून गुहेतच राहाणे पसंत केले. बऱ्याच दिवसांत मॅमोचकाबरोबर निवांत वेळ मिळालाच नव्हता. तिचे पोट मोठ्ठे होते, स्तनांमध्ये दूधही भरू लागले होते. तिच्यासमवेत एक निवांत शांतता त्याला लाभली.

रोमोचकाला एका वर्षापूर्वी मिलीट्झाने पकडले होते, हे समजल्यावर दिमित्रीला फारच दुःख झाले. पण तो आतले वादळ न दाखवता मेजरशी शांतपणे बोलला होता. “कुत्र्यांचा मागोवा घ्या, मुलगा आपोआप तुमच्या हातात येईल. कमीत कमी त्रास होईल, अशा पद्धतीने त्याला पकडा.” रानटी टोळ्यांबद्दल दिमित्रीला संशोधनही करता आले असते. क्रेमलिनच्या जवळ एक संतापजनक टोळके होते. सायकलीवरून फिरणाऱ्यांना ते त्रास देत असे. पण त्यांच्याकडे कोणी विशेष लक्ष दिले नव्हते. या रानटी टोळीत दोन मुले वाढली, म्हणून त्यांच्याकडे जास्त लक्ष जात होते. दिमित्रीला वाटले, बरे झाले. नताल्या त्याच्याबरोबर आली नव्हती.

रोमोचकाच्या गायब होण्यामुळे दिमित्री आतून फार अस्वस्थ झाला होता. एक आठवडा उलटला तरी तो नजरेस पडला नव्हता. तो जरी सोबत नसला, तरी रोमोचकाचे कुत्रे ओळखू येत होते. ते दोनदा दिसले होते. मेजर चेरनिआकने काढून ठेवलेल्या फोटोंवर त्याची नजर खिळली. रोमोचकाबरोबर पावसात धावताना

घेतलेले ते फोटो होते. एका फोटोने दिमित्रीचे लक्ष वेधून घेतले.

एक पांढरा, एक करड्या रंगाचा, एक फिकट पिवळ्या रंगाचा, दोन काळ्या रंगाचे, एक सोनेरी ठिपका असलेला. सगळे मोठे, प्रचंड, एकमेकांमध्ये अदृश्यपणे गुंफलेले. रोमोचका वाकून त्यांच्या मधोमध उभा. त्याचे डोके कॅमेराकडे वळलेले, त्याचे पाय फाकलेले. एक हात समोरच्या कुत्र्यावर विसावलेला. हा फोटो पाहून दिमित्रीच्या अंगावर शहारा आला. माणसाच्या अगोदरच्या काळाच्या आड लुप्त झालेला प्राणी बघत असल्याचा भास त्याला झाला. त्याने अगोदर रोमोचकाबद्दल जी कल्पना केली होती, अगदी तसाच या फोटोत रोमोचका दिसत होता.

मेजर चेरनिआक सुस्कारा टाकून म्हणाला, "हे बघ, पास्तुशेनके. आम्ही एकदा परत प्रयत्न करू. तू आम्हाला सामग्री आणि माणसं पुरवशील. एका कुत्र्याला आम्ही पकडून देऊ. कुत्र्यांवर नसबंदी करणारं आमचं एक केंद्र आहे. तेथील माणसं अनुभवी आहेत. जर याचाही उपयोग झाला नाही, तर दुसरा मार्ग आहे. माझ्या मागे या कारणासाठी पत्रकार आणि पुढारी लागले आहेत. हे खरोखरीच वाईट आहे." त्याने वरती बोट दाखवलं. "दोघं जण आहेत ते."

रोमोचकाने आकाशाकडे पाहिले. कचऱ्याच्या ढिगाऱ्यामधून कडवट हवा वाहत होती. कुत्र्यांच्या झुंडींसारखे काळ्या ढगांचे पुंजके आकाशात धावत होते. बर्फाचे थेंब खाली पडले आणि वितळलेही, पण जमीन आणि तिच्यावर उगवलेली झाडे जास्त गूढ दिसू लागली. ब्लॅक डॉग बर्फाच्या ठिपक्यांची झूल पांघरून कचऱ्याच्या ढिगाऱ्यावरून येताना दिसला. त्याचे कान सपाट होते, डोके खाली लोंबकळत होते, नेहमी उत्साहाने सळसळणारी शेपटी पायांमध्ये दुमडली होती. पाठीला जखम झाली होती. तो खूपच सैरभैर झालेला दिसत होता.

रोमोचका त्याच्यामागे धडपडत गुहेत गेला. सगळे जण ब्लॅक डॉगपासून दूर बसले होते. रोमोचका एकटा त्याच्याजवळ गेला. त्याने त्याचा हात त्याच्या जाडजूड गळ्याभोवती टाकला आणि त्याच्या केसाळ त्वचेत डोके खुपसले. त्याला खूपच विचित्र घाण वास येत होता. चिकट गोडसर दारूचा आणि माणसांचा वास त्याला येत होता. रक्ताचाही वास येत होता. पण अंधारात रोमोचकाला जखम दिसली नाही. त्याने ब्लॅक डॉगला लताकुंजाजवळ नेले. ब्लॅक डॉग लोळून स्वत:च्याच अंगाला चाटून साफ करू लागला. रोमोचका त्याच्याजवळ बसून होता. बाकीचे आजूबाजूला फिरत होते. त्या विचित्र वासाने ते गडबडले होते.

ब्लॅक डॉगच्या समोरच्या पायाचे केस एका चौकोनात कापले होते. रोमोचकाला

ते दिसल्यावर ब्लॅक डॉगने तोही चौकोन चाटला. तिथेही त्याला दुखत होते. त्याच्या मागच्या पायावरही रक्त साकळलेले दिसले. मॅमोचकाही जवळ येऊन त्याला चाटू लागली. तिच्या लाळेमध्येच तो घाणेरडा वास विरून जाईल, असे तिला वाटले. रोमोचकाने ब्लॅक डॉगचे डोके मांडीवर घेतले आणि त्याच्याभोवती सगळे जण जमा झाले. त्याने त्याच्या डोक्यावर, पाठीवर मानेवर प्रेमाने हात फिरवला. त्याच्या मानेखाली त्याला टणक गाठ लागली. हात लावल्याक्षणी ब्लॅक डॉग जोरात ओरडला. गाठ छोटी आणि गोलाकार होती. त्या गाठीच्या एका बाजूला छोटी जखमही होती रोमोचका खाली वाकून जखमेला चाटू लागला.

सगळे जण गुहेतील लताकुंजमध्येच होते. अजूनही ब्लॅक डॉगला खूप भयंकर वास येत होता. पण आता सगळे त्या वासाला सरावले होते.

पण तरी सगळ्यांनाच अस्वस्थ वाटत होते. कोणीतरी आगंतुकाने गुहेत प्रवेश केला की काय, असे वाटत होते. मध्यरात्र झाली होती. रोमोचकाने अचानक उत्साहाने उडी मारली. 'चला, आता लॉरेन्शियाकडे जावे आणि गरमागरम सूपवर ताव मारावा.' मॅमोचकालाही खूप भूक लागली होती. आणि तोही बरेच दिवस रस्त्यांवर फिरकला नव्हता. रोमोचकाच्या मागोमाग सगळे निघाले. ब्लॅक डॉगला रोमोचकाला गाळ्यांच्या जागेमधून वाहून नेण्याची ताकद नव्हती. त्याला पायीच चालावे लागले.

बऱ्याच दिवसांनी शहर सुरक्षित वाटत होते. त्यांना रोमापर्यंत पोहचायला कोणतीच अडचण आली नाही. रोमोचका ब्लॅक डॉगच्या आसपासच रहात होता. त्याला काय करावे, ते कळत नव्हते. सगळ्यांची पोटे टम्म फुगली होती, पण ब्लॅक डॉगला घेऊन गुहेपर्यंत येणे खूपच धोकादायक होते, असे रोमोचकाला वाटत होते. 'दिमित्रीने तर गडबड केली नाही ना? आधी बाळाच्या जिवाशी खेळला आणि आता ब्लॅक डॉगबरोबर----?' त्याने ब्लॅक डॉगची गाठ पुन्हा तपासली, आता ती थोडी सुजली होती. गाठीला हात लागताच ब्लॅक डॉगने गुरगुर केली.

'मिलीट्झाला आपण नक्कीच सापडू. दिमित्रीने नक्कीच मिलीट्झाला सांगितले असेल.' रोमोचकाचे हृदय सशासारखे धडधडत होते. मॅमोचका सारखी रोमोचकाकडे पहात होती. तिला त्याच्या मनातली चलबिचल समजत होती. त्याला आता लवकर सगळ्या हालचाली करणे भाग होते. 'ब्लॅक डॉग भांडण करेल, कदाचित जखमीही करेल, पण आपण शांत रहायला हवे.' त्याने मॅमोचका आणि ब्लॅक डॉगला शांत करण्याचा प्रयत्न केला पण ब्लॅक डॉग अस्वस्थच होता.

तो जास्त काळ वाट पाहू शकला नाही. ते एक लांब अंधाऱ्या बोळकांडीत आले. त्याने ब्लॅक डॉगच्या गाठीला परत हात लावण्याचा प्रयत्न केला पण ब्लॅक

डॉगला कळत होते, की हा स्पर्श प्रेमाचा नाही. त्याने लगेच गुरकावून रोमोचकाकडे पाहिले. पण रोमोचकाला कळले होते, की दिमित्रीने अगोदर दाखवलेली तबकडी ब्लॅक डॉगच्या मानेत घातली होती आणि ती लगेच काढायला हवी होती.

सर्वशक्तिनिशी तो ब्लॅक डॉगवर चालून गेला. त्याचे दात केस बाजूला सारून त्याचा जबडा त्याच्या जखमेत घट्ट रुतवला. ब्लॅक डॉगने संतापाने रोमोचकाच्या डोक्यात त्याचे दात रुतवले. तरी रोमोचकाने त्याच्या जबड्याची आणि हाताची पकड ढिली केली नाही. ब्लॅक डॉगला दुसऱ्या बाजूने गिरकी घेऊन रोमोचकाच्या चेहऱ्यावर पंजा मारायला एक सेकंदही लागणार नव्हता. त्याचे तोंड रक्ताने पूर्ण माखले होते. त्याला वाटले की, आता लगेच तबकडी बाहेर येईल. इतर कुत्री दोघांच्या झटापटीकडे अचंब्याने पाहात होती. पण कोणीच त्यांच्यामध्ये पडले नव्हते.

ब्लॅक डॉग त्याच्याकडे पहात गुरगुरत उभा राहिला. त्याला फार आश्चर्य वाटत होते. रोमोचकाला कळत होते, की ब्लॅक सिस्टर त्याच्या मागेच उभी राहून, गुरगुरत होती. क्षणभर त्याला वाटले, या दोघांच्या हल्ल्याला तोंड देण्यासाठी मॅमोचकाची मदत घ्यावी लागेल. पण ब्लॅक सिस्टरने कोणतीच हालचाल केली नव्हती.

रोमोचका वळून ब्लॅक डॉगवर उभा राहिला. त्याच्या आवाजात आर्जव होते, प्रेमाची उब होती. बाळाला जसे समजावून सांगावे, तसा त्याला सांगण्याचा त्याचा प्रयत्न होता. अखेरीस ब्लॅक डॉगच्या तोंडून रक्त बाहेर पडले आणि रक्तासोबत तबकडीही! त्याने ब्लॅक डॉगला ती हुंगायला दिली. सगळे कुत्रे तबकडीभोवती जमले. रोमोचकाने गुरगुर करून ती धोकादायक असल्याचे सांगितले. खूप दूर फेकून ती सर्व जण घराकडे परतली. ब्लॅक डॉगही त्यांच्यामागून आला.

आता रोमोचकाला शांत वाटत होते. मॅमोचका त्याच्या टाळूवरची जखम चाटत होती. रोमोचका ब्लॅक डॉगला जवळ घेऊन त्याची जखम स्वच्छ करत होता. पुन्हा सगळे छान सुरू झाले होते.

मॅमोचका पहाटे बाळंतीण झाली. रोमोचका तिला थोपटत तिच्या शरीर कळा स्वत: भोगत रात्रभर तिच्याशेजारी पडून होता. ब्लॅक डॉगलाही जवळ यायला परवानगी नव्हती. मॅमोचकाचे डोळे अंधारातही चमकत होते. रोमोचकाने त्या चारही पिल्लांना स्वच्छ केलेच आणि त्यांना पहिल्या स्तनपानासाठी मदतही केली. त्याची दमलेली भागलेली आई आणि चार पिल्लांना न्याहाळत तो किती वेळ उपडा बसून होता. त्याला वेगळीच शांती वाटत होती. कोवळ्या मांसाचा लुसलुशीत वास चमचमीत जेवणापेक्षा कितीतरी पटीने छान होता. त्या वासात मॅमोचकाचा मातृत्वाचा गंध

मिसळला होता. त्याच्यावरच बरेचसे अवलंबून होते आणि तोही काहीही करायला तयार होता. मॅमोचकाने आयुष्याशी लढत लढत नवीन आयुष्य आकाराला आणले. ते बघताना रोमोचकाच्या डोळ्यांत अश्रू उभे राहिले होते.

मॅमोचका अगोदरही बाळंतीण झाली होती. पण पिल्लांच्या जन्मानंतर रोमोचकाला ती फार कंटाळवाणी वाटायची. पण या वेळेस मॅमोचकाने त्याच्यावर जादूच केली आणि बाळांमध्येही तो खूप रमला. त्याला स्वत:लाच त्याच्यामधला बदल जाणवला. अगोदरही त्याला सर्वांबद्दल खूप प्रेम वाटायचे. हे सर्व जण आपले होते, असे त्याला नेहमी वाटायचे; पण आता या सर्वांनादेखील तो त्यांचा वाटत होता, ही भावना त्याच्या मनात दृढ झाली. त्याची शक्ती, त्याची हुशारी यांच्याकरता होती आणि त्यांना सुरक्षित ठेवण्याची जबाबदारीदेखील त्याचीच होती, असे सगळयांना वाटू लागले. आता खऱ्या अर्थाने तो त्यांच्यातला झाला होता.

एक-दीड आठवडा मॅमोचकाची काळजी रोमोचका घेण्यासाठी घरीच राहिला. शेजारीच भरपूर कचऱ्याचे ढीग तयार झाले होते. त्यामुळे रोमोचकाला अन्नाचा तुटवडा नव्हता. जेव्हा मोठ्याने पहिल्यांदा त्याचे डोळे उघडले, तेव्हा रोमोचका घरीच होता. त्यांना कोणी चाटले किंवा हुंगले, तर रोमोचकाला आनंद होत होता.

पौर्णिमेच्या चंद्राचा प्रकाश त्या दिवशी अख्ख्या शहरावर पडला होता. कुत्र्याचे विव्हळणे, केकाटणे, इंजिनची कर्कश्श शिटी, गाडीचा भोंगा, वेगात जाणाऱ्या गाड्यांच्या टायरचा आवाज, बंदुकीचा ठोठो आवाज..... या सर्व भेसूर गोष्टी चंद्राचा शीतल प्रकाश विसरायला लावतो. संपूर्ण शहरच या शीतलतेत न्हाऊन निघाले होते. त्या चंद्रप्रकाशात सावल्याही मखमली जांभळ्या रंगाच्या गूढरम्य भासत होत्या. वारा मात्र होता. नाकांना आणि बोटांना गारठवणारा. लोक जोपर्यंत त्यांना हवा सोसवत होती, तोपर्यंत शाली पांघरून भटकत होते. हवा बेदरकार होती. त्यामुळे माणसे आणि प्राणीही तसेच होते.

रोमोचकाने गेल्या चार वर्षांत बघितलेली ही सर्वांत सुंदर रात्र होती. ही थंड झोंबरी हवा रोमोचका रंध्रारंध्रात साठवून ठेवत होता. त्याला लॉरेन्शिया, पिविट्झा, नताल्याची आठवण येत होती. परत माणसांमधे जाण्याची ओढ त्याला लागली होती.

त्याने कुत्र्यांना उठवले. मॅमोचकालाही झोपलेल्या पिल्लांना सोडायला सांगितले. ते सगळे शहराच्या दिशेने निघाले.

लॉरेन्शिया फिकट आणि दु:खी दिसत होती. तिने रोमोचकाला काही न बोलता थाळी दिली. त्याने मॅमोचकासमोर थाळी ठेवत इतरांना समोर येण्यासाठी खूण केली. लॉरेन्शियाने त्याला त्याचे आवडते मांसाचे तुकडे आणि स्पॅगेटी दिली. दूर दाराजवळ तोंड लपवत ती उभी होती. आज ती गाणे गुणगुणत नव्हती. काहीतरी गडबड होती. तो खाऊ लागला; पण त्याच्या पोटात, छातीत कडवट चव रेंगाळली. कडवट चव त्याच्या त्वचेवरही आली. त्याने तिच्याकडे पाहिले.

'लॉरेन्शियाच्या डोळ्यांतून अश्रू का ओघळत होते?' त्याच्या मानेवरचे केस ताठ उभे राहिले.

"सॉरी, बेटा. मिलीट्झा..... मला प्रचंड त्रास दिला त्यांनी", ती म्हणाली, त्याने गिळण्याचे थांबवले, त्याचे तोंड स्पॅगेटीने भरले होते. लॉरेन्शियाकडे तो एकटक पाहू लागला. त्याचे हृदयाचे ठोके वाढले. ती आता हुंदके देत रडत होती.

त्याच्या मागे विचित्रसा आवाज आला. त्यामुळे त्याने मागे वळून पाहिले.

मॅमोचका खाली कोसळली होती.

त्याची थाळी त्याच्या हातून गळून पडली. काचेचे तुकडे विखुरले.

तो गुडघ्यात वाकून मॅमोचकाजवळ बसला होता. सगळे शांत शांत होते. फक्त त्याचे हृदय उसळी मारून घशात येत होते. मॅमोचकाचे दात घट्ट आवळले गेले होते. पण तरी तिच्या दातांच्या फटींमधून तिचे अस्फुट हुंदके ऐकू येत होते. ती थरथर कापत होती. त्याचे हात तिच्या मानेभोवती होते. तिचे तोंड उघडे होते. पण त्याचाच आवाज त्याला ऐकू येईनासा झाला होता. तिचे अस्फुट हुंदके दूर आकाशातून येत होते. तिला आपल्या छातीशी कवटाळून अनिच्छेने तो इतरांकडे पाहात होता.

जणू साऱ्या जगाची गती धीमी झाली होती. सगळे शांत होते. फक्त त्याचे हृदय धडधडत होते. गोल्डन बीच अडखळली होती. ती पळण्याचा प्रयत्न करत होती, पण शेवटी ती खाली जमिनीवर पडलीय. ब्लॅक डॉग त्याच्यापर्यंत पोहचण्याचा प्रयत्न करत होता. कसलीतरी भीक मागत होता. त्याचे धास्तावलेले डोळे रोमोचकाचा चेहरा न्याहाळत होते. व्हाईट सिस्टर जडपणे श्वास घेत होती. मध्येच अडखळत होती. ग्रे ब्रदर, लिट्ल गोल्ड, लिट्ल पॅच सगळे कोसळत होते. हळूहळू एकेक करून ब्लॅक सिस्टरचे डोळे रोमोचकासाठी आसुसले होते. ती अडखळत समोर आली. उभी राहिली. पडली, शेवटी त्याच्या मांडीवर कोसळली. जगात सर्वत्र हळुवार कुजबुज सुरू होती.

त्यांचे उसासे, मुके रडणे...जणू जगच मूकपणे रडत होते. काळी, पांढरीशुभ्र, सोनेरी, करडी... देवाची लेकरे चंद्रप्रकाशात न्हाऊन निघत होती. त्यांचे डोळे चमकत होते. किती सुंदर किती गोजिरवाणी होती ती! त्याला बघून त्यांच्या

डोळ्यांत अजूनही आशा तरळत होती. त्याला ते सर्व अजाणपणे प्रश्न विचारत होते.

त्याला सगळे जण सोडून जात होते. रोमोचकाचे हृदय जळत होते. तो ओक्साबोक्शी रडत होता. हळू....आणखी हळू....आणखी हळू....आणि शेवटी सगळे स्तब्ध झाले!

मॅमोचका त्याच्या मिठीत होती, पण ती आता या जगात नव्हती. तिच्या अंगातून आता मरणाचा गंध झिरपत होता.

एका दु:स्वप्नाप्रमाणे मिलीट्झाने चारी बाजूंनी त्याच्या मनाला घेरले होते. त्याने डोळे गच्च मिटले आणि मॅमोचकाचा मृत चेहरा चाटू लागला.

"त्याला तेथून न्या ताबडतोब! नाही तर त्याच्या ते तोंडातही जाईल!"

अनेक हात येऊन त्याच्यावर आदळले. त्या हातांचा घट्ट विळखा त्याच्याभोवती पडला. त्याच्या स्वत:च्या भावना समजून घेण्यासाठी तो वाट पाहात होता. त्याला प्रचंड राग आला होता. तो दुबळा नाही, हेही त्याला माहिती होते. क्षणभर त्याला वाटले, 'दुबळा नाही, पण आहे एका माणसाचाच मुलगा ना! बाळासारखाच!!'

पण दुसऱ्याच क्षणी त्याच्यातला उद्रेक बाहेर आला आणि त्या लढवय्या रानटी मांजरीसारखा तो सगळ्यांवर तुटून पडला.

"त्याचं नाव रोमोचका आहे!" दिमित्री जोरात ओरडला. मिलीट्झाच्या गर्दीतून वाट काढत काढत मेजर चेरनिआकला तो शोधत होता. नताल्या त्याच्या मागेच उभी होती. तिचा हात त्याने गर्दीत घट्ट धरला होता.

जेव्हा सगळ्यांचे लक्ष दिमित्रीकडे गेले, तेव्हा दिमित्रीने आवाज कमी केला.

"तो बोलू शकतो. त्याच्यावर भुंकणं थांबवा. नुकताच प्रसिद्धीच्या झोतात आलेला डॉगबॉय मार्को माझ्या मॅकेरेनो केंद्रात होता. त्याचा हा भाऊ आहे." आता खरे तर मार्कोबद्दलही जग विसरले होते. पण दिमित्रीला वाटले, की त्याची आठवण देऊन पाहू. त्याचा परिणाम झाला तर चांगलेच होते. मिलीट्झाला खरे तर हे केंद्र अजिबात आवडत नव्हते. रस्त्यावरची मुले म्हणजे भावी ड्रग माफिया, असे त्यांचे मत! पण रोमोचकाला यातून बाहेर काढले पाहिले. स्वत:ला आणि नताल्याला दिलेले आश्वासन पाळले पाहिजे.

अरेरावीने वागणारा तरुण अधिकारी नरमला. "मी डॉ. दिमित्री पाव्हलोविच पास्तुशेनको. मला त्याला दत्तक घ्यायचंय. तो मला ओळखतो." मिलीट्झा आता थकले होते. बेवारस कुत्र्यांना मारणे आता समाजाने स्वीकारले होते. सोकोल्निकी रेबीज् केस झाल्यानंतर रस्त्यावरची कुत्री मारणे हितावह समजले जात होते. पण

तरी बरेच जण अजूनही कुत्र्यांना मारण्याच्या विरोधात होते. ती इटालियन स्वयंपाकीण मेलेल्या कुत्र्यांजवळ येऊन केवढी रडली होती! तिचे रडणे पाहून त्यांना स्वत:ची फार लाज वाटली होती. पण काय करणार? जंगली कुत्र्यांनी शहरात येऊन लोकांना त्रास देण्यापेक्षा आणि आपली मुले श्वापदांसारखी होण्यापेक्षा त्यांना मारलेलेच बरे! आणि आता हा डॉगबॉय वाहनातल्या पिंजऱ्यात केवढा गोंधळ घालत होता! काय करावे, ते समजत नव्हते!

"हे एक जंगली श्वापद आहे." त्या अधिकाऱ्याचा हात रक्ताने माखला होता.

"तो मला ओळखतो." दिमित्रीं परत बोलला. पण व्हॅनमधून त्याचा जो आवाज येत होता, त्यामुळे त्याच्या आत्मविश्वासाला तडाच जात होता. शेवटी मेजर चेरनिआक त्याला एकदाचे भेटले. तेही दिमित्रीला पाहून खूश झाले. "तुम्ही त्याला सुरक्षित स्थळी हलवू शकता, पण एकदा का तो शांत झाला, की मी माझ्या घरी त्याला घेऊन जाईन. त्याची आरोग्य तपासणीही करायची आहे."

मग पुढे झुकून कुजबुजत तो म्हणाला, "मेजर, काळजी करू नका. पण ज्या लोकांना तो चावलाय त्यांना ताबडतोब आपत्कालीन रुग्णालयात हलवून त्यांचं लसीकरण केलं पाहिजे. सुरक्षिततेच्या दृष्टीनं ते योग्य ठरेल." मेजरला अचंबा वाटला, पण मान हलवून तो म्हणाला, "आम्हाला सगळ्यांनाच लस घ्यावी लागणार तर!"

नताल्या म्हणाली, "तू त्याच्याशी बोलायचा प्रयत्न का करत नाहीस?"

दिमित्रीने लगेच उत्तर दिले नाही. 'का नाही बोललो आपण? रोमोचकाने आपले बोलणे ऐकले असते का? पण आपण त्याला शांत करू शकलो असतो. आपण बोलायला धजावलो का नाही? आपल्याला त्याला चेहरा दाखवायची भीती वाटली का? त्याचा आवाज एखाद्या श्वापदाप्रमाणे येत होता. पण ठीक आहे. दुसरे काय कारण असू शकते? त्याला या पकडसत्राचे आपण सूत्रधार आहोत, हे समजू द्यायचे नव्हते. हो, हेच कारण असावे.' तो तेव्हा त्याला भेटला असता, तर त्याच्या मनात दिमित्रीबद्दल नक्कीच घृणा निर्माण झाली असती.

"तू का नाही त्याला भेटायला गेलीस?" दिमित्रीने विचारले.

"कारण त्यानं माझा तिरस्कार केला असता." म्हणजे म्हणूनच ती एकही शब्द बोलली नव्हती. आणि दिमित्रीने काही करावे, म्हणून वाट पाहात राहिली होती. दिमित्रीला तिचा खूप राग आला, पण नंतर लगेच तो राग नाहीसाही झाला.

क्षणभर दोघांमध्ये शांतता पसरली, त्यांनी विचार केला; रोमोचकाने नक्कीच दिमित्रीचा आवाज ऐकला असेल. त्याला त्यांचा वासही आला असेल. जनावरासारखे त्याला व्हॅनमधे कोंबून पकडून नेले जात होते. आणि आपण काहीच केले नाही.

प्रचंड मोठी चूक केली आपण! जंगली पशुत्वाकडून मनुष्यत्वाकडे जाणारा त्याचा एकाकी प्रवास आपण थोडा सुसह्य केला असता तर!

नताल्याने निश्वास टाकला, ''ठीक आहे, पण,'' ती म्हणाली. दिमित्रीला तिचे दु:ख पाहून फारच वाईट वाटले, त्याला दोघांबद्दलही फार वाईट वाटले पण या परिस्थितीतही एक वेगळीच आनंदाची लहर त्याच्या मनात तरंगली. इथे ती दोघे एकत्र पालकाच्या नात्याने उभी होती. भाबडे आणि मूर्ख पालक. त्यांची प्रेमकहाणी सामान्यच. त्यामुळे त्यात घडणाऱ्या चुकाही सामान्यच असणार!

तिच्या खांद्यांवर त्याने थोपटले. ''तू फार चांगली आई होशील.'' तो म्हणाला.

दिमित्री तो नकाशा काळजीपूर्वक पहात होता. तो भाग अनोळखी होता. त्या भागाचे नावही विचित्र होते आणि भूप्रदेश, तसलाच होता. एकशे ऐंशी डिग्रीने त्याने नकाशा फिरवला. 'हं!'

'हाच तो भाग! झगारेदियेमध्येच असावी ही गुहा. येथून 'रोमा' हॉटेल फारच लांब होते. त्यांचा शिकारीचा पल्ला फारच मोठा होता.' एका कुत्र्याला लावलेल्या तबकडीमुळे दिमित्रीला त्यांचा माग काढता आला होता! 'हॉटेलपर्यंत जायला त्यांना पाच तास लागायचे तर!' त्या संपूर्ण भागात फिरण्याची दिमित्रीला इच्छा होती. पण मॉस्कोमधील ती जागा त्याला खूपच धोकादायक वाटली आणि त्याचा निश्चय डळमळीत झाला. त्याला वाटले ते कोणत्यातरी परक्या जमिनीवर तिऱ्हाईतासारखे फिरत होते. सगळ्यांचे त्यांच्याकडे लक्ष जात होते. तेथील लोकांना ते शत्रूच वाटत होते.

दिमित्रीने मागे बघितले, तर मुलांचे टोळके त्यांच्या मागे येत होते. त्याला दरदरून घाम फुटला. त्याने टोळक्यांचा भरपूर अभ्यास केला होता आणि तरुणाई आणि लहान मुलेसुद्धा टोळक्यांमध्ये का सामील होतात, ते त्याला माहिती होते. (दोन कारणे - टोळक्याचे सामर्थ्य आणि एका विशिष्ट टोळीत आपण सामील आहोत, याचे समाधान. जर जगले वाचले, तर नंतर ते टोळीला सोडून देतात. पण संशोधन करतानादेखील अशा टोळ्या आपला पिच्छा पुरवतील ही भीती त्याला वाटत असे. त्यांच्या शर्ट आणि जॅकेटवर अनुक्रमे ८८ आणि १८ हे नंबर असतात. युद्धही ते गुप्त पद्धतीने खेळतात - गनिमी काव्यासारखे! त्यांना कोणाचीही दयामाया नसते.)

त्याने नताल्याकडे पाहिले. तिच्यावर अनिश्चिततेची छाया पडली होती, पण ती घाबरली नव्हती. नताल्याला तिचा खून होईल किंवा कोणीतरी बलात्कार करून

तिला मारेल, असे कधीच वाटायचे नाही. भांडणातदेखील तिचे बरोबरच असे. तिचा भोळा विश्वास तिला नेहमीच तारायचा.

पण दिमित्रीला माहिती होते की, 'या वेळी भांडणात तिचा जय होणार नाही. त्याच्यावर दोघांची जबाबदारी होती. त्याचा तिच्यावर विश्वास नव्हता. ती वेड्यासारखी काहीतरी त्यांच्याशी बोलेलही. तिच्या बाजूने संपूर्ण शक्ती एकवटून भांडेलही. पण जर त्याला यश आले नाही तर?' त्याचे हृदय धडधडू लागले. 'एकूण किती मुले असतील ही? बहुतेक पंधरा असतील.' अर्ध्या मुलांना नुकतीच मिसरुड फुटली होती. त्याचे पाय घामाने चिंब भिजले होते. त्याच्या बुटांमधून ते निसटू पाहात होते.

काही वेळाने ती मुले दुसऱ्या दिशेने गेली. नताल्याची चाल हळू झाली, त्यामुळे दिमित्रीही हळू चालू लागला. त्याच्या मनातले वादळ शमले. नताल्याला त्या टोळक्याची थोडी भीती नक्कीच वाटली असणार, कारण तिची पावले त्या वेळी झपाझप पडत होती. त्याने परत मागे वळून पाहिले. खरेच कोणीच नव्हते. तिला घट्ट मिठी मारावी, असे त्याला वाटले.

'कुत्र्यांनी त्यांच्यामागे जिवंत खुणा ठेवल्याच असतील! आठ कुत्र्यांची झुंड. त्यातील एक कुत्रीचे आचळ भरून आलेले. तिला नक्कीच पिल्ले असतील. तो शरद ऋतू होता. कुत्रे बिळात तर लपत नाहीत!'

त्यांच्या डाव्या बाजूला पिवळसर गवताने कचऱ्याचा ढिगारा अर्धवट झाकला होता. मध्यावर गवत जेथे संपले, तेथे घरे होती. श्रीखंडी रंगाची आणि निळ्या टाईल्स बसवलेली ती घरे आता बर्फाच्या सततच्या माऱ्यामुळे धुरकट दिसत होती. प्रत्येक इमारतीत हजार लोक तरी रहात असतील. त्या त्या काळाची गरज इमारती पूर्ण करतात. त्याने झगरोदिये या हद्दीबद्दल बरेच ऐकले होते. सगळे जण या भागाला हल्का (कचरापट्टीचा भाग) म्हणायचे. दोन, तीन मुले, एक लहान मुलगा येथेच राहात होते. त्यांच्याशी कधीतरी दिमित्रीचा संबंध आला होता.

तशी ही इमारत मॉस्कोच्या कडेकडेने उभ्या असणाऱ्या हजारो इमारतींसारखीच होती. पण ही दोन मुले येथेच कुठे तरी रहात असतील, या कल्पनेने ती फार भीषण वाटत होती. तिचा आतील भाग बऱ्याच ठिकाणी काळवंडला होता. येथे रहाणारे बोम्झी किंवा इतर टोळ्या नक्कीच शेकोटी पेटवत असतील.

या इमारतीच्या बाजूला अर्धवट बांधकाम केलेल्या अनेक इमारती होत्या. आता त्यांचे ओसाड माळरानातच रूपांतर झाले होते. जागोजागी बोम्झींनी पेटवलेल्या शेकोट्यांच्या खुणा दिसत होत्या.

सडलेल्या रासायनिक द्रव्याचा उग्र वास त्यांच्या नाकातोंडात घुसला आणि एक मोकळी गाळ्यांची जागा त्यांनी ओलांडली. वास आता एवढा उग्र येत होता की, पुढे कसे जावे, हा प्रश्न त्यांना पडला. दिमित्रीला वाटले, की त्याच्या

फुप्फुसावर त्या वासाचा अदृश्य थर बसला होता. त्यांनी नाकाला टिश्यू पेपर लावला, तरी काही केल्या तो वास जाईना.

त्यांच्या उजवीकडे कचऱ्याची टेकडी त्यांना दिसली. हो, चांगलाच उंच ढिगारा होता तो! 'व्हल्का' नाव किती सार्थ ठेवले होते! तो कचऱ्याचा भला मोठा डोंगर त्याच्या उंचीने, वासाने जंगलात उठून दिसत होता. एका छोट्याशा सापटीतून ते पुढे निघाले. दिमित्रीला वाटले की, त्याने दुसऱ्या जगात प्रवेश केला होता. हा लोजिनि ओस्ट्राव्ह नॅशनल पार्क नव्हता हे नक्की. ही दुर्लक्षित जमीन होती. दलदलीची, जंगल आणि भयंकर विचित्र वासांनी भरलेली. खरे तर मॉस्कोतली ही जागा प्रचंड किमतीची असायला हवी होती, पण तरी एवढी दुर्लक्षित?

''ते बघ'' नाक पकडून नताल्या बोलली, ''त्या इमारतीमध्ये काहीतरी आहे हं! हे तर स्मशान आहे.''

आपल्याच पायांचे आवाज ऐकत ती दोघे त्या दिशेने गेली. नताल्या आजूबाजूला बघत म्हणाली, ''आठवतं, दोस्तोव्हस्की प्राण्यांबद्दल काय म्हणतो? देवाने त्यांना निर्भेळ आनंद बहाल केला आहे. ते पापपुण्याच्या सीमेबाहेर असतात आणि आपण मात्र पृथ्वीवरून गेलो, तरी आपल्या पापपुण्याची लक्तरे येथेच टांगली असतात.''

दिमित्री हसला. ''आपला डॉगबॉय कसा आहे, नताल्या? आपल्यासारखा पापाने बरबटलेला की प्राण्यांसारखाच निर्भेळ, खराखुरा?''

नताल्याचा रोमोचकाची आठवण आली. 'आपल्या घरच्या वेगळ्या खोलीत तो बंद असेल. रागावलेला, अपमानित झालेला तो धुसफुसत बसला असेल. त्याचे केस कापले असतील. आतापर्यंत तो उठायला हवा. कोन्संटिनला त्याच्या सोबतीला ठेवलाय. तो त्याला शारीरिक इजा होऊ देणार नाही. बरं झालं, त्याला भूल दिली होती.'

तिला खात्री होती की, रोमोचकाच्या विश्वासाला त्या दोघांनी पात्र ठरवायची तीच वेळ होती. त्याला तिथेच राहाण्याचा आग्रह ती करू शकत होती. त्याला त्याचे आयुष्य देऊ शकत होती. त्याचे शरीर खूप पिळदार आणि बळकट होते. तो गुंगीत असताना नताल्याने त्याच्या फोडांवर उपचारही सुरू केले. त्याच्या चाचण्याही पूर्ण झाल्या. त्याला एच.आय.व्ही नव्हता आणि आश्चर्य म्हणजे, मार्कोशी त्याचे रक्ताचे नाते नव्हते. तिने दिमित्रीला सगळे सांगितले.

आनंदाची गोष्ट म्हणजे त्याला स्वच्छ केल्यावर रोमोचकाचा चेहरा निरागस, लहान मुलासारखा दिसू लागला होता. दुर्लक्षित मुलाच्या चेहऱ्यावरचे भाव त्या चेहऱ्यावर नव्हते. त्याचा चेहरा सुंदर होता. त्यावर छोटे छोटे व्रण होते. तो थोडा काळपट होता, पण त्याची गोंडस मूर्ती तिच्या नजरेसमोरून हलत नव्हती.

''त्याच्या छातीवर 'कुका' शब्द कोणी कोरला असेल?''

तिला नेहमी वाटायचे की, रोमोचकाची गोष्ट ही मानवतेच्या क्रौर्याची कहाणी आहे. प्रेमळ मॅमोचकाची गोष्ट त्याने रचून सांगितली, कारण त्याच्या तोंडून त्यांना हेच ऐकायचे होते. तिला स्वत:चीच लाज वाटली. रोमोचका तिच्याशी खोटे बोलला होता आणि त्याने ते नाटक उत्तमपणे वठवले होते. आता दिमित्रीला हे सांगितले तर---- नकोच सांगायला या घडीला, कारण त्याच्या मनात या मुलाची विशिष्ट प्रतिमा तयार झाली होती. त्याच्या आयुष्यात या मुलाची नितांत गरज होती.

रोमोचकाच्या छातीवर कोरलेला तो शब्द आयुष्यभर त्याची सोबत करणार होता. तो शब्द पाहून नताल्याचा त्याने पुनर्वसन करण्याचा निश्चय जास्त पक्का झाला. छातीवरचा 'कुत्रा' शब्द म्हणजे त्याची नियती नव्हती.

दिमित्री निराश झाला. मिलीट्झानेच ही जागा त्यांना शोधून दाखवली होती. पण नेमकी जागा शोधणे महाकठीण काम होते. पिल्लांचा आवाज कुठे ऐकू येत नव्हता. बारीकसा आवाज झाला, तरी ते कान देऊन ऐकायचे. खरे तर ही मृत जमीन होती. पण अनेक वेगवेगळे आवाज ऐकू येत होते. रेवनचे केकाटणे, गल पक्ष्यांचा चिवचिवाट, दुरून येणारा इंजिनाचा आवाज, हायवेवरून ऐकू येणारी गाड्यांची धुसफूस आणि आणखी बरेच काही. नताल्याला वाटत होते, की शोध घेण्यात आपण कुठेतरी कमी पडतो आहोत.

''हे बघ दिमित्री, त्याला माणूस करण्याच्या नादात आपणच कुत्री बनतोय.''

''त्यांना हुंगू या मग आपण.'' दिमित्री हुंगण्याचे नाटक करून मनसोक्त हसला. खरे तर तो विचारमग्न होता. 'हा मुलगा माणसांपेक्षा कुत्र्यांबरोबर जास्त सुखाने राहू शकतो.' नताल्याचे हे म्हणणे एका अर्थी बरोबर होते.

ड्रग्ज नाहीत, बलात्कार नाहीत. आठ वर्षांची रस्त्यावरची मुले या सर्व प्रकारांची शिकार होतात आणि जरी एके काळी ही रोमोचकाच्या घरची पाळलेली कुत्री असतील, तरी कालांतराने ती रानटी कुत्र्यांची टोळी झाली असणार. जंगली कुत्र्यांशी त्यांचे साधर्म्य होते. रोमोचकाबाबत ती फार निष्ठावान आणि प्रेमळ होती. त्याने रानटी कुत्र्यांच्या टोळ्यांबद्दल भरपूर वाचन केले होते. त्यांचे ठरावीक सामाजिक नियम असतात. ते त्यांना पाळावेच लागतात. अख्खी टोळी एक कुटुंब म्हणून राहाते, एकमेकांना खाऊ घालते. बहुतांशी मादी आणि नर प्रजोत्पादन करत नाहीत. टोळीच्या बाहेरच्या मादीशी कधीच समागम करत नाहीत, ती मादी किती का सुंदर असेना!

जर दुर्दैवी अपघात झाला आणि कोणी एकच वाचला, तरच तो दुसरी टोळी निर्माण करू शकतो.

अपघात तर झाला होता, यात कोणतीही शंका नव्हती. पण खरोखरीच टोळीचे फार कडक शिस्तीचे आयुष्य असते. एका बेघर झालेल्या मुलाची किती

बिकट अवस्था झाली असती! पण छोटे मोठे व्रण सोडले, तर रोमोचकाला कोणतीच इजा झाली नव्हती. शारीरिकदृष्ट्या तो फारच शक्तिवान होता. त्याची टोळी निरोगी, अतिशय वेगवान आणि फारच धोकादायक होती.

दिमित्रीला पेपरमधला एक मथळा आठवून हसू आले. 'जीवशास्त्रीय बदल झालेल्या कुत्र्यांनी मॉस्कोत घातला धुडगूस.' त्या लेखानुसार, या कुत्र्यांना खुणेची भाषा कळते आणि ते मॉस्कोत कुठेही गाडीने प्रवास करतात.

माणसांना मारून त्यांच्या शरीराचे अवयव इतस्ततः विखुरले जातात. कुत्रे गाडीत चढू शकतात, हे त्याने त्याच्या डोळ्यांनी पाहिले होते.

ते एका कोपऱ्यावर आले. तेथून जो छोटा रस्ता जात होता, तो शेताकडे जाणारा आणि खड्ड्यांनी भरलेला होता. एक बाई त्यांच्याकडे येताना दिसली. तिने ढगळ लष्करी कोट घातला होता आणि डोक्याला जाळीदार रुमाल बांधला होता. पण त्याच्यातून खाली तिचे निर्जीव केस लोंबकळत होते. तिने थबकून त्यांच्याकडे पाहिले. दिमित्रीला तिचे ओठ फाकवून हसणे दिसले, पण तिचा बाकीचा चेहरा दगडासारखा वाटला. तिच्या कोटातून तिने एक हात बाहेर काढला. तिला त्यांचे स्वागत करायचे होते की त्यांना थांबवायचे होते, कोण जाणे.

त्यांना बघितल्यावर हातातल्या झोळीला ती झुलवू लागली. त्यांच्याकडे पाहून ती हसली. तिच्या झोळीत छोटेसे बाळ होते. बाळाला झुलवणे थांबवून ती अजिजीने त्यांच्याकडे झेपावली. दिमित्रीला समजले, की दिसत होती, तेवढी ती म्हातारी नव्हती. तिचा चेहरा तरुण होता. पण कुऱ्हाडीने किंवा धारदार सुरीने मारलेला घाव तिच्या भुवईतून नाकातून आणि ओठातून आरपार गेला असावा. तिला उपचार मिळाले नसावेत आणि त्यामुळेच तो असा दुभंगलेला दिसत होता. तिचे नाकही अर्धवट होते. तिच्या तोंडातून सतत लाळ गळत होती आणि विचित्रसा आवाज करत ती लाळ परत तोंडात ओढत होती.

तिने बाळाची मानगूट पकडून त्याला नताल्याकडे सोपवले. थोड्या आठवड्यांचेच ते बाळ होते. कुपोषणामुळे त्याचा चेहरा चिंपांझीच्या पिल्लासारखाच दिसत होता. छोटा, वाळलेला शुष्क चेहरा आणि त्यावर खोबणीतून दोन डोळे दिसत होते. त्याचे तोंड पूर्ण सुकले होते. पेट्रोलचा उग्र वास त्या तोंडाला येत होता.

दिमित्रीच्या डोळ्याला डोळा भिडल्यावर तिने तिचा दुसरा हात त्याच्यासमोर पसरला. नताल्याच्या तोंडापाशी परत तिने तिचे मरतुकडे बाळ धरले. दिमित्रीला तिची कीव आली आणि खिशातून तो काहीतरी काढून देणार, इतक्यात तिने बोलायला सुरुवात केली.

"तुम्हाला उशीर झाला, डॉक्टर" तिचा आवाज सुंदर किणकिणत होता. "पण सौदा तो सौदा! नाही का? रुफ हेच म्हणाला. स्वच्छही आहे, हे गर्दुल्लं

बाळ नाही.''

दिमित्री त्या आवाजाने पागल झाला. किणकिणणारा, खोल आत्म्यातून येणारा आणि रुणुझुणत आतमध्ये पोहचणारा. त्याला स्वत:चीच भीती वाटली. तिने परत तिचा उघडा हात दिमित्रीसमोर धरला. तो खूप बारीक आणि मऊ होता. सुई खुपसल्याचे व्रण हातावर दिसत नव्हते. दिमित्री बधिरपणे तिच्या हातांकडे पाहात राहिला. 'तिचे हात आपल्याला मदत करतील?' त्याने त्याचे दोन्ही हात आकाशाकडे नेले.

''तू.....तू चूक केलीस.'' अडखळत तो बोलला. नताल्याला थांबवण्यासाठी तिने तिच्यासमोर बाळाला जोरात हलवले. नताल्याने दचकून त्याला दूर लोटले. खिशातून थोडे पैसे काढून तिच्या हातावर ठेवणार, तोच नताल्याने एवढे रागाने त्याच्याकडे पाहिले, की बस्स! त्याचे अवसानच गळले. त्याने परत एकदा मागे वळून पाहिले. ती तरुण माता हसत होती. ती हसत होती, असे वाटत होते. पण दुभंगलेल्या चेहऱ्यामुळे तिचा चेहरा तसा दिसत होता. ते हसू नव्हतेच! तिच्या मनातले चेहऱ्यावर काहीच उमटत नव्हते. त्याच्याकडे अजूनही ती टक लावून पहात होती. त्याला पाहून तिने विषण्णपणे मान हलवली, पण तिचा चेहरा अजूनही हसतच होता.

थोडा वेळ ते काहीच बोलले नाहीत. दिमित्रीने नकाशावर लक्ष केंद्रित केले. पण त्याला वाटले आपण कोणाच्या तरी हातातले खेळणे होऊन बसलो होतो. नकाशात रंगवलेल्या केशरी रस्त्यांवरूनच ते जात होते पण आता त्याला सगळे अनोळखी वाटू लागले. त्याच्या डोक्यातून तिचा आवाज काही केल्या जात नव्हता. तिचा गूढ राक्षसी चेहरा, तिचे हसणे. नताल्या आतून धुसफुसत होती.

त्यांना आता कोणतीच आशा उरली नव्हती. सतत निरनिराळे आवाज ऐकून कान तीक्ष्ण झाले होते. पण काय उपयोग?

अचानक दुरून अस्पष्ट खुसफुस ऐकू आली. नताल्याला विजयी आनंद झाला. त्यांच्या समोर उद्ध्वस्त झालेले भग्न चर्च होते. त्याचा घुमट जळून खाली आला होता. विटांच्या भिंतीवर सुंदर नक्षीकाम केलेले असावे. त्या चर्चची भव्यता भग्नावस्थेतदेखील आकाशाच्या विशाल पार्श्वभूमीवर अधोरेखित होत होती. गवताची पाती भिंतींमधून, घुमटाच्या नक्षीकाम केलेल्या विटांमधून डोकावत होती. जेव्हा नवीन असेल, तेव्हाही या वास्तूचे सौंदर्य साधेच असावे. फार आकर्षक असे काहीही यात नव्हते. शहरांचा अक्राळविक्राळ विकास होण्यापूर्वी सगळीकडे खेडीच पसरली होती. एखाद्या खेड्यातले हे चर्च असावे. मॉस्कोच्या आजूबाजूला अशा अनेक उद्ध्वस्त इमारती होत्या, हे नताल्याला माहिती होते. पण मॉस्को शहरातच अशी भग्न वास्तू असेल असे तिला कधीच वाटले नव्हते. अशा जागा बिल्डर्सनी

ताब्यात घेऊन नवीन आकर्षक इमारती निर्माण केल्या होत्या.

नताल्याने मोडकळीस आलेले ते दार काळजीपूर्वक उघडले आणि समोरच्या छोट्या अंगणात ती शिरली. दिमित्री तिच्या मागोमाग आला. सफरचंदाच्या पाच झाडांच्या बुंध्यांना प्लॅस्टिक पिशवीने बांधले होते. हे काम माणसांनीच केले असणार. त्यांच्यामुळे डोंगरातून वाऱ्याबरोबर येणारा कचरा अडविला जात असणार. वास्तूच्या आत कचऱ्याचे ढिगारे पडले होते. रानटी झुडपे उगवली होती. कोपऱ्यातून एक छोटीशी पायवाट आत जात होती. तेथून गेल्यावर जमिनीवर एक वेडेवाकडे छिद्र पडलेले दिसले. कचऱ्याच्या बोगद्यातूनच वाकत, अडखळत चालत ते अंधाऱ्या गुहेत पोहोचले.

त्यांच्या अपेक्षेपेक्षा ही गुहा खूप मोठी होती. एक इमारत सहज मावू शकेल, एवढी ती गुहा प्रचंड होती. नताल्याने त्या अंधाराच्या साम्राज्यात नजर फिरवली. 'केवढे मोठे काम स्वीकारलेय आपण!' गुहेकडे पाहून ती भांबावून गेली. 'हे महाभयंकर भुयार त्याचे घर असेल. त्यांचे सर्वांचेच घर! मॅमोचका नावाची त्यांची आई असण्याची किंचितशी शक्यताही आता मावळली होती. अगोदर जशी एक कुमारी माता दिसली, तशीच कोणीतरी आई असेल त्यांची.'

पावलांखालची जमीन फार चिकट होती. वास फारच उग्र आणि घाणेरडा होता. हवेत हलक्या जातीच्या कुत्र्यांचा वास घुमत होता. मरणाचा आणि कुजल्याचाही वास. टॉर्चचे बटन दाबत तिने जोरात श्वास आत ओढला. त्या पिवळ्या प्रकाशात प्लॅस्टिकच्या पिशव्या, घोंगड्यांची चळत, त्यावर कुत्र्यांच्या केसांचा पडलेला थर, हाडांचे तुकडे आणि मोठ्या प्राण्यांचे सांगाडेही तिला दिसले. ही हाडे तपकिरी रंगाची होती. तिने कवट्या मोजल्या आणि जीर्णशीर्ण, कुजलेली कातडी आणि पिसे बघितली. बरगड्यांमध्ये छिन्नविच्छिन्न झालेली प्लॅस्टिकची सुरीही तिने पाहिली. तिच्या अंगावर शहारा आला. मोठ्या कुत्र्यांच्याच कवट्या होत्या त्या. त्यांनी एकमेकांना खाल्ले असेल का? तिच्या मनात विचारांचे काहूर माजले. 'आता या अंधारात काही न बघितलेलेच बरे! एखादे वेळेस माणसांची हाडंसुद्धा मिळतील!'

ती मुळापासून हादरली होती. 'एक मुलगा येथे जिवंत राहू शकतो? आणि या सर्व गोष्टी तो सहजपणे स्वीकारतो? जीवनमरणाच्या झुल्यावर सहज उभा राहून नियतीची ही क्रूर थट्टा उघड्या डोळ्यांनी पाहू शकतो?' एका भिंतीला लागूनच लेनिनचा पुतळा उताणा छताकडे डोळे तांबारून बघत होता. जेथे कुठे ती बघत होती, तिथे तिला खेळणीच खेळणी दिसत होती. एका मोडक्या चाकाच्या गाडीने लेनिनच्या खांद्याला विळखा घातला होता. मोठे लाल, पिवळे आणि निळे ठोकळे इतस्ततः पसरले होते. त्यांना कोणीतरी चावलेलेही होते.

तिने खाली बघितले. दोन तुटलेल्या मोरपिसांवरती ती उभी होती. बरेच

ठिकाणी ही मोरपिसे विखुरली होती. त्यांना बराच वेळ ती तंद्रीतच निरखत राहिली. तिला मॉस्कोतल्या प्राणीसंग्रहालयातून पळाल्याचे आठवले. 'अच्छा, ह्या सुंदर पक्षाला येथे मरण आले तर!' तिला हे सर्व फारच भीषण वाटले. भीतिदायक! 'हरवत कोणीच नसतो. एक मोर होता, तो जगला आणि मोर म्हणूनच मेला. त्याला घालून दिलेल्या लक्ष्मणरेषेच्या किंचित पलीकडे तो गेला, म्हणून मेला. एक मुलगा तेथे राहिला, खरे तर दोन मुले हरवली होती, पण हरवली नाहीतच! त्यांच्या बाबतीत सगळेच कसे अनिश्चित होते.'

पिल्ले आता शांतपणे घोंगड्यांमध्ये दडून बसली होती. दिमित्री ओणवा होऊन त्यांच्याकडे पहात होता. तीन पिल्ले जिवंत होती आणि एक मेले होते. सगळे जण राखाडी सोनेरी रंगांचे होते आणि त्यांचा तोंडावळा मात्र त्यातल्याच फिकट छायेचा होता. ती पिल्ले नुकतीच जन्मलेली असावी. त्यांनी अजून पूर्ण डोळेही उघडले नव्हते. रोमोचकाला पकडूनही दोनच दिवस झाले होते.

तिने बिछान्याला अलगद हात लावला. 'जो मुलगा गेली तीन-चार वर्षे या खरखरीत बिछान्यावर अंग टाकत होता, त्याचे पुनर्वसन करता येणार होते?' तो आठ वर्षांचा मुलगा होता. तज्ज्ञ मंडळींनाही कळत होते की, त्याच्यावर नवीन आयुष्य लादणे फारच कठीण होते. तिने दिमित्रीच्या नजरेला नजर देण्याचे टाळले, कारण जर तिच्या मनातली भीती त्याला कळली असती, तर तोही कोलमडला असता.

दिमित्रीने नताल्याच्या कंबरेभोवती हाताचा विळखा टाकत खोल श्वास घेतला. आता त्याने नाकासमोर रुमाल धरला नव्हता. श्वास जणू रंध्रारंध्रात भरून घेऊन तो आनंद उपभोगत होता.

"काय विलक्षण मुलगा आहे हा! खरं की नाही, नताल्या? खरंच, एक वेगळाच मुलगा आहे हा! इथे राजासारखा जगला. आता....त्याला रंकासारखं जगण्याची सवय करावी लागेल."

तिला माहीत होते की दिमित्री हे सहज बोलून गेला होता. त्याच्यासारखा वास्तववादी दुसरा कोणी नसेल. ती कसेनुसे हसली.

"मला वाटतं तो फारच नाखूश असावा. त्याचा विचार करायला हवा." तिचा आवाज खोलवरून आल्यासारखा वाटला. 'रोमोचका हुशार आहे, पण त्याचे परत 'मूल' होऊ शकते का? बोझ्मीचा मुलगा जसा सुधारू शकत नाही तसाच रोमोचकाही! त्याला आता कोणी वाचवू शकणार नाही. खरे तर, या पिल्लांनाही का नाही मारले त्यांनी? असे हाल बघवत नाहीत त्यांचे. दिमित्री आणि नताल्या दोघांनीही हात स्वच्छ धुतले. नाहीतर रोमोचकाला गुहेचा वास आला असता. रोमोचकाला विशेषज्ञाचीच ट्रिटमेंट द्यावी लागेल, असे दिसत होते.

दिमित्री हसत बोलत होता," तो माणूस आहे. हे सगळं का घडलं? कारण तो माणूस आहे म्हणून! नताल्या आता मागे वळून पाहणं नाही. आपणही नाही आणि त्यानंही नाही," तो म्हणाला. त्याने पिल्लांना कोटाच्या खिशात टाकले आणि तिच्याबरोबर गुहेच्या तोंडातून बाहेर पडला.

नताल्याला बाहेरच्या हवेचा गारवा लागल्यावर खूप छान वाटले. तिला गुहेचा कुबट वास, तो अंधार यातून बाहेर पडायचे होते.

"शी! आपल्यालाही वास येतोय. किती भीषण जागा ती! ते एक पिल्लू आण इकडे. खूप जास्त जणांना जवळ ठेवलेस, तर तुला अस्थम्याचा त्रास व्हायचा."

ते चालत चालत जवळच्या मेट्रो स्टेशनवर आले. त्यांच्या अंगाला प्रचंड खाज सुटली होती. मेट्रो स्टेशनचा लाल रंगाचा 'एम' त्यांचे स्वागत करत होता. त्यांना फार हायसे वाटले. नताल्याने आता तिन्ही पिल्ले तिच्या ताब्यात घेतली होती. कधी हातांमध्ये, तर कधी कोटाच्या खिशात टाकत ती त्यांचा सांभाळ करत होती. दिमित्रीला त्याच्या काल्पनिक ॲलर्जीबद्दल ती चिडवत होती. तिच्या बडबडीचा उद्देश एकच होता — पुढे असणाऱ्या अनिश्चिततेचे मळभ त्याच्या मनातून नाहीसे करणे.

घरात पोहोचल्या पोहोचल्या त्यांना रोमोचकाच्या विचित्र किंचाळ्या आणि गुरगुर ऐकू आली. पिल्लांना न्हाऊ घालायला वेळच मिळाला नाही.

नताल्या जिन्यावरून धावत वर गेली. "ओरडू दे त्याला, जेवढं ओरडायचं तेवढं!"

घराचे बाहेरचे दार त्यांनी घट्ट लावून घेतले. त्याचे असे विचित्र ओरडणे शेजारच्यांनी ऐकले असते, तर काय कहर झाला असता.

रोमोचकाच्या किंचाळ्या अजूनही कानावर येतच होत्या. त्याच्या खोलीच्या बाहेर ते एक मिनिटभर थबकले आणि एकमेकांचा आधार घेत आत शिरले.

खोलीला खूप घाण 'शी'चा वास येत होता. कॉन्स्टँटिन पेट्रोविच दरवाजाजवळ हताशपणे उभा होता. त्याच्या हातावर चावलेल्याच्या खुणा दिसत होत्या, ओरखडे उमटले होते. रोमोचकाने अचूक नेम धरून विष्ठा मारली होती. दिमित्रीला रोमोचकाचा हा असा अवतार बघून धक्काच बसला. तो ओळखण्याच्या पलीकडे गेला होता. त्याच्या डोक्याचा गोटा केला होता. त्यामुळे चेहरा खूप छोटा, लहान मुलासारखा दिसत होता. त्याच्या टाळूवर असलेला लाल व्रण उठून दिसत होता. तो नागडा होता. मार्कोमध्ये आणि त्याच्यात त्याला बरेच साधर्म्य जाणवले. त्याला पांढराशुभ्र

झब्बा पायजमा घालायला दिला होता, पण तो काढून त्याने खोलीच्या कोपऱ्यात भिरकावला होता. कॉन्स्टँटिनने त्याचे हात पाठीमागे बांधले होते.

रोमोचकाने दिमित्रीकडे पाहिले मात्र, पण त्याच्या डोळ्यात ओळख नव्हती. त्याचा राग आणि आपण नग्न असण्याची भावना जाऊन, त्याऐवजी त्याच्या मनात गोंधळ माजला. 'असे कसे होऊ शकते? मेलेल्या मॅमोचकाचा गंध आपल्याला इथे कसा येऊ शकतो? माझ्या घरचा वास कुठून येतो आहे? कसा? कसा, आणि कोठून?' त्याला दिमित्रीचा उत्साह आणि चिंता दोन्ही भावना समजत होत्या. त्याला थोडा वेळ काहीच समजेना. थोडासा आवाज झाला, तरी त्याला त्रास होत होता. केस कापल्याने कानातून सोसो वारा घुसत होता. दिमित्रीने त्याला दगा दिला होता. पण आता काय हे नवीन? त्याने आता काय केले, तो कुठे होता? दुःखावेगाने त्याने किंचाळी फोडली आणि जणू सगळे ओझे बाहेर फेकण्याकरता डोके जोरात हलवले.

दिमित्रीला त्याला अशा अवतारात बघून धक्काच बसला. तो ओळखू न येणारा रोमोचका गुरगुर करत त्याचे शरीर जोरजोरात हलवत होता. त्याचा फिकट चेहरा आक्रसला होता, दात कुत्र्यासारखे विचकटले होते आणि शरीर प्राण्यासारखे खाली वाकले होते. डागांनी आणि व्रणांनी भरलेले प्राण्यासारखे शरीर, गालांवर ओघळलेले अश्रू, विचकटलेले दात आणि विस्फारलेले डोळे! त्याचे शरीर अनेक व्रणांनी गच्च भरलेले असल्याने बघवत नव्हते. तो कोल्ह्यासारखा परंतु अनैसर्गिक दिसत होता. कृत्रिम कोल्हा म्हणा पाहिजे तर! पण कोल्हा तरी रुबाबदार दिसतो. कॉन्स्टँटिनच्या चेहऱ्यावर त्याच्याबद्दलचा उद्वेग आणि घृणा स्पष्ट दिसत होती. खूप आरडाओरडा केल्यावर रोमोचका थकून थांबला आणि निस्तेज काळ्या डोळ्यांनी त्याच्याकडे पाहू लागला. दिमित्रीने कॉन्स्टँटिनला रोमोचकाला मोकळे करण्याची खूण केली.

"रोमोचका, रोमोचका," दिमित्री रोमोचकाशी बोलण्याचा प्रयत्न करू लागला. कॉन्स्टँटिन त्याच्या मनगटावर अडकवलेल्या साखळ्या काढत असताना रोमोचकाची गुरगुर सुरूच होती. "रोमोचका, तू मला ओळखतोस. मी तुला मदत करतो आहे. तुला आठवतो मार....शेनॉक?"

रोमोचका ओरडतच होता. पण दिमित्रीने त्याला थांबविण्यापूर्वी नताल्या त्याच्या पुढ्यात आली आणि त्याच्यावर जोरात ओरडून तिने कोटाच्या खिशातून पिल्लाला बाहेर काढले. तिचा रुद्रावतार बघून दिमित्रीला वाटले, की एखाद्या देवतेचं किंवा अद्भुत चेटकिणीचं स्थिर चित्रच आपण पहातो आहोत की काय! तिच्या हातात एक निराधार पिल्लू होते आणि समोर अंग दुमडून बसलेल्या प्राण्याला ती ते पिल्लू द्यायला झुकली होती!

"ते सगळे मेले नाहीत!" ती रोमोचकाला जोरात ओरडून सांगत होती.

रोमोचकाचा कोवळा चेहरा प्रचंड धास्तावलेला दिसत होता.

रोमोचका भिंतीचा आधार घेत मट्कन खाली बसला. त्याच्या चेहऱ्यावर काहीच भाव उमटले नाहीत. पहिल्यांदाच तो आठ वर्षांच्या मुलासारखा दिसू लागला. त्याच्या कानात विष्ठेने बरबटलेली त्याची बोटे त्याने टाकली. कोणीच त्याच्या मदतीसाठी पुढे गेले नाही. नि:शब्द शांतता पसरली. त्याच्या गालावरून दोन अश्रू ओघळले. त्याचे हात पिल्लांना जवळ घेण्यास आसुसले. एका हाताने त्याने जवळ येण्याची आग्रही खूण केली, पण त्याची नजर खाली होती आणि त्याचा चेहरा त्याने दुसरीकडे फिरवला होता. जणू त्याचा हात त्याच्या शरीरातून वेगळाच उगवला होता.

दिमित्रीने आणखी दोन पिल्लांना बाहेर काढले. त्याच्याही डोळ्यांमधून अश्रू ओघळत होते. रोमोचकाने हावरटपणे त्यांना जवळ घेतले, त्यांना चाटायला सुरुवात केली. त्यांच्या केसाळ कातडीत नाक खुपसले. त्यांचा चेहरा, जीभ, तोंड चाटत असताना त्याच्या तोंडून आनंदाने चित्कार बाहर पडत होते. त्यांच्या भुकेल्या शरीरांवर त्याची मायाळू बोटे उमटत होती.

रोमोचकाने जमिनीवर बसून आनंदाने ओरडणाऱ्या उड्या मारणाऱ्या पिल्लांना पोटाशी धरले आणि डोके खाली करून तो हमसून हमसून रडू लागला.

दिमित्रीही त्याच्यासमोर ओणवा बसून त्याच्या डोक्याच्या गोट्यावर हळूहळू थोपटू लागला. त्याच्या टाळूवरच्या लालसर व्रणाला मात्र त्याने हात लावला नाही. रोमोचकाने त्याला अडवले नाही.

''ही सर्व पिल्लं तुझीच आहेत....केवळ तुझीच! आणि जर तू इथे राहिलास, तर ती सुरक्षित राहतील.'' दिमित्री मृदू आवाजात बोलला. त्याचे बोलणे आतून येत होते. त्या क्षणाला त्याने काय बोलावे आणि त्याचा अर्थ काय घेतला जाईल, हे जणू त्याला आधीच माहीत होते.

''आता आपल्याला खाण्यासाठी मेन्यू, म्हणजे आपण स्वत:च आहोत.''

रोमोचकाने श्वास रोखून ठेवला. त्याने डोळ्यांच्या कडेने दिमित्रीकडे पाहिले. त्याच्या नजरेत बालकाचा कोवळेपणा होता. त्याच्या चेहऱ्याची ठेवण मृदू होती. हे दिमित्रीला पहिल्यांदा जाणवले. अश्रूंनी भिजलेले गाल पिल्लांना लावून आईचे प्रेम देण्याचा प्रयत्न तो करत होता. त्याच्या फिकट चेहऱ्यामागे आता निराळेच गूढ तेज दिसू लागले. क्षणभरासाठी दिमित्रीला मार्कोची आठवण आली.

दिमित्री कॉन्स्टँटिनकडे सरकला. तो भिंतीजवळ उभा राहून डोके हलवत रडत उभा होता. रोमोचकाला एकटा सोडून, दरवाजा उघडा ठेवून ते सगळे बाहेर आले. दिमित्रीही त्यांच्या मागोमाग आला. नताल्याने दिमित्रीकडे पाहिले आणि दुधाच्या बाटल्या बनविण्यासाठी तिने स्वयंपाकघराकडे धाव घेतली.

दिमित्रीला खात्री वाटली की, रोमोचका आपल्या घरी राहीलच. याच्याहून आणखी तो विरघळणार नाही, पण आपल्या घरी राहील हे नक्की. नुकत्याच मिळालेल्या यशाने तो फार खूश झाला. नताल्याचा विजयी कटाक्ष त्याला खूप काही सांगून गेला. तिला आश्चर्य वाटत होते आणि दिमित्रीचे कौतुकही. नताल्या आणि तो आता खऱ्या अर्थाने आयुष्याचे जोडीदार झाले. एक मुलगा, तीन कुत्रे असे त्यांचे आता सुखी कुटुंब झाले. जर त्यांनी रोमोचकाला दत्तक घेतले, तर तो शाळेतदेखील जाऊ शकणार होता. अर्थात नताल्याने खोटे पेपर्स देऊन सगळे गणित जमवून आणले तर! रोमोचकाचे वडील शास्त्रज्ञ आणि आई बालरोगतज्ज्ञ आणि बनवाबनवी करण्यात वस्ताद असलेली सम्राज्ञी. रोमोचकाला अधिक काय हवे होते?

त्याने त्याच्या समोरच्या देखण्या हॉलमध्ये नजर टाकली. नताल्याला वेगवेगळी चित्रे लावून घर सजवण्याचा भारी शौक! एक जुने मॅट्रिओशकाचे चित्र तिने लावले होते. स्वत:साठी तिला या गोष्टी किमती वाटायच्या, म्हणून ती लावायची नाही. आदर म्हणून या गोष्टी ती जतन करायची. पियानो, तिचे जिप्सी कपडे, मेट्रिओशका आणि जे जे दिमित्रीने तिला दिले होते, ते सगळे तिने काळजीपूर्वक ठेवले होते. त्यांचे एकदा जोरदार भांडण झाले, तरीसुद्धा मेट्रिओशकाचे पेंटिंग तिने लावल्याबद्दल त्याला थोडे आश्चर्य वाटले. पण त्याचे मन कृतज्ञतेने भरून आले, हे नक्की.

त्याला आता कुत्र्यांचे केस साफ करायला नवीन व्हॅक्युमक्लीनर लागणार होता. सामानाची यादी आता भलतीच मोठी होणार होती. मित्रांना पार्टीसाठी आमंत्रण द्यायला पाहिजे. त्याचे मित्र आणि सहकारी या विषयावर वर्षानुवर्षे बोलत राहाणार होते, हे नक्की. बहुतेकांना दिमित्री मूर्ख होता असे वाटले असते. पण काही जणांना वाटले असते की दिमित्रीने हे सामाजिक कार्य केले होते आणि अर्थातच, सगळ्यांना नक्कीच वाटले असते की, नताल्याच्या प्रभावामुळे दिमित्री असा वागत होता.

दिमित्री स्वत:शीच हसला. 'शेवटी आपण कुटुंबवत्सल झालो तर! आपले कुटुंब जगावेगळे असणार. रोमोचका आणि शेजारच्या मल्चिकचे चांगले जमेल बहुतेक.'

'तीन कुत्रे! थोड्या दिवसांनी एका कुत्र्यावर रोमोचकाचे भागेल का? बदलत्या परिस्थितीशी जुळवून घेण्यासाठी एकच कुत्रा पुरेसा आहे. कोणत्या मुलाजवळ एकापेक्षा जास्त कुत्रे असतात? तीन कुत्र्यांबरोबर त्याची अपेक्षित प्रगती होणार नाही. त्याला त्याचे अगोदरचे आयुष्य पुन्हा हवेहवेसे वाटेल. नाही, एकच कुत्रा पुरेसा आहे आणि त्यालाही चांगल्या वर्तणुकीचे वर्ग लावावे लागतील. एकदा तो क्रायलेस्को येथील कुत्र्यांच्या शाळेत गेला होता. त्याच्याजवळ एक गोंडस, छान वागणारा कुत्रा आला होता. आपण रोमोचकासाठी आज्ञाधारक, हुशार आणि

सुस्वभावी कुत्रा घेऊन येऊ. माल्चिकसारखा हळुवार; पण हुशार आणि इमानदार अशा कुत्र्याची सोबत रोमोचकाला हवी. माल्चिक कसा डोके वर करून मालकाकडे वळून बघतो, अगदी तस्साच!'

नंतर त्यालाच स्वत:ची लाज वाटली. आपण जसे वागतो, तसेच कुत्र्यांनी का वागावे? पण ते खूप गोंगाट करून खाणारे नसावे आणि पाहुण्यांसमोर व्यभिचार करणारे नसावे. एवढीच अपेक्षा ठेवायला हरकत नाही.

दिमित्री एकटाच दिवाणखान्यात बसला. त्याला भीतीमुळे आजाऱ्यासारखे वाटत होते.

न्हाणीघरात शॉवरचा आवाज, स्वयंपाकघरात मायक्रोवेव्हचा आवाज....त्याचे डोके ठणकू लागले. त्याच्या हाताला विष्ठेचा वास येत होता. त्याने त्याचे हात शरीरापासून लांबच ठेवले. कॉन्स्टँटिनमुळे न्हाणीघर बंद होते. त्याला आता सगळीकडेच विष्ठेचा घाण वास येऊ लागला.

'मुलांना वाढविणे म्हणजे काय असते? हे मूल कसे वाढवायचे? अनेक मुले कुपोषणाची शिकार होतात, थंडीने गारठून मरतात. ह्या मुलाचे असेच झाले असते तर सगळ्यांसाठीच बरे नसते का झाले? त्याच्या नतोलचकाला उच्च दर्जाचा कुत्रा त्याने आणला असता. एका स्वच्छ, नवजात, गोंडस बाळाला दत्तक घेता आले असते.

तो विचार करून जागीच थिजला. त्याची अलीकडे दृढ झालेली मैत्री. दोघे जण लग्न करून मूल जन्माला घालू शकतात की!

'आपल्यावर ही आपत्ती तर ओढवलेली नाही ना? कोणत्यातरी काल्पनिक गोष्टीचं आपण वेड पांघरलंय का? आपला प्रवास कुठल्या दिशेने सुरू झालाय?'

जर या घरात तुम्ही खिडकीतून डोकावलात, तर भिंतीच्या दुसऱ्या बाजूला दिमित्री शॉवर घेतो आहे. नताल्या कॉन्स्टँटिनला निरोप देत कांद्याचे काप करते आहे. तिचे जेवण बनतच आलेय. त्यांच्या नवीन आयुष्यातील पहिले जेवण! तुम्हाला रोमोचका त्याच्या खोलीत तीन पिल्लांसोबत एकटाच खेळताना दिसेल. दुधाची रिकामी बाटली त्याच्या शेजारी पडली आहे.

त्याचा चेहरा एका बाजूने दिसतोय. पिल्लांना ते झोपी जाईपर्यंत त्याने थोपटले. मग तो उभा राहिला आणि रडू लागला. त्याचे खांदे ताणामुळे गदागदा हलत होते. तो मागे वळला. आता त्याचा चेहरा तुम्हाला दिसत असेल. तो खरोखर रडत होता, मनापासून, हुंदके देत रडत होता. तो तसाच तणावग्रस्त

परिस्थितीत उभा आहे.

तो थांबला. त्याचा श्वास स्थिर झाला. खिडकीजवळ लंगडत जात तेथे थोडा वेळ तो उभा राहिला. त्याच्या निस्तेज पांढरट पडलेल्या चेहऱ्यावर त्याचे डोळे मोठे आणि काळेभोर दिसत आहेत. अतिशय वेगात तो मागे फिरला आणि पिल्लांजवळ खाली वाकून त्याने प्रत्येकाच्या टाळूचे एकापाठोपाठ चावे घेतले.

त्याने आता तेथेच राहण्याचा निर्णय घेतला होता.

❖❖❖